வாழும் நல்லிணக்கம்
அறியப்படாத இந்தியாவைத் தேடி ஒரு பயணம்

வாழும் நல்லிணக்கம்
அறியப்படாத இந்தியாவைத் தேடி ஒரு பயணம்

சபா நக்வி

சபா நக்வி *அவுட்லுக்* என்ற இந்தியாவின் முன்னணி வாரச் செய்தி இதழின் அரசியல் தொடர்பான செய்திகளின் பதிப்பாசிரியர். அரசியல், ஆட்சி, நடப்பு விவகாரம் ஆகியவைபற்றி எழுதுகிறார். இந்தியா முழுவதும் விரிவான அளவில் பயணம் செய்திருக்கிறார். நாட்டின் தேர்தல்கள் பற்றி - குறிப்பாக உத்தர பிரதேசம், பீகார், குஜராத் - விரிவாக ஆராய்ந்துள்ளார். அரசியல் நிருபராக, ஆய்வாளராக மட்டுமல்லாமல் அடையாளம், பண்பாடு குறித்த பிரச்சினைகளையும் தொடர்ந்து கவனித்து வருகிறார்.

முடவன் குட்டி முகம்மது அலி (பி. 1953)
மொழிபெயர்ப்பாளர்

இயற்பெயர் மு.கா. முகம்மது அலி. கடையநல்லூரில் பிறந்தவர். தாயார்: நாகூர் மீறாள். தந்தை: காதர் நாகூர்.

பெங்களூர் பிஎஸ்என்எல் நிறுவனத்தில் 41 ஆண்டுகள் பணி. பணி ஓய்விற்குப் பின்னர் கடையநல்லூரில் வசிக்கிறார். ஃப்ரான்ஸ் எமில் சீலன்பாவின் (நோபல் பரிசு பெற்றவர்) *'meek Heritage'* நூலையும் ஜெய்ராம் ரமேஷின் *'Indira Gandhi: A Life in Nature'* என்ற நூலையும் ஆங்கிலத்திலிருந்து தமிழில் மொழிபெயர்த்துள்ளார். இவை 'சாதுவான பாரம்பரியம்' (2017), 'இந்திரா காந்தி: இயற்கையோடு இயைந்த வாழ்வு' (2019) எனத் தமிழில் காலச்சுவடு வெளியீடாக வெளிவந்துள்ளன. 'முடவன் குட்டி' என்ற புனைபெயரில் கவிதை, சிறுகதை எப்போதாவது எழுதுவதுண்டு. அவை *திண்ணை, சமரசம்* ஆகிய பத்திரிகைகளில் வெளிவந்துள்ளன. வாசிப்பதில் ஆர்வம் அதிகம்.

மனைவி: தாமரை. மகன்: முகம்மது கஸ்ஸாலி.

மின்னஞ்சல்: thamaraiali@gmail.com

சபா நக்வி

வாழும் நல்லிணக்கம்
அறியப்படாத இந்தியாவைத் தேடி ஒரு பயணம்

தமிழில்
முடவன் குட்டி முகம்மது அலி

காலச்சுவடு பதிப்பகம்

IN GOOD FAITH A journey in search of an unknown India by Saba Naqvi

Copyright © Saba Naqvi 2012

Together with the words, 'Published in English by Rupa Publications India Pvt. Ltd.'

வாழும் நல்லிணக்கம் அறியப்படாத இந்தியாவைத் தேடி ஒரு பயணம் ◆ கட்டுரை நூல் ◆ ஆசிரியர்: சபா நக்வி ◆ © சபா நக்வி ◆ தமிழில்: முடவன் குட்டி முகம்மது அலி ◆ முதல் பதிப்பு: நவம்பர் 2015, நான்காம் (குறும்) பதிப்பு: அக்டோபர் 2021 ◆ வெளியீடு: காலச்சுவடு பப்ளிகேஷன்ஸ் (பி) லிட்., 669, கே.பி. சாலை, நாகர்கோவில் 629001

vALum nalliNakkam ariyappadatha indhiyavait thedi oru payanam ◆ Tamil Translation of In Good Faith: A Journey in search of an unknown India ◆ Author: Saba Naqvi ◆ © Saba Naqvi ◆ Translated by: Mudavan Kutti Mohamed Ali ◆ Language: Tamil ◆ First Edition: November 2015, Fourth (Short) Edition: October 2021 ◆ Size: Demy 1 x 8 ◆ Paper: 18.6 kg maplitho ◆ Pages: 208 plus 8 colour pages.

Published by Kalachuvadu Publications Pvt.Ltd., 669, K.P.Road, Nagercoil 629001, India ◆ Phone: 91-4652-278525 ◆ e-mail: publications @kalachuvadu.com ◆ Printed at: Compuprint Premier Design House, Chennai 600086

ISBN: 978-93-84641-31-3

10/2021/S.No. 666, kcp 3232, 18.6 (4) uss

இந்நூல் சாராவிற்கு,
சிந்தனைகளும் லட்சியங்களும் பரிவும் கொண்ட
உலகிற்காக.

நன்றி

சிந்தனை உலகை எனக்குத் தந்தவர்: பெரும்பாலும் புரிபடாத கவிதைகளை என்னிடம் சேர்ப்பித்தவர்; அவரது உலகம் குழப்பங்களும் வண்ணங்களும் நிறைந்தது. நல்ல உணவு, உயர்ந்த உரையாடல், மேலும் உரையாடல் என்ற விரிவான உலகு அது. இந்த உலகில் அவர் எங்களை வளர்த்தார். அவர்தான் சயீது என்ற எனது தந்தை. அவருக்கு என்றும் நான் கடன்பட்டுள்ளேன். எனது தாய் அருணா. அந்த அற்புதமான உணவை எங்களுக்கு ஏற்பாடு செய்பவர்; (எனது மகள்) சாராவின் நேசமிகு பாட்டி. எங்களின் ஆதாரத் தூணாய் அவர் நின்றார். அவரைச் சுற்றியே நாங்கள் அனைவரும் குழுமினோம். வாழ்வின் சாகசங்களால் அமைதியற்று, காயமுற்றுப்போனபோதெல்லாம் அவரருகே நாங்கள் இளைப்பாறினோம். அவருக்கு நன்றி. நம்பமுடியாத இந்தப் பயணத்தின்போது உடன்வந்த பொறுமையான தோழன் ப்ரஷூன். எனது அறிவாற்றலில் நம்பிக்கை கொண்டவன்; எனக்காகத் தனது வழக்கமான வாழ்க்கையை விட்டுவிட்டு என்னுடன் பயணம் மேற்கொண்டவன். அவனுக்கு மீண்டும் நன்றி. எனது மிகச் சிறந்த சில நண்பர்களை நான் கண்டுகொண்ட பெரிய, வியக்கத்தக்க எனது குடும்பத்திற்கு; பெரும்பாலும் ஒரு குடும்பம்போலவே எங்குமிருக்கும் எனது எல்லா நண்பர்களுக்கு; எல்லாவற்றுக்கும் மேலாக பயணத்தின்போது நான் சந்தித்த அசாதாரணமான மனிதர்களுக்கு – அனைவருக்கும் நன்றி. திறமையான, மகிழ்ச்சியான பதிப்பாசிரியராக இருந்த பிரேர்னா வோரா அவர்களுக்கும் நன்றி.

பொருளடக்கம்

மொழிபெயர்ப்பாளர் குறிப்பு	11
எனது குடும்பமும் பிற பயணங்களும்	13
தொடக்கம்	33
உங்கள் தெய்வம்தான் எனது தெய்வம்	38
முஸ்லிம் பெண் தெய்வம்	44
ஏக்தாராவும் ஒரு பாடலும்	50
'பீரி'ன் பூசாரி	56
இஸ்லாத்தை அகற்றுதல்	60
மஸார் ஒரு கோயிலாக ஆகிறது	64
ஓர் இந்து மாவீரனும் முஸ்லிம் மகானும்	68
ஹுஸைனுக்காக அவர்கள் அழுகிறார்கள்	77
முஹம்மதிடம் மலை வருகிறது	84
விஷ்ணுவின் பெண்மணி	90
பெரிய கோயிலும் பெரிய பள்ளிவாசலும்	94
நாடார் குடும்பத்தில்தான் எல்லாமும்	99
பீமாபள்ளியின் விளக்கு	103
இசைப் பாலம்	108
ஒரு வழிபாட்டு மரபு சாதியை வெல்கிறது	112
அர்ச்சுனனின் முஸ்லிம் வழித்தோன்றல்கள்	116

சதி தேவியின் முஸ்லிம் நாட்டுப்பாடகர்கள்	121
கோயிலுள்ளே ஒரு மக்கா	125
சலோனின் இறைஞானி	130
மனிதர்களும் கால்நடைகளும்	134
நடைமேடைப் பீர்கள்	139
விழாக்களின் காட்சி	143
பிரிவுகளும் கவிஞர்களும்	148
பிரம்மபுத்திராவின் தாள லயம்	154
இரு நம்பிக்கைகள், ஒரு வீடு	159
மீதேயிகள் பிணைப்பு	165
நோக்கம் நிறைவேறிற்று	170
மதமாற்றம் பற்றி . . .	174
கன்னியின் பொங்கி வழியும் பால்	179
பயணத்தின் முடிவு	182
பணம் கொடுங்கள், கடவுளைச் சந்தியுங்கள்	189
பாலிவுட்டின் முஸ்லிம்கள்	194
நம்பிக்கையோடு முடித்தல்	202

மொழிபெயர்ப்பாளர் குறிப்பு

இந்தியாவின் பல மாநிலங்களுக்கும் பயணம் செய்து, எங்கெங்கோ மூலைகளில் மதபேதங்கள் ஏதுமற்று நல்லிணக்கத்துடன் வாழும் சாமானிய எளிய சனங்களைப் பற்றிப் பேசுகிறார் சபா நக்வி. அடிப்படைவாதிகளாலும் மதத் தூய்மைவாதிகளாலும் இந்த நல்லிணக்கம் குலைந்து வருவதையும் பதிவுசெய்கிறார். அரசியலோ மதச்சார்போ சாய்வு களோ இப்பதிவுகளில் இல்லை. மதப்பற்றாளன் ஒருவனையும் இப்புத்தகம் சிறிது அசைக்கலாம்; யோசிக்க வைக்கலாம். நல்லிணக்கத்தைக் குலைக்கும் தனது மதத்தைச் சார்ந்தவன் மீதே கோபம் கொள்ளவும் அவனைத் தூண்டலாம். ஏற்கெனவே வெகுதொலைவில் இருக்கும் 'மதச்சகிப்புத்தன்மையுள்ள நல்லிணக்கம் கொண்ட இந்தியா' என்னும் லட்சியம் இன்னும் தள்ளிப் போய்விடுமோவென்ற பதற்ற உணர்வினை ஒரு பொதுவாசகனிடம் இப்புத்தகம் ஏற்படுத்தலாம். ஒரு மதப் பற்றாளனிடமும் ஒரு பொதுவாசகனிடமும் இவ்வித விளைவுகளை இப்புத்தகம் ஏற்படுத்தக்கூடுமெனில் அதுவே இப்புத்தகத்தின் வெற்றி. எல்லாச் சமூகங்களுக்கும் பாதுகாப்பாக இருக்கும், எல்லாச் சமூகங்களையும் அணைத்துச் செல்லும் ஒரு இந்தியாவிற்கான தேடலும், அடிப்படைவாதிகளின் வாதங்களை எப்படியும் முறியடித்தே ஆகவேண்டும் என்னும் தேவையுமே இப்புத்தகத்தை எழுதுவதற்கான உண்மையான உந்துதல் என்கிறார் சபா நக்வி. அவரது தேடலும் குரலும் ஆத்மார்த்தமானவை. இதுவே இப்புத்தகத்தின் வெற்றிக்குக் காரணமென நினைக்கிறேன்.

இங்கே எனது சொந்த அனுபவம் ஒன்றைக் குறிப்பிடுவது பொருத்தமாக இருக்கலாம். இரண்டு வாரங்களுக்கு முன்னர் நண்பர் ஒருவரைத் தேடி வெளியூர் சென்றிருந்தேன். சின்ன ஊர் அது. டீக்கடையில் முகவரி விசாரித்து, தெருவழியாகப் போய்க் கொண்டிருந்தேன். தெருமுனையில் தண்ணீர் அடிபம்பை அடித்தவாறு ஒரு சிறுபெண் பிளாஸ்டிக் குடத்தில் நீர் பிடித்துக்கொண்டிருந்தாள். ஒரு மூதாட்டி (அச்சிறுபெண்ணின் பாட்டியாக இருக்கலாம்) "ஏய் லட்சுமி... தண்ணீர் பம்பை இப்ப அடிக்காதே... அது சத்தம் போடும். மூலைவீட்டில் மதியத் தொழுகை செய்துகொண்டிருக்கும் அப்துல்லா பெரியப்பாவுக்கு அது தொந்தரவு செய்யும். காமணிநேரம் பொறுத்து தண்ணீர்பிடி" என அவளைப் பார்த்துக் கத்தினாள்.

இப்புத்தக ஆசிரியரான சபா நக்வி ஆண்டுகள் பலவாய் இந்தியா முழுவதும் தேடியவாறிருக்கும் நல்லிணக்கம் கொண்ட இந்தியாவை இம்மூதாட்டியின் குரலில் காண்கிறேன். இன்னும் கோடானு கோடி மக்களின் இதயத்தின் ஆழத்திலும் இக்குரலின் தொனி இருக்கும் என நம்புகிறேன்.

இப்புத்தகம் பற்றிப் பேசிக்கொண்டபோது 'மொழிபெயர்க்க முடியுமா..?' எனக் கேட்டார் என் மதிப்பிற்குரிய சுந்தர ராமசாமியின் மகன் கண்ணன். தொலைபேசியில் அவ்வப்போது நான் கேட்கும் கேள்விகளுக்கு மட்டும் பதிலாகச் சில சொற்கள் பேசுவார். அவரது சொல்லுக்கும் செயலுக்குமுள்ள இடைவெளி மிகக் குறைவானது, எனது குற்றவுணர்வைத் தூண்டுவது.

மொழிபெயர்ப்பு முழுமையுற முழுமுதல் காரணம் கவிஞர் அபி அவர்கள். அவரிடமிருந்து நான் கற்றதும் பெற்றதும் ஏராளம். ஆகச் சாதாரணமான சொற்களிலும் சந்தமும் அழகும் ஆழமும் கண்டுணரும் மனநுட்பம் கொண்டவர்.

மொழிபெயர்ப்பைக் கணினியில் ஏற்றி, சிடுக்கான சில சொற்களைச் சுட்டிக்காட்டிய ஹாஜாமைதீன், என் வாழ்வின் ஆக்கம், கேடு அனைத்திலும் உடன்வரும் உற்ற நண்பன்.

தொடர்ந்து உற்சாகப்படுத்தியவாறிருந்த நண்பர் பாவண்ணன். அவரின் சொற்கள் சம்பிரதாயமானவை அல்ல, ஆத்மார்த்தமானவை; அரவணைப்பவை.

இவர்கள் அனைவருக்கும் எனது நன்றி.

கடையநல்லூர்   முடவன் குட்டி முகம்மது அலி
6 ஏப்ரல் 2015

எனது குடும்பமும் பிற பயணங்களும்

நிஜவாழ்வு பெரும்பாலான நேரங்களில் குளறுபடியாக இருக்கிறது. ஆனால் மதம், வரையறுக்கப்பட்ட முழுமையாகவே வழக்கமாக விளக்கப்படுகிறது. குறிப்பாக மத அடையாளங்களை அரசியல் பட்டகத்தின் ஊடே நோக்கும் இந்தியாவில், ஓர் இந்து அல்லது முஸ்லிமை உருவாக்குவது எது என்பதற்கான விளக்கம், குழப்பங்கள் ஏதுமற்ற தெளிவான ஒன்றாக இருக்க வேண்டும் என்பதே நமது விருப்பம். உயிர்த்துடிப்பான சிறு மரபுகள் எப்போதும் பெரு மரபுகளுடன் சேர்ந்தே வாழ்ந்து வந்திருக்கும் ஒரு நாட்டில், இந்த விளக்கம் சமய-கலாச்சார அடையாளத்தின் துல்லியமான பிரதிபலிப்பாக இல்லாது போகலாம்.

இந்தியாவில் தொடர்ந்து நிலவிவரும் மத நல்லிணக்கம் தொடர்பான மரபுகளை, வழிவழிச் செய்திகளை இப்புத்தகம் ஆராய்கிறது. இம்மரபுகள் முஸ்லிம் சமூகத்தில் பெருமளவு நிலவி வருகின்றன. முஸ்லிம் அல்லாதவர்களின் பங்களிப்பும் இவற்றில் உண்டு. இவை இந்து நாகரிகம் என வழங்கப்படும் கலாச்சார மரபினுள் அடங்குபவை. இந்தியாவில் நிலவும் பல பண்பாடுகளின் கலவையை இப்புத்தகம் ஆராய்கிறது. 'இந்தியா ஒரு முரண்பாடுகளின் தேசம்', 'சுத்தமான பெருங்குழப்பம்', 'இரட்டைத்தன்மை கொண்ட பூமி' என்பன போன்ற, இந்தியாவைப்

பற்றிய தேய்ந்துபோன சொற்றொடர்களை, இப்புத்தகம், ஒரு வேளை நிலைநிற்கச் செய்துவிடலாம்தான். இங்கே முற்றான உண்மைகள் என ஏதுமில்லை.

எனது தனிப்பட்ட ஒரு பயணத்தைப் பற்றியதாயும் இப் புத்தகம் இருக்கிறது. எல்லாச் சமூகங்களும் பாதுகாப்பாக இருக்கும், எல்லாச் சமூகங்களையும் சகித்து அரவணைத்துச் செல்லும் ஓர் இந்தியாவிற்கான தேடல். ஓர் இந்து அணு இங்கே, ஒரு முஸ்லிம் துகள் அங்கே, கொஞ்ச தூரம் தள்ளி அதோ ஒரு கிறிஸ்துவச் சிறு துணுக்கு, எல்லையில் அதோ ஒரு சீக்கியர் என நம்மைப் பிளக்கும் அணுவாக இல்லாது, அடையாளங்களை ஒருங்கிணைக்கும் ஓர் இந்தியாவிற்கான தேடல்.

தனிப்பட்ட சொந்தப் பயணம் என இதனை அழைக்கிறேன். ஏனெனில், நான் ஒன்றுக்கும் அதிகமான மதங்கள் கலந்த ஒரு குடும்பப் பின்னணியிலிருந்து வருபவள். அடையாளங்கள் வடிவமைக்கப்படும் விதம், அவை பேணிப் பாதுகாக்கப்படும் முறை முதலியவற்றில் எனக்கு எப்போதுமே ஓர் ஈர்ப்பு உண்டு. என் வரையில் பிறராலும், ஏன் நாட்டு அரசியலாலும் அடையாளங்கள் எவ்விதம் திணிக்கப்படுகின்றன என்பது பற்றிய எனது கதையும்கூட. நான் விவரிக்கும் இப்பயணம், சொந்த வாழ்வில் மட்டுமல்லாது பொது வெளியிலும் சமய ஒருங்கிணைவிற்கான தேடலும்கூட. இருபது ஆண்டுகளுக்கு முன்னர் இது தொடங்கிற்று. பல விஷயங்களைப் புரிந்துகொள்ளவும், நான் மல்லாடியவாறிருக்கும் அடையாளம் தொடர்பான பிரச்சினைகளை உள்வாங்கிக் கொள்ளவும், புரிந்துகொள்ளவும் எனக்கு இருபது ஆண்டுகள் பிடித்தன.

எனது குடும்பத்தின் கதையிலிருந்துதான் நான் தொடங்க வேண்டும். எனது தந்தை உத்தரப் பிரதேசத்தில் ரே பரேலி மாவட்டத்தில் உள்ள ஒரு கிராமத்தில் வேர்கொண்டிருக்கும் ஷியா முஸ்லிம் பின்னணியிலிருந்து வந்தவர். எனது தாத்தா அந்த மாநிலத்தின் தலைநகரான லக்னோவில் ஒரு தொழில்முறை வழக்குரைஞர். தனிப்பட்ட கலாசாரமும் மொழியும் எங்கள் குடும்பத்திற்கென எப்போதும் உண்டு. கலப்புப் பண்பாடு குறித்த சிந்தனைகள் எங்கள் குடும்பத்தில் ஆதரிக்கப்பட்டும் கடைபிடிக்கப்பட்டும் வருகின்றன. செவ்வியல் இசைக்கும் சரி – தலைசிறந்த உருது கவிகளின் நுட்பமான, சிக்கலான கவிதைகளுக்கும் சரி – சாதாரண, உள்ளூர்ப் பேச்சு வழக்குகள் கொண்ட நாட்டுப்புற பாடல்களுக்கும் சரி – எல்லாவற்றுக்குமே இங்கு சரிசமமான வாய்ப்பும் இசைவு நயமும் நிலவுகின்றன. உத்தரப் பிரதேசத்தில் சிறிய நகரங்களில் பரவலாக வாழும் எங்கள்

குலப்பிரிவைச் சார்ந்த அனைவரிடமும் கூர்மையான அரசியல் விழிப்புணர்வு இருக்கிறது. இது, காங்கிரஸ் கட்சியுடனான பழைய தொடர்பாகவும் கம்யூனிசக் கட்சிகளின் கொள்கைப் பிடிப்பாகவும் பிரிந்து கிடக்கிறது. எனது தாத்தாவின் மூத்த சகோதரர் ரே பரேலியின் முதல் காங்கிரஸ் சட்டமன்ற உறுப்பினர். எனது பாட்டியின் இளைய சகோதரர் ஒரு கம்யூனிஸ்ட். ஆதலால் தேசியவாதம், தீவிரவாதம் என மாறுபட்ட கொள்கைகளுக்கும் எங்கள் குடும்பத்தில் இடமிருந்தது.

அப்போதைய ஐக்கிய மாகாணங்களின் முஸ்லிம் நிலஉடைமையாளர்களால், முகம்மது அலி ஜின்னாவின் முஸ்லிம் லீக் கட்சி வளர்த்தெடுக்கப்பட்டது. இந்தச் சூழ்நிலையிலும், எங்கள் குடும்பத்தில் ஒருவர்கூட முஸ்லிம் லீகில் இல்லை. இருந்தும், எங்கள் குடும்பத்தின் ஒரு பகுதி பாகிஸ்தானில் இணைந்து கொண்டது. காரணம்: எனது பாட்டியின் சகோதரிகள் மணம் செய்துகொண்ட மூவருக்கு அங்கே வேலை கிடைத்திருந்தது. இந்திய–பாகிஸ்தான் எல்லைகள் நிரந்தரமானவை என அவர்கள் அப்போது கற்பனைகூடச் செய்ததில்லையாம். இந்தியாவில் தமது வேர்களைக் கொண்ட பல முஸ்லிம் குடும்பங்கள் பிரிவினையை ஒரு தற்காலிக நட்பு முறிவாகவே கருதினர்.

இவ்விதம் பிரிந்த குடும்பங்கள் எவ்விதம் படிப்படியாக உருவாகி வளர்ந்தன? அல்லது எவ்விதம் தொடர்பு வைத்துக் கொண்டன? எனது குடும்ப வாழ்க்கை நிகழ்வுகளிலிருந்தே உதாரணம் தர முடியும். நுழைவு அனுமதிச் சீட்டு (விசா) நடப்பு முறை தளர்கிறபோது, பாகிஸ்தானியர் தமது வேர்களைத்தேடி ‘இந்தியாவிற்கு வருகை தர மிகுந்த ஆர்வம் காட்டுவர். ஆடம்பரமாக உடை அணிந்துகொண்டும் அதிகமாக அலங்கரித்துக்கொண்டும் கூட்டங் கூட்டமாக வந்திறங்குவர். மேலெழுந்தவாரியாகப் பார்த்தால், அவர்கள் உத்தரப் பிரதேசத்திலுள்ள எனது உறவினரிடமிருந்து வித்தியாசமாகத் தோன்றினர். அவர்கள் ஏழ்மையான, அறிவாளி உயர் குழுமத்தைச் சேர்ந்தவர்கள் என நினைக்கத் தோன்றும். (பலர் நிச்சயமாக ஏழைகள்தாம்). இருந்தும், பண்பாட்டுத் தளத்தில் தேடிப் பெறவென, பாகிஸ்தானில் எதனையும் நான் கண்டதில்லை. பத்திரிகைப் பணி தொடர்பாக மூன்று முறை பாகிஸ்தான் சென்றிருக்கிறேன். பத்திரிகைக்காக எழுதவென, அங்கே பெரிய செய்திகள் எப்போதும் எனக்குக் கிடைக்கும்தான். ஆனால், திரும்பி வருகையில் ‘தூய்மையாளர் நிறைந்த பூமி’ என்ற பொருள்கொண்ட பாகிஸ்தான் ஓர் ஏழ்மையான கருத்தாக்கத்தில் உருவாக்கப்பட்ட ஒரு தேசமாகும். இந்த தேசம் இப்போது சபிக்கப்பட்டிருக்கிறது. காரணம் அதன்

பூகோள அமைப்பும் மத அடையாளத்தை ஊக்குவிப்பதாய்க் குற்றம் சுமத்தப்படும் அரசுமே என்ற எனது எண்ணம் மேலும் உறுதிப்படும். பாகிஸ்தானின் நகர்களைப் பார்வையிட்டு, அதன் விருந்தோம்பலில் மனம் பறிகொடுத்துத் திரும்பும் அனேக இந்திய பிரதிநிதிக் குழுக்களினது போன்றது அல்ல எனது அனுபவம். நவாஸ் ஷெரிஃப் போன்ற அரசியல்வாதிகளுடன், சில சிறப்பு நிகழ்ச்சிகளின் போது, பாகிஸ்தானின் உட்பகுதிகளின் உள்ளே நான் பயணம் செய்திருக்கிறேன். சில பகுதிகளில் பெண்கள் பெரும்பாலும் பர்தா அணிந்திருப்பார்கள்; அல்லது கண்ணில் படுவதே இல்லை. கடல் போல் திரண்டிருக்கும் ஆண்கள் மத்தியில் பெண்பாலாகவே, என்னை ஒவ்வொரு தடவையும் கூர்மையாய் உணர வேண்டியதிருந்தது. என்ன இருந்தாலும், பாகிஸ்தான் நகரங்களில் உள்ள எனது உறவினர் நேசபாசமாகவே எப்போதும் இருப்பர் (பெண்கள் நவநாகரிகமானவர்கள்). இத்துணைக்கண்டத்தில் பிரிந்து கிடக்கும் குலப்பிரிவுகளைப் பற்றித் தனியாக ஒரு புத்தகமே எழுதலாம்.

ஒப்பிடுகையில், எனது தாய் அருணாவின் ப்ரொடெஸ்டெண்ட் கிறிஸ்தவக் குடும்பம், குழப்பம் மிகுந்த பெரிய ஷியா குலப் பிரிவிலிருந்து வேறுபட்டது. எனது தாத்தா நாதா சிங், ஓர் அனாதை. அவரது பூர்வீகம் ராஜஸ்தானில் அஜ்மீர் மாவட்டத்திலுள்ள நாசிராபாத் ஆகும். அவர் கிறிஸ்தவ சமயப் பரப்புரையாளர்களால் கல்வி கற்பிக்கப்பட்டார். அவருக்கு, அவர்கள் இட்ட பெயர் ஃபாஸல் மாஸிஹ் நதானியல். உள்ளூர்ப் பள்ளிக்கூட முதல்வராக இருந்த அவர், எடின்பர்க் பல்கலைக் கழகத்தில் கல்வி கற்றுத் திரும்பிவந்து டில்லி தலைமைச் செயலகத்தில் பணிபுரிந்தார். தனது நாற்பத்தாறாவது வயதில் தேசிய வேலைவாய்ப்பு நிறுவனத்தின் பொது இயக்குநராக இருந்தபோது காலமானார். அப்போது எனது தாய், தனது பதின் பருவத்தில் இருந்தார். ஃபாஸல் மாஸிஹ் ஓர் அனாதை. ஆனால் எனது பாட்டி ஐவி மார்ட்டின் நாஸிராபாத்திலேயே மிகப்பெரிய வீட்டில் வளர்க்கப்பட்டவர். அந்த வீடு பீலி கோத்தி என இன்னும் அழைக்கப்படுகிறது. அனாதையும், பெரிய வீட்டு இளம் பெண்ணும் காதலித்துக் கல்யாணம் செய்துகொண்டனர். பின், டெல்லிக்கு இடம்பெயர்ந்தனர். அவர்களுக்கு ஐந்து பெண் குழந்தைகள். அதில் மூன்றாவதுதான் எனது தாய் அருணா. கிறிஸ்துவ பரப்புரையாளர்களால் தனது பெயர் மாற்றப்பட்டிருந்த போதும், எனது தாத்தா தனது பெண்குழந்தைகளுக்கு அருணா, நிர்மலா, ஜோதி, சந்திரமுகி என இந்தியப் பெயர்களையே வைத்தார். அவர் தனது இளம் வயதிலேயே இறந்து போனதால், எனது பாட்டியே தனது ஐந்து

இளம்பெண்களையும் காப்பாற்ற வேண்டியவரானார். சில மாணவர்களுக்கு வீட்டிலேயே பாடம் கற்றுத்தர ஆரம்பித்தார். விளைவாக, இப்பயிற்சி விரிவடைந்தது. டெல்லியைச் சுற்றிலும் பல சிறிய பள்ளிக்கூடங்களை அவர் நிறுவினார். தெற்கு டெல்லியில் சஃப்தர்ஜங் வளாகத்தில் மூன்றடுக்கு வீடு ஒன்றையும் கட்டினார். எனது குழந்தைப் பருவத்தில், இது எங்களின் இரண்டாம் வீடானாது.

ஆண்டுகள் செல்லச் செல்ல எனது நானியும் (அம்மா வழிப் பாட்டி) மத அடிப்படைவாதி ஆனார். முன்னர் பார்லிமெண்ட் தெருவிலிருந்த குடும்பம் ஃப்ரீ சர்ச்சைச் சார்ந்திருந்தது. ஆனால் பாட்டியோ மத மாற்றம், ஆன்மாவை வென்றெடுத்தல் போன்ற செயல்பாடுகளை ஆதரிக்கும் பெந்தகோஸ்தே சர்ச்சை நோக்கி மெல்ல நகர்ந்தார். சமயப் பரப்புரையாளர்களின் உலகம் பற்றி, ஓர் குழந்தையின் பார்வை எனக்குண்டு. எளிய ஆன்மாக்களை ரட்சிக்க, ஊரின் உட்பகுதிகளுக்குப் புறப்படும் முன்னர் பாட்டியின் டெல்லி வீட்டையே இவர்கள் அடித்தளமாக உபயோகிப்பர். கட்டுப்பாடற்ற உணர்ச்சிகரமான இந்த மத நம்பிக்கை வீட்டினுள் நுழைந்தபோது, அவரது குடும்பமே திடுக்கிட்டது. ஆனால் ஒரு குழந்தையான எனக்கோ, சமயப் பிரச்சாரகர்கள் மிகவும் குதூகலமூட்டினர். இன்னொன்றையும் கட்டாயம் சொல்லியாக வேண்டும். பாட்டி போய்ச்சேர்ந்த பின்னர், மிதமான கிறிஸ்துவ வடிவத்திற்குக் குடும்பம் திரும்பிற்று. பீத்தோவனையும், 'பாக்'கையும் கிறிஸ்துமஸ் பாடலுடன் பியானோவில் வாசித்தனர். கிறிஸ்துமஸ் மரம் பெரிதாய் அலங்காரம் செய்யப்பட்டது: குழந்தைகளுக்குப் பரிசுப் பொருட்கள் ஏராளமாய்க் கிடைத்தன.

எந்த ஒரு மத அடையாளமும் இல்லாமல் வளர்க்கப்படுவதில் ஒருவகை அழகுண்டு. மத நடைமுறை பேணும் விஷயத்தில் எனது குழந்தைப் பருவம் ஒழுங்கற்றதாக இருந்தது. ஈதுப் பெருநாள் என்பது எங்களைப் பொறுத்தவரை கைப் பணப் பெருமழை, பளிச்சென ஒளிரும் மரம், பரிசுப் பொருட்கள், சாந்தா க்ளாஸ்போல ஆடை அணிந்த ஒருவர் என எப்போதும் பல அம்சங்கள் இருந்தபடியால், கிறிஸ்துமஸ் எங்களின் பிடித்தமான பண்டிகையானது. தீபாவளியின் போது மிகுந்த உற்சாகத்துடன் தீபமேற்றிப் பட்டாசு வெடிப்போம். வீட்டருகே உள்ள குட்டிப் பசங்களோடு எப்போதும் ஹோலி கொண்டாடுவேன். முக்கியப் பண்டிகையாக ஈதுப் பெருநாளே இருந்திருக்க வேண்டும் என்ற சிறப்பான உணர்வு ஏதும் இருந்ததா? இல்லை. இல்லவே இல்லை. ஈதுப் பெருநாளில் உறவினரைப் பார்க்கச் செல்வோம் அல்லது அவர்கள் எங்களைப் பார்க்க வருவர். பெரியவர்கள்

குழந்தைகளுக்கு அளிக்கும் சிறு தொகையாகிய 'ஈதி'யை நாங்கள் சேர்த்து வைப்போம். தாராளமயமாதலுக்கு முந்தைய நாட்கள் அவை. தாய், பள்ளி ஆசிரியை. தந்தை செய்தி நிருபர். இவர்களால் வளர்க்கப்பட்ட நாங்கள் பணமில்லாது நொடிந்து போய் இருந்தோம். ஈதுப்பெருநாளில் சேர்ந்த பணம், சின்ன அதிர்ஷ்டமாக ஆனது. யோகமிருந்தால் ஈதுப்பெருநாளில் எங்களுக்குப் புத்தாடை கிடைக்கும். ஊரில் உறவினர் யாருமில்லையெனில், ஈதுப்பெருநாள் பெரும்பாலும் வெறும் பள்ளி விடுமுறை தினம்தான். அச்சமயத்தில், டெல்லி தென் விரிவாக்கப் பகுதியில், வாடகை வீட்டில் குடியிருந்தோம். முஸ்லிம்கள் இல்லாத பகுதி அது. ஆதலால் கூட்டு வழிபாடு உடைய மதத்தோடு கொள்ளும் நெருங்கிய சொந்த உணர்வு அங்கில்லை.

முஸ்லிமாக இருப்பது பற்றிய மத வழிமுறைகள் ஏதும் எங்களுக்குத் தரப்படவில்லை. தொழுவது எப்படி என்பது பற்றியும் எங்களுக்குக் கற்றுத் தரப்படவில்லை. மதச் செயல்பாடு குறித்த மனப்பாங்கு என் தந்தையிடம் எவ்விதம் உருவானது? உன்னதம் ஏதுமற்ற சாதாரண உருது கவிதைகளால், அவரது தாயார் அட்டியாவின் நேர்த்திமிகு மொழியால், அழகுணர்வால். இவை மட்டுமல்லாது, அவரது தாயாரின் சகோதரரான எஸ்.எம். மெஹ்தி, எங்கள் குலப்பிரிவு முழுவதன் மீதும் செலுத்திய அறிவுபூர்வமான தாக்கமும் ஒருவேளை காரணமாக இருக்கலாம். எஸ்.எம். மெஹ்தி நாடக ஆசிரியர்; இந்திய கம்யூனிஸ்ட் கட்சியிலும் இந்திய மக்களின் நாடக மன்றத்திலும் உறுப்பினர். அவரை நாங்கள் மாமுஜான் என அழைப்போம். வார இறுதியின் பல நாட்களில், ஸ்டாண்டார்ட் ஹெரால்ட் காரில் நாங்கள் குண்டுக்கட்டாகத் திணிக்கப்படுவோம். கார் கிளம்ப வேண்டுமானால், முதலில் அதனைத் தள்ள வேண்டும். சாலையில் தள்ளுவோம். மேற்கு டெல்லி கரோல் பாக்கில் உள்ள மாமுஜான் வீட்டிற்கு கார் செல்லும். இங்கே வழக்கமாக வருகை தரும் புகழ்பெற்ற கவிஞர்கள், எழுத்தாளர்களுள் கைஃபி ஆஸ்மி, மஜ்ரூஹ் சுல்தான்பூரியும் அடங்குவர். இதனைச் சில ஆண்டுகளுக்குப் பின்னரே அறிந்துகொண்டேன். கல்லூரி முடித்து, வேலை தேடி வெறுங்கையுடன் மும்பை வந்திறங்கினேன். எழுத்தாளர் ராஹி மாஸூம் ரஸா தனது வீட்டில் அன்புடன் அருமையான உணவளித்து, நான் அங்கே தங்குவதற்கும் ஏற்பாடு செய்தார் – நான் மெஹ்தியின் பேத்தி என்ற காரணத்திற்காக.

இப்போது நினைத்துப் பார்க்கையில், எனது குடும்பத்தின் வாழ்க்கைச் சூழலை நான் இயன்றவரை உள்வாங்கி இருப்பதாகவே படுகிறது. ஆனால், எனது தந்தையின் குடும்பம்

குளறுபடியான, 'ஜனநாயகத்தன்மை' கொண்ட, பெரிய, ஆனால், அமைப்பு முறை அற்ற குலப் பிரிவாக இருந்தது. இங்கே முழு விவரங்கள் (முறையான உருது மொழி, சமயக் கல்விகள்) மீதான கவனம் பெரும்பாலும் இல்லை. உருது பாடல் வரிகளைச் சமயம் வாய்க்கும்போதெல்லாம் பாடிக்கொண்டிருக்கும் சயீது நக்வியின் குழந்தைகளான எங்களுக்கு, முறையாக உருது கற்பிக்கப்படவில்லை. இதுபற்றி யாருக்கும் நினைப்பில்லை. நினைவு வந்தபோது ரொம்பவே தாமதமாகி விட்டிருந்தது. உருது எழுதப்படிக்கத் தெரியாத தனது குழந்தைகளின் நிலைபற்றி அவ்வப்போது வெளிப்படையாகவே புலம்பினார் என் தந்தை. உருது எழுத்துக்களைக் கற்றுத் தர ஒரு மௌலவியை ஏற்பாடு செய்வது பற்றியும் தெளிவில்லாது ஏதோ சொல்லவும் செய்தார். உருதுக் கல்வி இவ்விதம் தவறிப் போனது பற்றி எப்போதாவது சுட்டிக்காட்டப்பட்டது என்பதைத் தவிர வேறு எதுவுமே செய்யப்படவில்லை. குர்ஆனை அரபியில் எங்களுக்குக் கற்பிக்க வேண்டும் என யார் மனதிலும் உதித்ததாகவும் எனக்குத் தெரியவில்லை.

இருந்தும், நக்வி குடும்பத்தில் வாழ்க்கையே கல்வியானது. டெல்லியில் நல்ல பொதுப் பள்ளியில் பயின்றோம். ஆனால் ஒவ்வொரு கோடை விடுமுறையிலும் லக்னோவில் உள்ள தாத்தாமார் வீட்டிற்கு ரயிலில் அனுப்பப்படுவோம். எங்கள் பெற்றோர் குறைவான நாட்களே அங்கு வருவர். வந்ததும், தங்கள் சொந்தப் பயணங்களில் மறைந்து போய்விடுவர். ஊர் சுற்றிக் காட்ட எந்த அத்தைக்கு நேரம் இருக்கிறதோ, அதைப் பொறுத்து, அவத் பகுதியைச் சுற்றிலும் உள்ள பிற உறவினரைப் பார்க்கக் கிளம்பி விடுவோம். எனது அத்தை சுரைய்யா ஃபுப்பியின் மேற்பார்வையில்தான் பெரும்பாலும் நாங்கள் இருப்போம். ஆனால், எனது பாட்டி அட்டியா (இவரை அம்மாஜான் என அழைப்போம்), திருமணங்கள் அல்லது குழந்தைப் பேறுகளின் போது, குறிப்பிட்ட ஒரு தாய்வழி மருமகளைப் பார்க்க மனது வைத்துக் கிளம்புவார். அப்படிப் போகும்போதெல்லாம், நாங்களும் அவரோடு ஒட்டிக்கொள்வதுண்டு. இவ்விதம், கான்பூர், உன்னாவோ, ஃபைசாபாத், அலிகர் முதலிய நகரங்களுக்குச் சென்றுள்ளோம். அடிக்கடி சென்றது ரே பரேலியில் உள்ள முஸ்தஃபாபாத்; இங்குதான் எங்கள் பூர்வீக வீடு உள்ளது. இவ்விதம் பயணங்கள் போனது நினைவில் இருக்கிறது. இந்தப் பயணங்கள் மூலமாக மொட்டை மாடியிலும் முற்றத்திலும் எனத் திறந்த வெளியில் உறங்கவும், மிகச் சாதாரணக் கழிப்பறைகளைப் பயன்படுத்தவும் பழகிக்கொண்டோம். கிராமங்களில் உள்ள தூரத்து உறவினர், மாமாமார், அத்தைகள் பலரையும் போகிற

வழியில் பார்த்தோம். இவர்களில் சிலரை மறந்து போனோம். மற்றும் சிலர் மறக்கவே முடியாத, கிராமங்களில் மட்டுமே உயிர் வாழத்தக்க பாத்திரங்கள்.

கோடை விடுமுறையின்போது முஹர்ரம் வருமேயானால், அதுவே வழக்கமாக நான் வெளிப்படக் காணும் 'மிக உச்சமான முஸ்லிம் சமயப் பண்பாட்டு அனுபவம்' எனக் கொள்ளலாம். குடும்பத்தில் உள்ளோர் கறுப்பு உடை அணிந்து 'மஜ்லிஸ்' எனப்படும், சிறிய மக்கள் குழுவில் கலந்துகொள்வர். முஸ்லிம் உலகைக் கட்டுப்பாட்டுக்குள் கொண்டுவர நடந்த கர்பலா யுத்தத்தில் முகம்மது நபி அவர்களின் குடும்பத்தைச் சார்ந்த உறுப்பினர்கள் கொடூரமாகக் கொலை செய்யப்பட்ட சோகக் கதைகள் நாடக ரீதியான கவிதை வடிவத்தில் ஓதப்படும் அல்லது ஒப்பாரியாகப் பாடப்படும். அழுகையும் மார்பில் அறைதலும் அங்கே நிகழும். திரைக்குப் பின்னால் பெண்களும் இளம்பெண்களும் வசதியில்லாத இடத்தில் அமர்ந்திருக்க, ஆண்கள் மிகச் சிறந்த இருக்கைகளில் பேச்சாளர்களைப் பார்க்கத் தோதுவாக அமர்ந்திருப்பர். இது எனக்குப் பிடிக்கவில்லை என என் பாட்டியிடம் முறையிட்டது நினைவிருக்கிறது. குட்டிப் பெண்ணான என்னிடம் எல்லோரும் சலுகை காட்டினர். குடும்ப முஸ்லிம் மஜ்லிஸில், ஆண்கள் பகுதியில் ஒரு மாமாவோடு சேர்ந்து உட்கார நான் அனுமதிக்கப்பட்டேன். உணர்ச்சிகரமான அழுகைக்குப் பின்னர், எனது அத்தைமார் மிக மகிழ்ச்சியாக இருந்தனர் என்ற உண்மை என் மனதில் உறைத்தது. இதற்குப் பண்பாட்டு உள்ளடக்கம் காரணமாக இருக்கலாமென நினைக்கிறேன். முகம்மது நபி அவர்களின் குடும்பத்தோடு தம்மை உயர்வாக அடையாளம் கண்டதாலும், இதனோடு கலந்துள்ள மற்றொரு அம்சமான சமூகத்தால் ஒப்புக்கொள்ளப்பட்ட அழுகை, மனித மனதைத் துப்புரவாக்குகிறது என்பதாலும் இருக்கலாம்.

நாடகப் பாணியில் பொதுவெளியில் தன்னைத்தானே சவுக்கால் அடித்துக்கொள்வதை முதன்முதலாக முஸ்தபாபாத்தில் முஹர்ரத்தின் போது பார்த்தது தெளிவாக நினைவிருக்கிறது. ஊர்வலத்தில் கிராமத்தார் சங்கிலிகளால் தம்மைத்தாமே அடித்துக்கொண்டும், கூர் மழுங்கிய கத்திகளால், தங்கள் தலையைக் கீறிக்கொண்டும் ரத்தம் ஆறாக முகத்தில் வழிய வந்துகொண்டிருந்தனர். ஒரு நாள் முஸ்தபாபாத்தில் உள்ள வீட்டின் பின்புறத்தில் ஒரு நிலக்கரி குழி தோண்டப்பட்டது. அதில் தீக்கங்குகள் பற்றி எரிந்தன. கிராமத்துச் சனங்கள் அதன் மேல் நடந்தனர். இக்காட்சியை என் குடும்பத்தார் நின்று

பார்த்துக்கொண்டிருந்தனர். கொதிக்கும் நிலக்கரியில் மக்கள் நடக்கையில், சடங்கின் நாயகர்களாகச் சிலர் சும்மா நின்று பார்த்துக்கொண்டிருப்பது விசித்திரமான ஒன்று என அப்போதும் நான் நினைத்ததுண்டு. சில ஆண்டுகளுக்கு முன்னர் ஒரு செய்தி படித்தேன். லக்னோவிற்கு வருகை தந்த ஈரானிய மத போதகர், தன்னைத்தான் அடித்துக்கொள்வதும் வெட்டிக்கொள்வதுமான மிகவும் தீவிரமான முஹர்ரம் பழக்க வழக்கங்கள் விரும்பத் தக்கதல்ல என்றாராம். இதற்கு அவத் பகுதி ஷியா குருமார் எதிர்ப்பு தெரிவித்தனர். இந்தச் செய்தியைப் படித்தபோது வேடிக்கையாக இருந்தது.

கர்பலா நிகழ்வுகளை விவரிக்கும் ‘உருது காவியம்’ போன்ற கலாச்சார வெளிப்பாடுகளான மிகச் சிறந்த கலை வடிவங்களை மதம் படைக்க முடியும் என்ற செய்தி சில ஆண்டுகளுக்கு முன்னர் புலப்பட்டது. ஆனால், நவீன நோக்கில் பிற்போக்கானவையாகத் தோன்றும் சில பழக்கவழக்கங்களை உற்பத்தி செய்யவும் மதத்தினால் முடியும். இந்தியத் துணைக் கண்டத்தின் முஹர்ரம் பழக்கவழக்கங்கள் மேற்கு ஆசியாவை விடவும் அதி தீவிரத் தன்மை கொண்டதற்கான காரணம் உள்ளூர்ச் செல்வாக்குதான் என நம்புகிறேன். எனது கோடை விடுமுறையில் உத்தரப் பிரதேசத்திலிருந்து நான் எடுத்து வந்ததென்ன? எனது அரைவேக்காட்டு உருதுவினால்கூட மார்சியா பாடப்படுகையில் (மார்சியா என்பது இறந்தவர்களுக் காகப் பாடப்படும் துயரப்பாடல் – குறிப்பாக முஸ்லிம்கள் முஹர்ரம் சமயத்தின்போது பாடுவது) அதனை என்னால் அடையாளம் கண்டறியவும் அதற்குப் பதில் கூறவும் முடியும். இதனைத் தீர்மானித்தது எனது மத அடையாள உணர்வு அன்று. இதுபோன்ற யாவற்றையும் ஒரு கலாச்சார அனுபவமாகக் காண்பதற்கே எங்கள் வீட்டில் நாங்கள் ஊக்குவிக்கப்பட்டோம். மத நம்பிக்கை சார்ந்த விஷயமாக அல்ல. மதம் என்பதுதான் என்ன? மக்கள் திரளின் போதைப் பொருள்தானே?

எனது அம்மாஜான் இப்போது தனது தொண்ணூறு வயதிலும் எங்கள் நக்வி குலப் பிரிவின் இயக்கும் சக்தியாக இருக்கிறார். ஒவ்வொரு முஹர்ரத்தின் போதும் லக்னோவிலிருந்து முஸ்தஃபாபாத்திற்குப் பயணம் செய்கிறார். அங்கே கூட்டுக் குடும்பத்தின் பொதுச் சொத்தோடு இணைந்துள்ள, சிறிய பள்ளிக் கூடம் ஒன்றை நடத்துகிறார். மீர் அனீஸ், பத்தொன்பதாம் நூற்றாண்டுச் சொற் சிற்பி. ஃபைசாபாதில் பிறந்தவர். கர்பலா நிகழ்வுகளைப்பற்றி நாடக பாணியில், உணர்ச்சிகரமாக அழகு ததும்பும், காவியம் ஒன்றைப் படைத்துள்ளார். சில ஆண்டுகளுக்கு முன்னர் மீர் அனீஸின் இக்காவியம் பற்றி எனது பாட்டி உருதுவில்

ஒரு புத்தகம் எழுதியுள்ளார். டெல்லிக்கு வரும் ஒவ்வொரு தடவையும் எனது பாட்டி என் வீட்டிற்கு வருகை தருவார். போகும்போது என்னை அல்லது எனது குழந்தை சாராவை அல்லது எங்கள் வீட்டு நிகழ்வு ஒன்றை ஆசிர்வதித்து உருதுவில் அழகான கவிதை வரி ஒன்றை எழுதி வைத்துவிட்டுச் செல்வார். அவர் தொழுவார். எப்போதும் முஹர்ரம் அனுசரிப்பார். இருந்தும், எந்த அர்த்தத்தில் பார்த்தாலும் அவர் ஒரு முழுமையான முற்போக்காளர். பண்பாட்டைக் கொண்டாடுவார். ஆனால் அடிப்படைவாதத்தையோ சகிப்பின்மையையோ விலக்கித் தூரத் தள்ளிவிடுவார். இப்போது பாட்டிக்குக் காது கேட்கும் சக்தி குறைந்துவிட்டது. ஆதலால் அவரைப் பேசவிடுவது விவேகமானது. பேச அவருக்கு இன்னும் நிறைய இருக்கிறது. உறவினர் பலர் தன்னைப் பார்க்க வருவதும் அவர்களைச் சந்திப்பதும் பாட்டிக்குப் பெரு மகிழ்ச்சி அளிக்கிறது.

சரி, டெல்லியில் உள்ள வீட்டிற்குத் திரும்பலாம். குடும்பத்தின் கிறிஸ்தவப் பிரிவின் தலைவரான எனது பெருமதிப்பிற்குரிய நானி, நேரெதிர் திசையில் மாற்றம் கொண்டார். வயதாக ஆக, அவரது உலகம் 'நன்மை x தீமை' என துல்லியமாக, ஐயப்பாட்டிற்கு இடமில்லாது பிளவுண்டது. ஏசு கிறிஸ்துவின் ஒளியினைக் கண்டோர் நல்லவர்; மீதியுள்ள நாங்கள், சாத்தானின் தீய ஆதிக்கத்தின் கீழ் உள்ள பாவிகள். இந்த மையக்கோட்டில் தான், அவரது சமய நம்பிக்கை ஆதாரமாய் நிற்பதாகத் தோன்றியது. ஒரு வகை திகிலூட்டும் வெறியுடன் எங்கள் ஆன்மாவைக் காக்க அவர் ஆயத்தமானார். ஏனெனில் நாங்கள் நரகத்தில் எரிந்து போய்விடக்கூடாதல்லவா? எங்கள் பாட்டி ஓர் அசாதாரணமானப் பெண்மணி. தனது அபாரமான மனத்திடத்தால் தன் வாழ்வைப் புனரமைத்தவர். ஏதோ ஒரு சாபத்திலிருந்து தனது குடும்பத்தை இப்போது காக்க நினைக்கிறார். உருவத்தில் சிறியவர்தான். ஆனால் டெல்லி நகராட்சியிலிருந்து அனுமதிகள் பெறுவதிலும், தனது பள்ளிக்கூடங்களுக்கு அரசாங்கத்திடமிருந்து மனை / நிலம் வாங்குவதிலும் மகா கெட்டிக்காரி. 'அமைப்பினை' ஊடுருவிக் காரியம் சாதிக்கும் 'மை' அவர் கைவசம் உண்டு. சாதாரணமாகச் சேலை அணியும் இந்தக் குட்டைப் பெண்மணி, அக்கம்பக்கத்தில் நன்கு அறியப்பட்டவர். 'நாங்கள் திருமதி நத்தானியல் வீட்டிலிருந்து பேசுகிறோம்' எனத் தொலைபேசியில் சொன்னாலே போதும் உள்ளூர் டாக்சி நிறுத்த ஓட்டுநர்கள், 'மாத்தாஜி வீட்டிலிருந்தா?' என்று டக்கென கேட்டு மறுபேச்சுப் பேசாமல் நாங்கள் எங்கு போக வேண்டுமோ அங்கு அழைத்துச் செல்வார்கள்.

மாத்தாஜி அதற்குள் டெல்லி பெந்தகோஸ்தே சர்ச் இயக்க மையத்தின் முக்கியஸ்தர் பலருள் ஒருவரானார். பெந்தகோஸ்தே களின் தலைவர் அவர். வெளிநாட்டிலிருந்து வருகை தரும் சமயப் பரப்புரையாளர்கள், மாத்தாஜியின் வீட்டில்தான் முதலில் வந்திறங்குவர். அதன் பின்னரே இவர்கள் நகரின் உட்பகுதிகளில் உள்ள அப்பாவி மனிதர்களின் ஆன்மாவை ரட்சிக்கக் கிளம்புவர். ஏசுவின் ஒளியைக் காணும்வரை நரகமும் சாபமும்தான் என தாம் அச்சுறுத்தப்பட இருக்கிறோம் என்பது பற்றிய எண்ணம் அந்த அப்பாவி மனிதர்களிடம் இருந்திருக்கச் சாத்தியமில்லை. இந்தச் சமயப் பரப்புரைப் பணியில் சகோதரி அலைஸுடனும் போதகர் ஜார்ஜுடனும் பாட்டி நானி சேர்ந்து கொள்வார். தெய்வீக அற்புதத்தால் குணமான பல கதைகளுடன் திரும்பி வருவார். ‘அல்லேலுயா, இறைவனைத் துதிப்போம். தாணுவின் உடலைச் சொரி சிரங்கு மூடி இருந்தது. ஏசுவின் ஒளியால் அவை காணாமல் போய்விட்டன. ஓ, ஏசுவைத் துதிப்போம். இறைவனைத் துதிப்போம்.’ பல தரப்பட்ட சகோதர சகோதரிகளுடன் (பெரும்பாலும் இந்தியர்) பாட்டி தனது அறையில் ஒன்று கூடுவர். அவர்கள் கரங்களைப் பற்றிக்கொள்வர். பிரார்த்தனையில் அழுவர். பல மொழிகளில் பேசுவர். வாரம் ஒரு முறை அவரது வரவேற்பறையில் பிரார்த்தனைக் கூட்டம் நடக்கும். அங்கே மக்கள் ஆர்வத்துடன் கை கொட்டிப் பாடுவர். நீளமான உணர்ச்சிகரமான பிரார்த்தனையொன்றினை இசை யுடன் பாடுவர். ஏசுபிரானின் அதிசயங்களை வியந்தோதும் அப்பாடல்கள் பெரும்பாலும் இந்தியிலேயே இருக்கும். சில சமயம் அமெரிக்கர்கள் வருவர். அனேகர் சர்ச்சுக்குப் போகும் நடுவயதினர்தாம். ஆனால் அங்கே சில இளைஞர்களும் இருப்பார்கள். போதை மருந்துக்கு ஆட்படுவதிலிருந்தும், குடும்ப வன்முறையிலிருந்தும் அவர்களை ஏசுபிரான் காப்பாற்றி இருந்தார் என்பதற்காக அவர்கள் இந்தியாவிற்கு வந்திருந்தனர்.

எனது குடும்பம் தென் இந்தியாவிற்கு இடம் பெயர்ந்ததால் உயர்நிலைப் பள்ளி, கல்லூரி என மூன்றாண்டுகள் நானியுடன் வாழ்ந்தேன். “நீ நரகத்தில் விழுந்து எரிந்து சாம்பலாய்ப் போவாய்” என முகத்தில் அறைந்தாற்போல் நானி அடிக்கடி என்னைத் திட்டுவார். அந்த நாட்களில் நானியின் இரு சகோதரிகளையும் சில சமயம் சந்தித்ததுண்டு. ராஜஸ்தானில் மிகச் சிறந்த ஒரு பள்ளிக்கூட முதல்வராகப் பல ஆண்டுகள் இருந்த ஒரு சகோதரி நான்சி, எப்போதாவதுதான் நானியைப் பார்க்க வருவார். ஆனால் மற்றொரு சகோதரியான பான்ஸி அத்தையோ, மருத்துவரான தனது கணவர் இறந்தபின்னர் நான்சி வீடே

கதியெனக் கிடந்தார். வயதான அவர் 'தன்னோடு விளையாட யாரேனும் வரமாட்டார்களா' என காரம்போர்டு அருகே மணிக்கணக்காகக் காத்துக் கிடப்பார். பள்ளிக்கூடங்கள் நடத்துவது, புதல்விகளுக்கு உதவுவது, உலகைக் காப்பது என எப்போதும் ஓடியவாறே இருக்கும் நானியைப்போல் அல்லாது, பான்ஸி அத்தைக்கு நேரத்தைக் கொல்வது தவிர செய்வதற்கு வேறு ஒன்றுமே இல்லை. ஒரு முறை அவரிடம் கேட்டேன்: "நரகத்திற்குப் போனால் எனக்கென்ன ஆகும்?" என. சட்டென வந்தது பதில். "உனது காலடிகளின் கீழ் நிலக்கரி நெருப்பு பற்றி எரிந்து கொண்டிருக்கும். வலியால் துடித்து நீ மேலே எழும்புவாய். அப்போது, யாரோ ஒருவர் மட்டையால் உன் தலையில் அடிக்க, நீ நெருப்பில் விழுவாய். மீண்டும் மேலே எழும்பிக் குதிப்பாய். இவ்விதமாக முடிவே இல்லாத சுழற்சியில் சிக்கிக்கொள்வாய். ஏனெனில் நரகம் நிரந்தரமானது. அதிலிருந்து ஒருபோதும் நீ தப்ப முடியாது. அங்குதான் சாவு என்பதில்லையே."

ஆனால் நானியோ, நரகத்தைப் பற்றி இவ்விதம் துல்லியமாக ஒருபோதும் வர்ணிப்பதில்லை. சாத்தானைப் பற்றி ஓயாமல் பேசுவார்தான். தனது புதல்விகளும் பேரக் குழந்தைகளும் சொர்க்கத்தின் முத்து வாயிலுக்குள் நுழைய முடியாது என்பதில் அவர் உறுதியாக இருந்தார். காரணம், அவர்களில் ஒருவரும் அவரது மத நம்பிக்கையைப் பின்பற்றவில்லை. எனது அத்தைமார் இருவர் சிரியன் கிறிஸ்தவரை மணம் முடித்திருந்தனர். இன்னுமிருவர் இந்துக்களை மணந்திருந்தனர். எனது தந்தையோ முஸ்லிம். எனது தந்தை தனது மாமியாரைப் பார்க்கும்போதெல்லாம் 'ஏசுவைத் துதிப்போம்' என உரக்கச் சொல்வார். இதன் மூலம் தனது மாமியாருடன் இணக்கமான தொடர்புடன் இருப்பதில், அதிக ஆர்வம் காட்ட முடிந்தவரை முயற்சி செய்தார் என்பதை இங்கே சொல்லியே ஆக வேண்டும். 'ஏசுவைத் துதிப்போம்' என்பது எங்கள் வீட்டு முகமன் கூற்றாகச் சில ஆண்டுகள் இருந்தது.

தேவையான போதெல்லாம் தனது பெண் மக்களுக்கு உதவி செய்த நானி ஓர் அற்புதப் பெண்மணி. எண்ணற்ற தடவை பணத்தையும், பொருளையும் பிணையமாக வைத்து எனது தாயை விடுவித்திருக்கிறார். ஒரு பத்திரிகை நிருபரின் குறைவான சம்பளம். அதில் பெரும்பகுதி செய்தியாளர் கழகத்திலேயே தீர்ந்து போய்விடும். இதற்கிடையே உறவினர்கள் வேறு வந்தவாறே இருந்தனர். இச்சூழ்நிலையில், இரண்டு குழந்தைகளை வைத்துக் கொண்டு அவர்களை வளர்க்க தனது மகள் படும்பாட்டை நானி நன்கு அறிந்தே இருந்தார். ஆதலால் அவள் தனது பள்ளிக்கூடங்களில் ஒன்றை எனது

தாயாருக்குத் தந்தார். பொருளாதார ரீதியாக ஓரளவு நாங்கள் நிலைபெற்றமைக்கு இதுவே எங்களுக்கு அடித்தளமாகியது. குழந்தைகளான நாங்கள் நானி பாட்டியை ஆராதித்தோம். கிறிஸ்துமஸ் விடுமுறை காலத்தின்போது பாட்டியின் எல்லாப் பெண்மக்களும் தங்கள் குழந்தைகளுடன் நானியின் வீட்டில் ஒன்று கூடுவோம். நீண்டதோர் கிறிஸ்துமஸ் கொண்டாட்டம் அங்கே நிகழும்.

சகிப்புத்தன்மை இல்லாதிருப்பது மனித ஆற்றலை நலிவுறச் செய்துவிடும். நன்மை / தீமை, முழுமை அல்லது இன்மை போன்ற சிந்தனைகளில் சிறிய அளவிலான அன்பையும் இழந்துவிடுகிறோம். நானி கடுமையாக நிந்திக்கவும் குற்றங்காணவும் ஆரம்பித்ததால் அவரைத் தவிர்க்கத் தொடங்கியதாக நினைவிருக்கிறது. இதுவே அவரது பெண்மக்கள் மற்றும் பேத்திகள் விஷயத்திலும் நிகழ்ந் திருக்கலாமெனச் சந்தேகிக்கிறேன். அந்த வீட்டின் கிறிஸ்துமஸ் மரத்தின் கீழ் உருவான ஆராதனைக்குரிய ஒரு பாட்டியின் பிணைப்புகள் ஒருவகையில் நொறுங்க ஆரம்பித்தன. வீம்பு பேசுவதாலும், குற்றங்குறை காண்பதாலும் பலவீனமானோர் சேதமடைகிறார்கள். தம் மேல் குற்றம் சுமத்திவிடுவாரோ என யாரோ ஒருவர் பயந்துகொண்டிருப்பார். மற்றொருவர் சூழ்நிலையை லேசாக்கப் பதற்றத்துடன் முயல்வார். அந்தக் கணத்தின் மகிழ்ச்சியை இது அழித்து விடுகிறது. பரந்த மனதுடன் பாட்டி இருந்தபோது நாங்களெல்லாம் அங்கிருந்தோம்: குறுகலான பார்வை நிலவியபோது கலைந்தோடிவிட்டோம். இப்போது நானி – மத வெறியர். பூமிக்கடியே புதையுண்டு கிடக்கிறார். நரகம் – சொர்க்கம் என்ற அவரது பார்வை இன்னும் இருக்குமேயானால், அருளாசி மிக்க கடவுள் சாம்ராஜ்யத்தில் இருப்போரிடையே அவரும் நிச்சயம் இருப்பார்.

இந்த அனுபவத்திலிருந்து நான் புரிந்துகொண்டதென்ன? சொர்க்கத்திற்கு அனுப்பப்படுவோம் என்ற எதிர்பார்ப்பு நம்முள் சிலரிடம் இல்லை. மனிதம் நிலைக்க வேண்டுமென விரும்பும் நம்மில் சிலருக்கு ஆன்மீகத்திலும் தேடலுண்டு. கருணை மற்றும் இணக்கமாக இருத்தல் என்ற சிந்தனை இயங்கும் ஒரு மரபில்தான் நிச்சயம் இதற்கான பதில் இருக்கிறது. இந்தியாவின் புனிதத் தலங்களுக்கெல்லாம் பயணம் செய்திருக்கிறேன். ஆனால், இதில் முரண் என்னவென்றால், மெஹ்ராலியில் உள்ள எனது வீட்டிலிருந்து ஐந்தே ஐந்து நிமிட நடை தூரத்திலிருக்கும் தர்காவில்தான் சில கணநேர அமைதியை உணர்ந்திருக்கிறேன். டெல்லியிலேயே மிகப் பழைமையான குத்புதீன் பக்தியார் காக்கி தர்காதான் அது. அஜ்மீரில் மொய்னுதீன் சிஸ்தி அவர்களின் ஆன்மீக வழித்தோன்றலே குத்புதீன் பக்தியார் காக்கி. பக்தியார்

காக்கியின் சீடர் பாபா ஃபரீத். இவர் டெல்லியின் மிகப் புகழ்பெற்ற இறைஞானி நிஜாமுதீன் அவ்லியாவின் குரு ஆவார். கவிஞனும், இசைப் பாடகனும், கற்றறிந்த ஆசிரியனும், 'கவ்வாலி'யின் தந்தையுமான வியத்தகு ஆளுமை கொண்ட அமிர் குஸ்ரோவிற்கு ஆன்மிகப் பயிற்சி அளித்து வழிகாட்டிய குருதான் இந்த நிஜாமுதீன் அவ்லியா. அமீர் குஸ்ரோ, பாரசீக மொழியிலும் ஹிந்தாவியிலும் எழுதினார். இந்தியத் துணைக்கண்டத்தில் 'மொழி' படிப்படியாய் வளர்ச்சியுற்று மலர, அமீர் குஸ்ரோவின் பங்களிப்பு அதி முக்கியமானது. நாம் இன்று யாராக இருக்கிறோமோ அதற்கான பாதையை வடிவமைத்தவர்கள் சிஸ்தி வழி ஞானிகளும் அமீர் குஸ்ரோவும்தாம். இவர்கள்தாம் நாம் கேட்கும் இசை, பேசும் மொழி, இறைவனை அடைவதற்கான கோட்பாடற்ற அணுகுமுறை என யாவற்றையும் நம்மிடம் சேர்த்தவர்கள்.

வார இறுதியில் அவ்வப்போது வழக்கமாக நிகழும் 'கவ்வாலி'யும் அதன் எளிய வடிவமும்தான் என் வீட்டருகேயுள்ள தர்காவிற்கு என்னை ஈர்க்கின்றன. சிக்கலான பிரார்த்தனையிலோ அல்லது பயிற்சியிலோ நான் ஒருபோதும் அமிழ்ந்ததில்லை. எனது கைகளை மேலே உயர்த்துகிறேன்; எனக்காக உள்ள யாவற்றுக்கு மாய் நன்றி நவில்கிறேன்; யார் மேல் பரிவு கொண்டுள்ளேனோ அவர்களுக்காகப் பிரார்த்திக்கிறேன். சிலசமயம், கையில் கயிறு கட்டி நன்கொடை வேண்டி நிற்கிறேன். மலர் சமர்ப்பிக்கிறேன்; ஊதுபத்தி பொருத்தி வைக்கிறேன்; வெளியே வருகையில், இல்லாருக்குப் பணம் பகிர்ந்தளிக்கிறேன். சில சமயங்களில் உண்மையாகவே கவ்வாலியை அற்புதமாகப் பாடுகின்றனர். வெளியே நடந்து போகையில் கவ்வாலி பாடும் குரலோசை மேலே உயர்வது கேட்கிறது. எனது மகள் சாரா எப்போதாவது சிறப்பு நாட்களில் என்னோடு வந்ததுண்டு. இதோ, இந்தச் செய்தியை அவளும் தன்னோடு எடுத்துச் செல்வாள் என நம்புகிறேன்: "சிறந்த வழிபாடு என்பது வெறும் சடங்கல்ல: பிறருக்காகப் பிரார்த்தனை செய்வது."

வாழ்க்கைப் பயணத்தில் எங்கேயோ 'ஒரு முஸ்லிம்' என்ற சட்டகத்துள் நான் அடைக்கப்பட்டிருக்கிறேன். இதனை இன்று கட்டாயமாக ஒத்துக்கொண்டே ஆகவேண்டும். எனது பன்னிரண்டாம் வயதில் முதல் முறையாக அது நிகழ்ந்தது. ஒரு பிறந்த நாள் நிகழ்ச்சியில் கலந்துகொள்வதற்காக அகர்வால் சகோதரர்கள் வீட்டிற்குச் சென்றேன். ஒவ்வொரு சிறுமியின் பெயரையும் கேட்டுக்கொண்டே வந்த அவர்களின் தாயார் எனது பெயரைக் கேட்டதும் நிறுத்தி, 'நீ எங்களில் ஒருவரல்ல' என்றார். அன்னியமாயும் அசுத்தமாயும் அப்போது உணர்ந்ததாக

எனக்கு நினைவிருக்கிறது. அவர் சொன்னதன் பொருள் என்ன? எங்கள் வீட்டில் பூசை என ஏதும் செய்யாததாலா? அல்லது எனது நண்பர் சிலர் செய்வதுபோல முழு நேர இரவு ஜாக்ரான் (இரவு முழுக்க பக்திப்பாடல் பாடுவதும் பூஜை செய்வதும்) எதுவும் ஏற்பாடு செய்யாததாலா? அந்தப் பெண்மணிமேல் வெறுப்பு வந்தது. அந்த வீட்டிற்குப் போவதையே தவிர்த்தேன்.

எனது முன்னாள் கணவர் ப்ரஷூனுடன் கல்கத்தாவில் வாழ்ந்தபோது, ஆச்சாரமான வங்காள இந்துச் சூழல் எனக்கு அறிமுகமானது. இவ்விதமாக மூன்றாவது கலாச்சாரக் கூறு ஏற்கனவே உள்ள எனது முஸ்லிம் – கிறிஸ்துவ நறுமண வாசம் தரும் பூச்சாடியுள் சேர்ந்து கொண்டது. அப்போது டெலிக்ராஃப் ***(Telegraph)*** பத்திரிகையில் வேலை பார்த்துக்கொண்டிருந்தேன். நண்பர்கள், அட்டாஸ், ப்ரஃபுல்லா தெருவிலிருந்த ஆனந்த பஜார் அலுவலகம், ட்ராம் வண்டிகள், பார்க் தெருவின் உணவகங்கள், முழுக் குழப்பமுமான அந்த இடம் என ஒரு வாழ்வினும் பெரியதோர் அனுபவமாக கொல்கத்தா இருந்தது. போகப்போக, ஓர் இந்து வீட்டில் ஒருவராகவும் ஆனேன். கல்கத்தா வீட்டில் விரிவாக பூஜை நடந்தது. அது வங்காளத்தின் மிகப் பெரிய பண்டிகைகளுக்கு ஓர் அறிமுகமாக இருந்தது. அவத் நகரில் அனுசரிக்கப்படும் முஹர்ரம் பண்டிகை மத நம்பிக்கையின் தாக்கம், வளர்ந்து மலர்ந்த பண்பாடு, மொழிமரபு இம்மூன்றின் கலவை. எனில், கிறிஸ்துவ மதப் பரப்புரையாளர்கள் மேற்கொள்ளும் மத மாற்ற முனைப்பு, ‘மிக மேன்மையான’ ஓர் இறைவன் மேல் கொள்ளும் கண்மூடித்தனமான நம்பிக்கையெனில், வணிகமும் மதமும் சேர்ந்த மாய உலகின் ஒரு பகுதியாக வங்காளத்தின் பூஜைகள் இருப்பதாகத் தோன்றியது. முழு மாநிலமுமே இரைச்சல் மிகுந்த ஒரு கொண்டாட்டமாக இருந்தது.

துர்கா பூஜை சிலைகளுக்கு முன்னால் ‘துணுச்சி நாச்’ என்ற நாட்டியம் நிகழ்த்தப்படும். மெல்ல உருவாகி எழுந்து, பின் சட் என உதறிக் கைவிடப்படும் இந்த நாட்டியத்தின் மாய அழகில் மயங்கி, பந்தல் பந்தலாக அதனைப் பார்க்கப் போவேன். வங்கத்தில் இருந்தபோது நான் மேற்கொண்ட ஒரு ரயில் பயணம் நினைவுக்கு வருகிறது. அந்த ரயிலில் ஒரு பெட்டி முழுக்கவும் தாக்கீஸ்கள் (துர்கா பூஜையின்போது மெய்மறக்கச் செய்யும் விதமாகத் தவுல்/மத்தளம் அடிப்போர்) பூஜை செய்வதற்காகக் கொல்கத்தாவுக்குப் பயணம் செய்து கொண்டிருந்தனர். அதே பெட்டியில் நானும் இருந்தேன். தக்–தக்–தக் தாளம். அப்பயணம் மறக்க முடியாத அனுபவமாகும். 1980களின் கடைசிக் கட்டம். நீண்ட நேர மின்வெட்டுதான் அன்று கொல்கத்தாவின் விவாதப் பொருளாக இருந்தது.

வாழும் நல்லிணக்கம் ❀ 27 ❀

அப்போது கம்யூனிஸ்ட்களின் 'புரட்சி' வந்திருந்தது. அதற்கே உரித்தான படிநிலை அமைப்பினை அது உருவாக்கியிருந்தது. சிந்தனை உலகில் அது தந்தது 'ஏமாற்றத்தையே'. தனது (கம்யூனிச) குடிமக்களை மின்வெட்டைத் தவிர வேறு எதைப்பற்றியும் பேசவிடாது அது விட்டுவிட்டது. வடக்கே மண்டலும் மந்திரும் அரசியலை மாற்றத் தொடங்கியிருந்தன. ஆனால் வங்கத்திலோ ஒன்றுமே நிகழக் காணோம்.

நான் டெல்லிக்குத் திரும்பிவந்த காலகட்டத்தில், மதம், பண்பாட்டு வடிவங்கள் மற்றும் படிப்படியாக உருவாகி வளரும் அடையாளம் போன்ற விஷயங்களில் ஆழ்ந்த அக்கறை கொள்ளலானேன். அப்போது இந்திய அரசியல் மீண்டும் பழைய தவறான பாதையிலேயே உருக் கொள்ளலானது. 'இந்து' பற்றி குறிப்பிட்ட கருத்துப்போக்கு அழுத்தம் கண்டது. முஸ்லிம் பற்றிய மாறாப் படிவமான சித்திரங்கள் ஊக்குவிக்கப்பட்டன. இப்புத்தகம் எழுதுவதற்கான உண்மையான உந்துதல் அடிப்படை வாதிகளின் விவாதங்களை எப்படியாயினும் முறியடித்தே ஆக வேண்டும் என்கிற தேவைதான். ஆம்; நம்பிக்கை எல்லாம் இழந்த நிலையிலும், இறுதிவரை இதற்காகப் போராடியே தீர வேண்டிய தேவை. தெற்கு டெல்லியில் உள்ள வீட்டு மனைத் தரகர் மிகத் தெளிவாகச் சொன்னார்: "நீங்கள் ஒரு முஸ்லிம். டெல்லியிலுள்ள வீட்டுச் சொந்தக்காரர்கள் யாரும் முஸ்லிம்களுக்கு வாடகைக்கு வீடு தர விரும்புவதில்லை. உங்கள் முஸ்லிம் பெயரைச் சொல்லாமல் திருமணமான பின்னர் மாற்றப்பட்ட உங்கள் பெயரை நீங்கள் ஏன் பயன்படுத்தக்கூடாது? தென் இந்தியர்களும் வங்காளிகளும்தான் இங்கே பிரபலமான வாடகைக் குடியிருப்பாளர்கள்" என்றார். காரியவாதியான தரகரின் அறிவுரையின்படி நடக்கத் தீர்மானித்தேன். டெல்லியில் வீடு தேடும் வேட்டையின்போது எனது உண்மையான பெயரை ஒருபோதும் வெளியிட்டதில்லை.

பின்னர், 1987இல் மீரட்டில் மதக் கலவரம் வெடித்தது. அப்போது எந்த வேலையிலும் நான் இல்லை. மதக் கலவரத்தைப் பற்றி எழுதுவதற்காக, இந்தியன் எக்ஸ்ப்ரஸ் (டெல்லிப் பதிப்பு) பத்திரிகை, நிருபர் ப்ரஷூனை மீரட்டிற்கு அனுப்பியது. அவருடன் நான் சேர்ந்துகொண்டேன். அந்த அனுபவம்தான் எனது சிந்தனை செய்யும் விதத்தையே மாற்றியது. அப்போதிருந்து நான் எதிர்வினையாற்றத் தொடங்கினேன்.

மீரட்டில் ஏற்கனவே ஊரடங்கு அமலில் இருந்தது. முக்கியமான தெருவில் ராணுவ ரோந்து இருந்தது. சாலையின் ஒருபக்கம் மத்திய தர இந்துக் குடியிருப்பும் அதன் மறுபக்கம்

ஹாஷிம்புரா என அறியப்பட்ட முஸ்லிம் மொகல்லாவும் இருந்தன. 'முஸ்லிம் பகுதிக்குச் செல்ல வேண்டாம். அவர்கள் அனைவரும் பாகிஸ்தானியர். வெளி ஆட்களை சுட்டுத் தள்ளத் தயாராக இருக்கிறார்கள்' என எங்களை போலீஸார் எச்சரித்தனர். 'நம்மைப் பழி வாங்கி நமது பெண் மக்களைக் கற்பழிக்க வரும்' முஸ்லிம்களைத் தடுத்து நிறுத்த, விழிப்புணர்வு கண்காணிப்புக் குழுக்கள் அமைத்து இந்துக்கள் சுற்றுக் காவல் இருந்தனர்.

மீரட்டில் இரண்டாம் நாள். போலீஸார் கண்ணில் படாது ஹாஷிம்புரா தெருக்களில் நுழைந்தோம். யாரோ ஒருவன் கன்னாபின்னாவெனச் சுட்டுத் தள்ளினாற் போல், சுவர்களிலெல்லாம் குண்டு துளைத்த குழிகள் இருந்தன. மக்கள் பீதியில் தங்கள் வீடுகளுக்கு வெளியே பார்த்தவாறிருந்தனர். அங்கே பெண்களும் குழந்தைகளும்தான் எஞ்சி இருந்தனர். ஆண்கள் எல்லோரும் ஏற்கனவே போலீஸாரால் குண்டுக்கட்டாகத் தூக்கிச் செல்லப்பட்டிருந்தனர். (சில நாட்களுக்குப் பின்னர், 42 பிணங்கள் கால்வாயில் மிதந்து கிடந்தது கண்டுபிடிக்கப்பட்டது). சாப்பிட உணவேதும் இல்லை: குடிநீரோ காலியாகி விட்டிருந்தது. இந்த மக்களை போலீஸார் மிருகங்களாக்கி விட்டிருந்தனர். அதே நேரம் இவர்களிடம் எச்சரிக்கையாக இருக்கும்படி உள்ளூர்க் காரர்களை ஏவினார்கள். டெல்லி திரும்பிய ப்ரஷூன் இந்தச் செய்தியைப் பிரசுரிப்பதற்காகப் பத்திரிகை ஆசிரியரிடம் அளித்தார். ஆனால் அவர் பிரசுரிக்கவில்லை. இந்தப் பத்திரிகை ஆசிரியர் பின்னொரு நாளில் பாரதிய ஜனதா கட்சியின் பாராளுமன்ற உறுப்பினர் ஆனார். சில தினங்களுக்குப் பின்னர் ஹாஷிம்புரா படுகொலை பற்றிய செய்தியை டைம்ஸ் ஆப் இந்தியா பத்திரிகை வெளியிட்டது.

உத்தரப் பிரதேச நகரங்கள் ஒன்றன்பின் ஒன்றாக மதக் கலவர நெருப்பில் எரிந்துகொண்டிருந்த காலகட்டம் அது. 1980இல் (மத்தியிலிருந்து ஆண்டு இறுதிவரை) ஒளிபரப்பான 'மேரா பாரத்' என்ற தொலைக்காட்சித் தொடரை எனது தந்தை எடுத்திருந்தார். நமது நாட்டின் பண்பாட்டுக் கலவை பற்றிய கருத்தாக்கம் கொண்ட சிறிய தொலைக்காட்சித் தொடரான அது, இரண்டு முக்கிய டி.வி. நிகழ்ச்சிகளுக்கு இடையே ஒளிபரப் பானது. இந்த டி.வி. கருத்தாக்கத்தின் வேர் குறித்த தேடலே, எனது ஆழமான விசாரணையாகவும், பற்றித் தொடரும் நோக்க மாகவும் பின்னாளில் ஆகிப்போனது. நமது மரபுகள் குறித்த கற்பனா ரீதியான, எளிமைப்படுத்தப்பட்ட அணுகுமுறையைக் கேள்விக்கு உட்படுத்த வேண்டியதிருந்தது. இந்தியக் குடியரசின் இயற்கைத் தன்மையான மதச் சார்பின்மையிலிருந்து, இந்துப்

பெரும்பான்மையின் உரிமைகளை முக்கியமான ஒன்றாக மாற்றி அமைக்கும் முன்னேற்பாடு போலத் தோன்றிய ராமஜென்ம பூமி இயக்கமும் அதன் விளைவான பாபர் மசூதி இடிப்பும் ஆகிய பின்னணியில், எனது பயணம் சில ஆண்டுகளுக்குப் பின்னர் தொடங்கிற்று. இந்து – முஸ்லிம் பதற்றம் இந்தியாவையே பற்றி எரிந்துவிடச் செய்யலாம் போலத் தோன்றியது. எங்களில் பலர் பீதியுற்றோம்; கவலை கொண்டோம். தேசிய தளத்திற்கு வந்துவிட்டதாக வலதுசாரி பாரதிய ஜனதா கட்சி அறிவித்தது. உத்தரப் பிரதேசத்தில் கணக்கில் எடுத்துக்கொள்ள வேண்டிய சக்தியாக இப்போது அவர்கள் ஆனார்கள். முதல் முறையாக, நாங்கள் பயத்தில் நடுங்கினோம். பாபரின் அடக்கத்தலம் அயோத்தி நகரில் ஃபைஸாபாத்திற்கு அருகே உள்ளது. அங்கே எனது உறவினர்கள் உள்ளனர். அயோத்தியிலிருந்து சில மணி நேரப் பயணத்தில் எங்கள் கிராமமான முஸ்தஃபாபாத் உள்ளது. எனது பாட்டி இன்னும் பாதுகாத்துப் பேணிவரும் வீடு இக்கிராமத்தில் இருக்கிறது. 1991இல், லக்னோவில் பல ஆண்டுகள் நடத்திக்கொண்டிருந்த சிறிய சட்டத் தொழில் சார்ந்த பணி தொடர்பான தனது பெயர்ப் பலகையை அகற்றிக் கொண்டிருந்தது நினைவிருக்கிறது. அச்சமயத்தில் அவர் உடல் நலம் திடீரெனெ சரியத் தொடங்கிற்று. ஓராண்டிற்குப் பின் அவர் இறந்து போனார். டெல்லியிலும் சூழ்நிலை மாறிற்று. பொதுப் பள்ளிக்கூடம் ஒன்றில் கல்வி பயின்ற ஒருவர் ஒரு நிகழ்ச்சியில் என்னிடம் சொன்னார்: "முஸ்லிம்களாகிய நீங்கள் இந்தியாவில் உங்களது இடம் எது எனத் தெரிந்துகொள்ள வேண்டும்." முன்னணி பத்திரிகையின் நிருபர் ஒருவர் எங்களைத் தேடி வந்தார். எங்களிடமிருந்து நேரடியாகத் தெரிந்துகொள்ள அவரிடம் ஒரு கேள்வி இருந்தது. "இந்து – முஸ்லிம் திருமணங்கள் இந்தச் சூழ்நிலையில் எவ்விதம் இன்னும் முறிந்து போகாமல் தொடர்ந்து இருக்கின்றன? பாபரி மசூதி விஷயம் பற்றி உங்களுக்குள் சண்டை வருமா?" என்பதே அக்கேள்வியாகும்.

இதுபோன்ற அசிங்கமான கேள்விகளுக்கும் மூடத்தனமான நிலைப்பாடுகளுக்கும் மறுமொழி தருவது கடினம். இது குறித்து என்னால் முடிந்ததைச் செய்தே ஆகவேண்டும் என நினைத்தேன். டிசம்பர் 6, 1992இல் பாபர் மசூதி இடிக்கப்பட்ட பின்னர், ஒரு செய்தி இதழின் உதவி ஆசிரியர் வேலையைத் துறந்தேன். ஜவகர்லால் நேரு பல்கலைக்கழகத்தின் பேராசிரியர் மறைந்த ரசீதுதீன் கான் அவர்களிடமிருந்து கொஞ்சம் பொருளாதார உதவி கிடைத்தது. இந்தியன் எக்ஸ்பிரஸ் ஞாயிறு பதிப்பில் மாதமிருமுறை பத்தி எழுத ஏற்பாடு செய்துகொண்டேன். என்னைச் சுற்றிலும் அப்போது நான் கண்ட பிரிவினைக்கு எதிராக,

ஒற்றுமையைச் சிறிய அளவேனும் பிரதிநிதித்துவப்படுத்திய மனிதர்களை, சமூகங்களை, புனிதத்தலங்களை, மரபுகளைத் தேடிக் காண்பதற்காக இந்தியாவின் ஊடாகப் பயணம் மேற்கொண்டேன். இப்பயணங்களில் என்னோடு உடன் வந்தவர், அப்போதும் எனது நல்ல நண்பராகிய ப்ரஷேன். கிட்டத்தட்ட இரண்டாண்டுகள் தொடர்ந்து பயணம் செய்தோம். பயணங்களில் நான் கண்டடைந்தவை பற்றி இந்தியன் எக்ஸ்ப்ரஸ் ஞாயிறு பதிப்பில் தொடர்ந்து பத்தி எழுதினேன். இப்பத்திரிகை நறுக்குகள்தாம், இப்புத்தகம் உருவாக ஆவண மூலப்பொருட்களாக அமைந்தன. நேர்காணல்கள், நாங்கள் கண்ட நம்பமுடியாத நிகழ்வுகள், சந்தித்த மனிதர்கள் பற்றியெல்லாம் நான் குறித்து வைத்திருந்த நோட்டுப் புத்தகங்கள் பல என் வசம் இருந்தன. குறுக்கும் நெடுக்குமாக இந்தியாவின் ஊடே ரயிலிலும், மாநிலங்களுக்குள் பஸ்களிலும், சில சமயங்களில் கிராமங்களில் கடைசியாய்ப் போய்ச் சேர வேண்டிய இடங்களுக்கு மாட்டு வண்டியிலும் நடந்தும் சென்றிருக்கிறேன். பயணம் முடித்து எனது வழக்கமான வேலைக்குப் போக ஆரம்பித்தபோது, 'பத்திரிகையில் வெளிவந்த இக்கட்டுரைகள் தொகுக்கப்பட்டுப் புத்தக வடிவில் இன்னும் ஏன் வரவில்லை' என்று பலர் கேட்டனர். இதற்கான ஒரு நல்ல பதில் ஒருபோதும் என்னிடம் இருந்ததில்லை.

உண்மை என்னவெனில், வழியில் எங்கேயோ எனது வேலைத் திட்டத்தின் மீதே நான் அவநம்பிக்கை கொள்ளலானேன். அதனால்தான் இதற்கு ஒரு சீரிய வடிவம் தர எனக்கு இவ்வளவு காலமாகிவிட்டது. எழுதுவதற்கான தரவுகளை ஆண்டுகள் பலவாகச் சேகரித்த பின்னர், நான் இதில் நம்பிக்கை இல்லாதவளாக ஆனேன். அடிப்படைவாதம் அதிகரித்து வருகிறது. சமூகங்களுக்கு இடையே பகைமை கூடிக்கொண்டு போகிறது. இந்தச் சூழ்நிலையில், நமது நாட்டில் கலப்புப் பண்பாடு உள்ளது என்பது உண்மையா? இது நாம் பொருட்படுத்தக்கூடிய முக்கியமான அம்சம்தானா? அல்லது கடந்து போன ஒரு காலத்தின் வெறும் கற்பனைக் கருத்து நிலையா? எனக்கு நானே கேட்டுக்கொண்ட கேள்விகள் பற்பல. தேசிய அரசியலை எழுதுவதில் பத்தாண்டுகளுக்கு மேலாகச் செலவிட்டிருக்கிறேன். இருந்தும் அது எனக்கு உதவவில்லை. ஏனெனில், குற்றங்குறை காணவே ஓர் அரசியல் பத்திரிகையாளன் தொழில் ரீதியாகப் பயிற்சி பெற்றுள்ளான் என்பது காரணமாக இருக்கலாம்.

ஆனால், சில லட்சியங்களை அழிந்து போய்விடாது நான் காப்பாற்றி வைத்துக்கொள்ள வேண்டும். ஆண்டாண்டுகளாய், குறிப்பிட்ட கால இடைவெளிகளுடன் திரும்பத் திரும்ப இந்த வேலைத் திட்டத்திடமே வந்துள்ளேன். ஏனெனில், நான் நம்ப

விரும்பும் இந்தியாவை, அழிந்து போய்விடாமல் பேணிக் காக்க விரும்பும் ஒரு பண்பாட்டினை இந்த வேலைத் திட்டம் ஏதோ ஒருவிதத்தில் பிரதிநிதித்துவப்படுத்தியது. இது (வேலைத்திட்டம்), எனது வாழ்வை மதிப்புடையதாக்கும் பயனுடைய செயல் மட்டுமல்லாது, நான் சேகரித்திருந்த விஷயங்களை முறைப்படுத்தி அதற்கு ஒரு விவேகமான வடிவம் தந்து எழுத்தில் கொண்டு வருவது உண்மையிலேயே விலைமதிப்பற்ற கொடையுமாகும். இவ்விதம் நம்பிக்கை கொள்வதற்காக, இந்த வேலைத் திட்டம், நடைமுறைக்குச் சாத்தியமில்லாத 'ஒரு கற்பனைக்கூழ்' என வகைப்படுத்தப்பட்டு விடுமோ என்ற எனது சந்தேகத்தையே நான் களையப் போராட வேண்டியதிருந்தது.

இந்துப் பெரும்பான்மை வாதம் தலைதூக்கி வருகிறது. இஸ்லாமியத் தூய்மைவாதமோ உலகு முழுவதும் மேலோங்கி வருகிறது. அடையாளம் தொடர்பான பிரச்சினைகள் இன்னும் நமது அரசியலைத் தீர்மானிக்கின்றன.

இக் காலகட்டத்தில் இப்புத்தகத்தைக் காணிக்கையாக அளிக்கிறேன்.

தொடக்கம்

நடந்து முடிந்த பின்னர் நிகழ்வை விளங்கிக் கொள்ளும் பின்னறிவு, சேர்ந்துகொண்ட ஞானம், கருப்பு / வெள்ளையாகவே எல்லாவற்றையும் காணும் இளமைப் பருவத்திற்கு மாறாக, இரண்டிற்கும் இடைப்பட்ட சாம்பல் நிறச் சாயல்களாகவும் வாழ்க்கையைக் காணும் திறமை ஆகியவைதாம் இந்தப் புத்தகத்தை எழுத ஆரம்பித்ததிலிருந்து முடிக்கும் வரையிலான காலகட்டத்தில் நான் அடைந்த பயன்களாகும். எனது பழைய கட்டுரைகளின் சில பகுதிகளை இப்புத்தகத்தில் சேர்த்துள்ளேன். ஆனால் அவற்றில் பெரும்பகுதி இதுநாள்வரை மேம்படுத்தப்பட்டு திருப்பி எழுதப் பட்டுள்ளது. புதியதாகச் சில கட்டுரைகளையும் இப்புத்தகத்திற்காக எழுதிச் சேர்த்துள்ளேன். மேலும் இந்த வேலைத்திட்டத்தைத் தொடங்கியதிலிருந்து, எனது பார்வை மாறியிருக்கிறது. பாரதிய ஜனதா கட்சியின் தோற்றம், ஒருங்கிணைப்பு, தேர்தல் தோல்வி என அக்கட்சி பற்றி எழுதுவதில் பதினொரு ஆண்டுகள் செலவிட்டிருக்கிறேன். இன்று, அவுட்லுக் இதழில் அரசியல் பிரிவு பதிப்பாசிரியராக இருக்கிறேன். காங்கிரஸ், ஐக்கிய முற்போக்குக் கூட்டணி, பாரதிய ஜனதா கட்சி மற்றும் பிற தேசிய அரசியல் போக்குகள் பற்றியும் எழுதி வருகிறேன். ஆனால் சங் பரிவாரத்தையும் அதன் உறுப்புக் கட்சிகளையும் பற்றியுமான எனது புரிதல்தான் அடையாளம் தொடர்பான பிரச்சினைகளை நான் விளங்கிக்கொள்ள உதவிற்று.

தற்போதைய உலகச் சூழலில் பழமைவாதி – முற்போக்கு வாதி விவாதமும், நல்ல முஸ்லிம்–கெட்ட முஸ்லிம் சிந்தனையும் நம் அனைவருக்கும் பழக்கமானவை. தியோபந்த் போன்ற பழமை பேணும் இஸ்லாமியச் சமயக் கல்விச் சாலைகளின்படி, இப்புத்தகத்தில் எழுதியுள்ள பல மரபுகள் ஹராம் (விலக்கப் பட்டவை) ஆகும். பழமை பேணும் இஸ்லாமியக் கல்விச்சாலைகள் இன்று நிறுவனங்களை ஆதிக்கம் செய்கின்றன. அரசாங்கமும், முழுமையற்ற பகுதி–அரசு அமைப்புகளும் இந்தச் சமயக் கல்விச் சாலைகளை அதிகமாக ஆதரித்து வளர்க்கின்றன. இருந்தபோதிலும், வைதிகக் கட்டுப்பாடுகளற்ற, முற்போக்குப் பார்வை கொண்ட, மின் அதிர்வு தரும் வல்லமை கொண்ட சூஃபி ஞானிகளாலும், அவர்களின் விசை இழுப்பில் வெடித்த சமூக மாற்றத்தின் ஒரு பகுதியாலும்தான் உண்மையான இந்திய முஸ்லிம் அனுபவம் வடிவமைக்கப்பட்டது. இவை நிகழ்ந்த வழிவகைகளைப் பற்றியும் சூஃபி–பக்தி இரண்டும் ஒருங்கிணைந்த கலவை பற்றியும் இப்புத்தகத்தின் பிற்பகுதியில் எழுதியுள்ளேன். இந்தி சினிமாவும் பாலிவுட்டும் ஊக்குவித்த ஜனரஞ்சகக் கலாச்சாரம் பற்றியும், ஹிந்துஸ்தானி செவ்வியல் இசையும், இந்தி சினிமா இசையும் இணைந்ததோர் கலப்புப் பண்பாட்டினை வடிவமைத்த ஆளுமைகள், மரபுகள் பற்றியுமான அத்தியாயங்களும் இப்புத்தகத்தில் உள்ளன. அவத் என்ற ஊரில், ஒரு குறிப்பிட்ட குடும்பத்தின் திருமணம், பிறப்பு மற்றும் கொண்டாட்ட நிகழ்ச்சி ஒவ்வொன்றிலும், அசீமுன் பாய் பாடும் இனிய நாட்டார் பாடல்களும், செவ்வியல் பாடல்களும் இன்னும் எனது நினைவில் உள்ளன.

முன் எச்சரிக்கையாக, இங்கே நான் ஒன்றைச் சொல்லியாக வேண்டும். இப்புத்தகம் எழுதுவதற்கான ஆயத்த வேலைகளில் ஈடுபட்டிருந்தபோது, 'கலப்புப் பண்பாடு' அல்லது 'மத நல்லிணக்க மரபுகள்' என்ற வாசகங்கள் பற்றிய வினோதமான புரிதல்–சிக்கல் இந்தியாவில் உண்டு என்பதை அறிய வந்தேன். இவைகளிடமிருந்து (கலப்புப் பண்பாடு/நல்லிணக்க மரபுகள்) ஒவ்வொருவருக்கும் அவர்களுக்கேயான சொந்த எதிர்பார்ப்பு இருக்கிறது. மிகப் பெரிய மதங்களைக் கறைபடுத்தும் தூய்மையற்ற நடைமுறைகள் இவை என இந்த மரபுகளைச் சிறுமைப்படுத்தும் செயல் ஒருபுறம்; இது உண்மை அல்ல; நமது நாட்டின் பன்முகத்தன்மையை வாழ்த்திப்பாடும் இம்மரபுகள், மத அடிப்படைவாதத்தை எதிர் கொண்டு தடுத்துவிடக்கூடும் என்ற எதிர்பார்ப்பு மறுபுறம்.

இந்த நிலைகளில் எந்த ஒன்றையும், இப்புத்தகம் எடுத்துக் கொள்ளவில்லை. அரசியல் சூழ்நிலை மாறியவாறே இருக்கும் ஒரு காலகட்டத்தில், நமது நாட்டில் மனங்கவரும் மரபுகள்

பல உள்ளன என்பதான பத்திரிகை கணக்கெடுப்புத்தான் இது. இப்புத்தகத்தில் உள்ளூர் ஆதாரங்கள் (சரித்திரச் சான்றுகள்) பற்றிய குறிப்புகள் உள்ளன. குறிப்பிட்ட இடங்கள் மற்றும் உள்ளூர் மரபுகள் பற்றி எழுதப்பட்டுள்ள ஆய்வு நூல்களிலிருந்து மேற்கோள்களும் வருகின்றன. இருந்த போதிலும், எந்த வகையிலும் இது ஒரு கல்விப்புலம் சார்ந்த புத்தகம் அல்ல. ஒவ்வொரு அத்தியாயமும் ஒரு பத்திரிகையாளன் ஒரு செய்திக்கதையை மோப்பம் பிடிக்கும் கவனத்தைக் கொண்டுள்ளதே தவிர, ஒரு கல்வியாளனின் கடுமையான இறுக்கத்தினை அல்ல.

இப்புத்தகத்தில் கூறப்பட்டுள்ள ஒட்டு மொத்தக் கருத்தும், மிகக் குறைவாகவே அறியப்பட்டுள்ள இந்தியக் கலாச்சாரப் பகுதிகள் குறித்த ஓர் ஆழ்ந்த நுண்ணறிவை நிச்சயம் தரும். அது மட்டுமல்லாது, மரபுகள் எவ்விதம் உருவாகின்றன, அவை எவ்விதம் மறையத் தொடங்குகின்றன, முற்றிலும் வேறுபட்டவையாக அவை எவ்விதம் மாற்றமுறுகின்றன என்பன பற்றியெல்லாம் இப்புத்தகம் கேள்விகளை எழுப்புகின்றது. சூஃபி ஞானிகளின் புண்ணியத் தலங்கள் தமது முஸ்லிம் அல்லது இஸ்லாமிய வடிவங்களைத் துறந்து, இந்து சமயக் கட்டுக்குள் ஏதோ ஒன்றாக, மெல்ல உருமாற்றம் கொண்டதற்கான உதாரணங்கள் பற்பல உள்ளன. சிலசமயங்களில், மகாராஷ்டிர மாநிலத்தில் நாம் காண்பதுபோல அடாவடியாய் இந்துத்துவ அரசியல் பண்ணுதல், குறிப்பிட்ட ஒரு புராணத்தை ஆதரித்து தொடர் உரையாய் ஒரு கதை முழுவதும் நிகழ்த்தப்படுதல், இலாபகரமான ஒரு வழிபாட்டுத்தலத்தைத் தமது கட்டுப்பாட்டுக்குள் கொண்டுவரும் ஆவல் ஆகிய காரணங்களால் இப்போக்கு செயல்படுகிறது.

எங்கு மதம் உள்ளதோ அங்கே வாணிகமும் தழைத்துச் செழித்திருக்கும். பெரியதும் சிறியதுமான பல கோயில்கள், தர்காக்கள், கிறிஸ்துவத் தேவாலயங்களுக்கெல்லாம் பயணம் செய்திருக்கிறேன். இதன் மூலம் நான் கண்டறிந்து கொண்டது: வருமானத்திற்கான மிகப் பெரிய தூண்டுவிசை இந்தப் புனிதத் தலங்களின் மீது செயல்படுகிறது என்பதே. இது எவ்விதமெனில், புனிதத்தலங்களின் மந்திர சக்தியின் மேல் ஒருவித நம்பிக்கை கொள்ள ஊக்குவித்தல் மூலமாகவும் அதிலிருந்து வரும் வருவாயைத் தம் கட்டுப்பாட்டில் வைத்துக்கொள்ளல் மூலமாக வும் நடைபெறுகிறது. பேராசை மிக்க பூரி ஜகன்னாதர் கோயில் பண்டாக்களிடமிருந்து தொடங்கி பிறர் பொருளைக் கொள்ளை அடிக்கும் பெரிய சூஃபி மையங்களின் பொறுப்பாளர் வரை, இந்தியாவின் புனித நிலப்பரப்பு முழுவதிலும் வணங்கி வழிபடப் படுவது பணம்தான்.

பின் முஸ்லிம் யார் என்ற கேள்வி எழுகிறது. தாடி வைத்த, பர்தா அணிந்த நவீன இந்தியாவின் பிரச்சினையாகவே இவர்கள் இன்று பெரும்பாலும் கருதப்படுகிறார்கள். ஆனால் முஸ்லிம்கள் எல்லாரும் ‘வேறுபாடில்லாத ஒரே மாதிரியானவர்கள்’ என்பதாக ஏதுமில்லை. மேற்கு எல்லைப்புறத்தில் உள்ள ராஜஸ்தானிய லங்காக்கள், கிழக்கே தனித்தன்மை வாய்ந்த தங்களின் சொந்த இருத்தலியல் நெருக்கடியோடு மல்லாடிக் கொண்டிருக்கும் வங்காளத்தின் படசித்ரா ஓவியர்கள் என நமது நாட்டின் மத நல்லிணக்கம் கொண்ட பல சமூகங்களைப் பற்றியும் இப் புத்தகம் ஆராய்கிறது. அவர்கள் அனைவரும் அமைப்பு சார் மதங்களின் விளிம்பில் உயிர் வாழ்ந்துகொண்டிருக்கிறார்கள். ஆனால், அவர்களும் முஸ்லிம்களாக இருக்கிறார்கள். இதுபோல, இந்நாட்டின் கிறிஸ்துவ யதார்த்தம் பற்றி போகிற போக்கில் விவரிக்கும் கதைகளும் இப்புத்தகத்தில் உண்டு.

நமது சமய – பண்பாட்டு வெளியில், அருகருகே கடவுள் சார்பு – கடவுள் நிந்தனை, ஆழம் – மேலோட்டம் எனப் பெரிய முரண்பாடுகள் எல்லா இடங்களிலும் உள்ளன. இப்புத்தகத்தில் நான் எழுதியுள்ளவை எனது சொந்த முற்சாய்வுகளையே பிரதிபலிக்கின்றன. வெகுமக்கள் கலாசாரம், உளவியல் பற்றிய எனது சொந்த அரைவேக்காட்டுக் கோட்பாடுகளை முன்வைப்பதற்கான சலுகையை எடுத்துக்கொள்கிறேன். உதாரணமாக, இந்த எல்லாச் சிறிய மரபுகளும் வெறும் நாட்டுப் பாடல்களாக, படிப்படியாய் வளர்ச்சியடையாத எளிமையான விருப்ப நிறைவேறுதல்களாகத் தோன்றலாம். இருந்தபோதிலும், அடித்தளத்தில் இவை எல்லா மதங்களின் அடிப்படைவாதி களுக்கும் எதிராக அறைகூவல் விடுக்கின்றன. உதாரணமாக, இந்து மதத்தின் மீதுள்ள பார்ப்பனக் கட்டுப்பாடு, கிறிஸ்தவ குருமார்களால் ஏற்கனவே மறுதலிக்கப்பட்டிருக்கின்றன. விவாதமாக, இன்னொன்றையும் முன்வைப்பேன். எல்லா மதங்களையும் சார்ந்த இறந்துபோன ஞானிகளின் கல்லறைகளுக்கு (குறிப்பாக சூஃபி ஞானிகளுக்கு) இந்துக்கள் செலுத்தும் புனித மரியாதையும் மந்திர சக்தி வாய்ந்த அருட்பேறுகளின் மேல் அவர்கள் கொள்ளும் நம்பிக்கையும், வைதீகக் கோட்பாடுகள் மேல் கட்டப்பட்ட எந்த மதத்திற்கும் எதிரான சவாலாகவே தொடர்ந்து வருகின்றன. முஸ்லிம் வைதீகமும் இதற்கு விதி விலக்கல்ல. உதாரணமாக, இஸ்லாத்திற்குப் பழமை மாறாது பொருள் விளக்கம் தரும் பெருஞ் செல்வாக்குடைய தியோபந்த் சமயக் கல்விச் சாலை. இதன் இலக்கு: சிலை வணக்கத்தையும், கல்லறை வழிபாட்டினையும் மறுத்தொதுக்கும் எல்லோருக்கும்

பொதுவான ஒரே மாதிரியான சமய வாழ்க்கைப் பாதை என்பது. இந்த தியோபந்த் கூட, சிறிய மரபுகளை தங்கள் இலக்கிற்கு எதிரான மிகப்பெரிய சவாலாகவே காண்கிறது.

ஆனால் பெரும்பாலான இந்தியர்கள், அவர்கள் எந்த மதப் பிரிவினைச் சார்ந்தவர்களாக இருப்பினும், ஓர் 'அற்புதம்' நிகழாதாவெனத் தேடியவாறே இருக்கின்றனர். ஏனெனில், வாழ்க்கை மிகக் கடினமானது. ஆறுதல் அளிப்பது சிக்கலான பிரார்த்தனை அல்ல; ஏதாவது எளிய மந்திர ஆற்றலின் மேல் வைக்கும் நம்பிக்கையே.

உங்கள் தெய்வம்தான் எனது தெய்வம்

நியாயா கிராமம், மிதுனாப்பூர் மாவட்டம், மேற்கு வங்காளம்.

ஒரே மனிதர் இந்துவாகவும் முஸ்லிமாகவும் இருப்பதைக் கற்பனை செய்து பாருங்கள்! சரி. இப்போது ஒரு கிராமம் முழுவதுமே இவ்விதமான மனிதர்கள் இருப்பதை நினைத்துப் பாருங்கள். இவை யாவும் மாயத்தோற்றங்களோ, பிளவுண்ட ஆளுமைகளோ, கிறுக்குப் பிடித்த ஒரு சிறு நகரின் குடிகளோ அல்லர். ஆனால் இவர்கள் இரு சமய அடையாளங்களின் விளிம்பில் நிற்கும் ஓர் ஒட்டு மொத்தச் சமூகத்தார் ஆவர். மேற்கு வங்காளத்தின் படசித்ரா ஓவியர்களான இவர்கள், இந்தியத் துணைக் கண்டத்திலேயே ஒரு தனித்தன்மை கொண்டவர்கள். தங்களை மேலும் இறுகலாக வரையறுத்துக் கொள்ள வேண்டிய தொடர் அழுத்தங்களுக்கு மத்தியிலும், தங்களுக்கென நெகிழ்வான ஒரு அடையாளத்தைத் தக்கவைத்துக்கொள்ளப் போராடுகின்றனர். எனது பயணங்களில் நான் சந்தித்த வியக்கத்தக்க மனிதர்களில் இவர்களும் உண்டு.

அவர்களின் கலை வடிவமே இதில் மிகவும் முக்கியமான ஒன்றாகும். வங்கத்திலும் ஒரிசாவிலும் காணப்படும் 'பாட்' அல்லது சுருள் ஓவியம், தனித்தன்மை கொண்ட கலை வடிவமாகும். ஒரிசாவில் உள்ள சுருள் ஓவியங்கள், அதிக செவ்வியல்

சபா நக்வி

தன்மை கொண்டவை. இந்த ஓவியங்களை வரைபவர் அனைவரும் இந்துக்கள்தாம். ஆனால் மேற்கு வங்கத்தின் சுருள் ஓவியங்களோ நாட்டார் மரபுத் தன்மையை அதிகம் கொண்டவையாக உள்ளன. இக்கலை வடிவத்தினைத் தொழிலாகச் செய்து வருவோரில் இன்னும் வாழ்ந்து கொண்டிருப்பவர்கள் பெரும்பாலும் முஸ்லிம்களே. சித்ரகார் அல்லது பட்டுவா என அழைக்கப்படும் இக்கலைஞர்கள் உருவங்களை வரைகிறார்கள்; அவை வரிசை மாறாது தொடர்ச்சியாய்க் கதையைச் சொல்கின்றன. சுருளோவியம் காட்சி காட்சியாய்த் திறக்கப்பட, அக்காட்சிகளைக் கதைப்பாடலாய் விரித்துரைத்தவாறு அதன் கூடவே நகர்கிறான் கலைஞன். வெகுசில சுருள் ஓவியங்கள், உள்ளூர் சூஃபி ஞானியர் பற்றியதாகும். வேறு சில சுருள் ஓவியங்கள் 'எழுத்தறிவை ஊக்குவித்தல்' போன்ற சம காலப் பிரச்சினைகளைப் பேசுகின்றன. பல சுருள் ஓவியங்கள் இந்துக் கடவுளரை நுட்பமாகச் சித்தரிக்கின்றன. மனதை நெகிழச் செய்யும் இப்படங்களைக் காணும்போது, ராமாயண – மகாபாரத சம்பவங்கள் உயிர்பெற்று வந்தவையாகவே உணர்கிறோம். ஓவியங்களில் மிகவும் புகழ்பெற்றவை ராமன், கிருஷ்ணன், சிவன்; வங்காளத்தின் சக்தி தெய்வங்களான துர்கா, காளி, சண்டி மற்றும் முக்கியமான இந்துப் புனித சீர்திருத்தவாதிகளான சைதன்ய மகாபிரபு, ராமகிருஷ்ணர். கடவுளரை வாழ்த்திப்பாடும் பல பாடல்கள் பற்பலத் தலைமுறைகளாகப் பாடப்பட்டு வழிவழி வந்தவையாகும்.

நியாயா கிராமத்திலுள்ள படசித்ரா கலைஞர்களின் அடையாளங்கள் வித்தியாசமாக இருந்தபோதிலும் அவர்கள் முஸ்லிம்கள் என்றே கூறப்படுகிறார்கள். நலிவடைந்து வரும் இக்கலை வடிவம் இன்னும் வளமாகத் திகழ்ந்துகொண்டிருக்கும் வங்காளத்தின் முக்கிய இடங்களில் இந்தக் கிராமமும் ஒன்று. இக்கலைத் தொழிலில் ஈடுபட்டிருக்கும் ஐம்பதிற்கும் மேலான குடும்பங்கள், உண்மையிலேயே விசித்திரமான ஒரு சமூகமாகும். இந்துப் பஞ்சாங்கத்தின்படி அவர்கள் திருமணங்களை நிச்சயிக் கின்றனர். ஆனால் ஒரு காஜி (இஸ்லாமியச் சட்டதிட்டங்களை அறிந்த இமாம்) முஸ்லிம் முறைப்படி, நிக்காஹை நடத்தி வைக்கிறார். ஈமச்சடங்குகள் இஸ்லாமியச் சம்பிரதாயங்களின்படி நடத்தப்படுகின்றன. எந்தப் பெண்மணியும் அங்கே பர்தா அணிவதேயில்லை. திருமணமான பெண்கள் நெற்றியில் குங்குமம் இட்டுக்கொள்கிறார்கள். இது தெளிவான இந்துப் பழக்க வழக்கங்களில் ஒன்றாகும். பண்டிகைகளைப் பொறுத்தவரை இக்கலைஞர் சமூகம், இரு உலகங்களின் மிகச்சிறந்த இரண்டையும் அனுசரிப்பதென முடிவு செய்துவிட்டதாகத் தெரிகிறது. ஈதுப்

பெருநாளும் துர்கா பூசையைப் போலவே அதே உற்சாகத்துடன் கொண்டாடப்படுகிறது.

இதில் மிகவும் வினோதமான விஷயம் என்னவெனில், எல்லோருக்குமே இரண்டு பெயர்கள் இருப்பதுதான். இந்துப் பெயர் ஒன்று, முஸ்லிம் பெயர் ஒன்று. இந்துப் பெயர் தொழில் சார்ந்த பெயர் எனவும், முஸ்லிம் பெயர் உண்மையான பெயர் எனவும் அவர்கள் கூறுகிறார்கள். எல்லோரின் பெயரும் இறுதியில் 'சித்ரகார்' (கலைஞர்) என்பதாக முடிகிறது. ஆகவே, 'துகோராம் சித்ரகா'ரின் முஸ்லிம் பெயர் 'உஸ்மான்' ஆகும். 'அமர் சித்ரகார்' 'உமர்' ஆகிறார். 'ரஹிமா' என்ற பெண் கலைஞர் 'ரூபா சித்ரகார்' எனப் பெயர் பெறுகிறார்.

படசித்ரா கலைவடிவம் வங்க மாநிலம் முழுவதும் புகழ் பெற்றது. ஆனால் இக்கலை வடிவத்தினை உருவாக்கும் பாடகர் ஓவியர் சமூகம் பற்றி, மிகக் குறைவாகவே மக்கள் அறிந்திருக்கிறார்கள். இச்சமூகத்தின் தோற்றம் பற்றிய ஆராய்ச்சி, முழுமையுறாத ஆரம்பக் குறிப்புகளாகவே இன்னும் உள்ளது. மனித இனத்தின் தோற்றம், வளர்ச்சிபற்றி ஆராயும் வல்லுநர் ஒருவர் இவர்களிடம் மிகுந்த ஆர்வம் காட்டக்கூடும். 'சமூக விலக்கத்திலிருந்து தப்பிக்க, இந்து மதத்தின் தீண்டத்தகாத சாதியிலிருந்து இவர்கள் இஸ்லாத்திற்கு மதம் மாறியதாக' ஓர் ஊகக் கருத்து உண்டு. 'இவர்கள் கண்ணியமான ஓவியர் சாதியைச் சேர்ந்தவர்கள். இவர்களை ஆதரித்துப் பேணியவர்களில் பலர் முஸ்லிம் நிலஉடைமையாளர்களாக இருந்த காரணத்தால், இந்த ஓவியர்கள் படிப்படியாக இஸ்லாத்திற்கு மதம் மாறியதாக' இன்னொரு கருத்தும் உண்டு.

இந்தியாவின் அபூர்வமான மாநிலமான வங்காளத்தில்தான் பல ஆண்டுகாலக் கம்யூனிச ஆட்சியில் நிலஉடைமையாளர்கள் உண்மையாகவே முறியடிக்கப்பட்டனர். இவ்விதம் தங்களை ஆதரித்து வந்த முதன்மைப் புரவலர்களான நிலஉடைமையாளர்கள் இல்லாது போனபின்னர், அதுவரை வாழ்ந்துவந்த முறையிலேயே தொடர்ந்து வாழப் படசித்ரா கலைஞர்கள் போராட வேண்டி யிருந்தது. இருந்தும், சிலர் முடிந்தவரை சக்தியைத் திரட்டித் தங்களின் சுருளோவியங்களைச் சிறிய துணிப்பைகளில் சேகரித்துக் கொண்டு, தங்களின் பாடல்களைப் பாடியவாறு கிராமம் கிராமமாய் நடந்து செல்கின்றனர். இச்சுருளோவியங்கள் தாவரச் சாயங்களைக் கொண்டு வரையப்பட்டவை. தாங்கள் வரைந்த இந்த வண்ணச் சுருளோவியங்களை மக்களின் பார்வைக்கு வைத்து அவர்களிடமிருந்து சில ரூபாய் கிடைக்காதாவென்ற நம்பிக்கையுடன் காத்திருக்கின்றனர். கிராமப்புறங்களில்

பல்கிப் பெருகியுள்ள தொலைக்காட்சியும் திரைப்படங்களும் உள்ளூர்ப் பொழுதுபோக்கு வடிவமாக இருக்கும் இவர்களைத் தேவைப்படாதவர்களாக ஆக்கிவிட்டிருக்கின்றன. பலர் தங்கள் கலையிலிருந்து மட்டும் கிடைக்கும் வருவாயிலிருந்து வாழ்க்கையைத் தள்ள முடியாமல் அவதியுறுகின்றனர். ஆதலால் அறுவடைக் காலங்களில் பண்ணைக் கூலிகளாகவும் வேலைக்குப் போகின்றனர். சிலர் வங்காளத்தின் பெரிய பண்டிகைகளான துர்கா பூஜைக்கும் காளி பூஜைக்கும் சிலைகள் செய்யவும் ஆரம்பித்துவிட்டனர். இன்னும் வெகுசிலரோ சுருளோவியம், பாடல்கள் என ஏற்கனவே உள்ள விசித்திரமான கையிருப்புத் தொகுதியோடு பாம்பு பிடிப்பதையும் சேர்த்துக் கொண்டுள்ளனர்.

1980களின் மத்தியிலிருந்து, மாநில மத்திய அரசாங்கங்களால், 'கலாச்சாரத் திருவிழாக்கள்' ஊக்குவிக்கப்படுகின்றன. இவ் விழாக்களில் கலந்துகொள்ளும் வாய்ப்பினைப் பெற்றதன் மூலம் பசி, கவலைகள் குறைந்த வாழ்க்கை இச்சமூகத்திற்கு எதிர்பாராமல் கிடைத்துள்ளது. பெண்கள் அழகு சாதன கலாசாரம் மற்றும் மண்ணிற்குரிய புதுப்பாணி போன்ற சிந்தனைகள் இந்தியத் தலைநகர்களில், தற்போது வளர்ந்து வருகின்றன. என்னதான், மேலோட்டமானவையாகத் தெரிந்தாலும், வறுமை வாய்ப்பட்ட பற்பல கைவினைக் கலைஞர்களும் கைத்திறத் தொழிலாளர்களும் தங்களின் உடலையும் உள்ளத்தையும் காப்பாற்றி வைத்திருக்க இவை உதவியிருக்கின்றன. சில படசித்ரா ஓவியர்கள் இப்போக்கினால் பயனடைந்துள்ளனர். மேற்கு வங்காள அரசாங்கம் தனது மாநிலத்திலும் இந்தியாவின் பிற பகுதிகளிலும் வெளிநாடுகளிலும் நிகழும் கலாச்சாரத் திருவிழாக்களுக்கு இவர்களில் சிலரை அனுப்புவதை வழக்கமாகக் கொண்டுள்ளது. கொல்கத்தாவில் கனவான்களின் வீட்டுச் சுவர்களில் இப்படச்சுருள் ஓவியங்கள் தொங்கிக்கொண்டிருப்பதைச் சாதாரணமாகக் காணலாம். கொல்கத்தாவில் பல கலை–பண்பாட்டு–சுவைத் திற வல்லுநர் களும் அரும்பொருள் மாதிரிகள் சேகரிப்பவர்களும் நாட்டார் தொடர்பான கலைப் பொருட்களை வாங்கிச் சேகரித்து வைப்பதை வழக்கமாகக் கொண்டுள்ளனர். வாடிக்கையாளர்களின் வேண்டுகோளின்படி, ஓவியங்கள் சிலவற்றை வரையச்செய்தும் கொடுக்கின்றனர். இந்தச் செயல்களெல்லாம் இச்சிறிய சமூகம் உயிர் பிழைத்துவாழத் தேவையான துணையாக நிற்கின்றன. இப்போக்கு, சமூகத்தினுள்ளேயே ஒரு சிறந்த பகுதியை அல்லது ஓர் உயர் குழுவை உருவாக்கவே செய்கிறது. இவ்விதமாக, சிறப்புரிமை பெற்ற சில கலைஞர்கள் மட்டும் எல்லாப் பயன் களையும் தங்களுக்கென ஒதுக்கிக்கொள்வதாய்ப் படுகிறது.

இந்த நவயுக ஆதரவுக்கு மற்றொரு நிலையும் விளைவும் உண்டு. 'படசித்ரா' மரபுசார் வாழும் கலை வடிவம். வாழும் மரபும் கூட. ஆனால் நவீனப் புரவலர்கள், உள்ளடக்கமற்ற வடிவத்தில்தான் முதலீடு செய்கிறார்கள். சுருளோவியங்கள் தொடர்ந்து உயிர் வாழக்கூடும். ஆனால் கடவுளரின் நம்பமுடியாத சாகசங்கள் மற்றும் தடுமாற்றங்கள் பற்றிய மகிழ்ச்சி தரும் படச் சித்ரா பாடகர்களின் பாடல்களெல்லாம் தொலைய விடப்பட்டுள்ளன. தங்கள் பிள்ளைகள் இதில் ஆர்வம் இழந்து வருவதாகவும் சினிமா பாடல்களையும் நவீன வங்காள பாப் பாடல்களையும் கற்றுக்கொள்வதிலேயே அக்கறை காட்டுவதாகவும் பல ஓவியர்கள் இப்போது முணுமுணுக்கின்றனர். வருங்காலத் தலைமுறை தங்கள் பாடல்களை நினைவில் வைத்திருக்குமா என்பதில் அந்தச் சமூக உறுப்பினர்களுக்கே நம்பிக்கை இல்லை. கிராமத்தில் வசிக்கும் முக்கியமானவர்களில் ஒருவரான சுந்தர் சித்ரகார் நம்பிக்கையுடன் என்னிடம், "சில சினிமா பாடலாசிரியர்கள் எங்கள் பாடல்களில் ஆர்வம் கொண்டு, அவைகளைப் புராணப் படத்திற்கோ அல்லது தொலைக்காட்சித் தொடருக்கோ ஏற்றபடி மாற்றி அமைத்துக்கொள்ளலாம் இல்லையா?" என்று கூறினார்.

இந்தப் பாடகர் – ஓவியர் எதிர்கொள்ளும் மற்றொரு பெரிய சவால், மத குருமார்களிடமிருந்துதான். கலைத் திருவிழாக்களில் பல முறை கலந்துகொண்ட தனித்தன்மை வாய்ந்த கலைஞன் துகோராம் சித்ரகாரிடம் பெரிய நேர்காணல் ஒன்றைப் பதிவு செய்திருந்தேன். முஸ்லிம் சமூகப் படிநிலை அமைப்பில் ஃபவாக்களின் நிலை பற்றி ஆராய்ந்திருக்கும் அவர் சொல்வது, "முல்லாக்களுக்கு எங்களைப் பிடிக்காது. நாங்கள் தூய்மையிழந்து போய்விட்டதாய் மற்ற முஸ்லிம்களிடம் சொல்கிறார்கள். கடவுளர்களை ஓவியமாய் வரைவதால் நாங்கள் சிலை வணக்கத்தில் ஈடுபடுகிறோமாம். திருமணத்தையும் இறப்பையும் மத முறைப்படி நடத்திக் கொடுக்க அவர்களுக்கு நிறையவே பணம் தருகிறோம். அப்போதெல்லாம் அவர்கள், 'இந்த ஹராம் (விலக்கப்பட்ட) கலையை நிறுத்துங்கள். தினந்தோறும் ஐந்து வேளை தொழுகையை நிறைவேற்றுங்கள்' என எங்களிடம் சொல்கின்றனர். நிகழ்கலையில் உள்ளோரைத் தவிர்த்து, பெரும்பாலான மற்ற முஸ்லிம்கள் படசித்ரா முஸ்லிம்களுடன் திருமணத் தொடர்பு வைத்துக்கொள்வதில்லை."

வழக்கத்திற்கு மாறான இந்த மனிதர்கள், தங்கள் போக்கிலேயே தொடர்ந்து வாழச் சபிக்கப்பட்டிருக்கிறார்கள். ரூபா சித்ரகார், தனது பளிச்சிடும் மையிட்ட கண்களுடன் என்னிடம், "நான் ஏன் பூசைகளில் கலந்துகொண்டு பாட்டுப்

பாடக் கூடாது? கொஞ்சம் பணம் கிடைக்கிறது. வேடிக்கை யாகப் பொழுதும் போகிறது. தொழவும் (தொழுகை) கற்றுக் கொண்டிருக்கிறேன்” என்றாள். சுந்தர் சித்ரகாரிடம் அவர் முஸ்லிம் என்பதற்கான சான்றாதாரங்களைப் பற்றிக் கேட்டபோது “இதையெல்லாம் கேட்டுக் கேட்டுச் சோர்ந்து போய்விட்டேன். நான் முஸ்லிம் என்பதைக் காட்ட இதோ பாருங்கள் தாடிகூட வளர்த்திருக்கிறேன்; தாடி வளர்ப்பது அல்லாவுக்கு ஏன் பிடிக்கிறது என்பது எனக்கு இன்னும் புரியாவிட்டாலும் கூட. நான் முஸ்லிம். என்து பிள்ளைகளும் முஸ்லிம்கள்தாம். அல்லாஹ் அறிவான்” எனக் கோபத்துடன் சொன்னார்.

சித்ரகார் அனைவரும் யாருமே இல்லாத மத வெளியிலா வாழ்கிறார்கள்? மிதுனாப்பூர் மாவட்டத் தலைமை அலுவலகத் தின் மூத்த அலுவலர் ஒருவர், “இது உண்மைதான். அவர்கள் தீண்டத்தகாத முஸ்லிம்கள்” என்றார். கொள்கை ரீதியாக இஸ்லாம் சாதியை ஏற்றுக்கொள்வதில்லையே என அவரிடம் மெல்லச் சுட்டிக்காட்டியபோது, அவர் சிரித்தார். “நிச்சயமாக அவர்கள் தீண்டத்தகாத இந்துக்கள் அல்லதான். இதுபோல எங்களிடையே பலர் உண்டு. காந்தி அழைத்தாரே அதுபோல, சாதி நீக்கம் செய்யப்பட்டவர்களைக் கடவுளின் குழந்தைகள் என நாங்கள் அழைத்தால் நீங்கள் மகிழ்வீர்கள் போலும்” என்றார்.

முஸ்லிம் பெண் தெய்வம்
சுந்தரவனம் – மேற்கு வங்காளம்

சுந்தரவனம் என்னும் ஊர் சிறிய தீவுகள் அடங்கிய தனித்தன்மை வாய்ந்த நிலப்பகுதியாகும். இந்த ஊர் அதற்கான சொந்த சட்டதிட்டங்கள் கொண்டு வாழ்கிறது. இதனுள் பயணம் செய்வது ஒரு துணிகரமான முயற்சியாகும். இத்தீவுகளுக்குச் செல்லும் பயணிகளுக்கான உள்கட்டமைப்புகள் இல்லையாதலால், பயணிகள் படகுகளில் அல்லது கிராமங்களில் இரவைக் கழிக்க வேண்டியுள்ளது. அந்த நிலப்பகுதியின் ஓரம் வங்காள விரிகுடாக் கடலில் மறைய, இரவில் ஆழ்ந்ததோர் மோன அமைதி அங்கே நிலவுகிறது. இருண்ட காடுகள் அசைந்தாடி அரவம் செய்கின்றன. நீரில் சிற்றலைகளின் சலசல ஒலி மெல்லக் கேட்கிறது. வானில் நிலவு, நட்சத்திரங்களின் ஊடாக மேகங்கள் விரைந்து நகர்கின்றன. வினோதமானதோர் பெண் தெய்வம் இப்பகுதிகளைப் பேணிக்காப்பதாய் நம்பப்படுகிறது. போன்பீபி என இவள் அழைக்கப்படுகிறாள். உள்ளூர்வாசிகள் இவளை முஸ்லிம் பெண் தெய்வம் எனச் சொல்கிறார்கள்.

இஸ்லாத்தில் தெய்வங்களோ அல்லது பெண் தெய்வங்களோ இல்லை என்பதை ஒரு பாமர அல்லது 'தூய்மையற்ற' முஸ்லிம்கூட அறிவான். சிலை வணக்கம் கண்டிப்பாகத் தடை செய்யப் பட்டுள்ளது. அல்லாஹ் ஒருவன் மட்டுமே; முஹம்மது அவர்கள்தான் அல்லாஹ்வின் இறுதித் தூதராக இருக்கிறார். இவரும்கூட சிலையாகவோ

சபா நக்வி

படமாகவோ தீட்டப்படக்கூடாது. இருந்தபோதும், சுந்தரவன மக்கள் ஒரு வினோதமான ஜந்துவை முஸ்லிம் பெண் தெய்வ வடிவமாக உருவாக்கியுள்ளனர். படிமத்திலும், வடிவத்திலும் மாநிலத்தின் பிரபலமான சக்தி உருவங்களை போன்பீபி பெருமளவு ஒத்திருக்கிறாள். பெண் தெய்வங்களான துர்காவின் அல்லது காளியின் மாறிய வடிவம் அல்ல போன்பீபி என அவளது பக்தர்கள் அழுத்தமாகக் கூறுகிறார்கள். போன்பீபி முஸ்லிம் தான் என அவர்கள் நம்புகிறார்கள்.

இதுபோன்ற விசித்திரமான தெய்வம், வழக்கத்திற்கு மாறான ஒரு நிலவெளியில்தான் தோன்றியிருக்க முடியும். போன்பீபி வாழும் வீடு தனிச்சிறப்பு வாய்ந்த எல்லைப் பகுதியில் உள்ளது. காடும் சதுப்பு நிலமுமாய்ப் பரந்து விரிந்துகிடக்கும் நிலப்பரப்பான சுந்தரவனம் இப்போது இந்தியாவிற்கும் வங்காள தேசத்துக்கும் இடையே பிரிக்கப்பட்டுள்ளது. நீர்வழியால் இணைக்கப்பட்ட நானூறுக்கும் மேலான தீவுகள்கொண்ட உலகின் மிகப்பெரிய கழிமுகம் இது. உலகிலேயே மிகப்பெரிய மாங்க்ரோவ் காடு சுந்தரவனம். இதில் பெரும்பகுதி யாருமே நுழைய முடியாத, புலிகள் வாழும் பகுதியாகும். உலகின் பிற பகுதிகளில் வாழும் புலிகளைக் காட்டிலும் இங்குள்ள புலிகள் மாறுபட்ட தன்மை உடையவை. இவை சிறியவை. நன்றாக நீந்துபவை. மிக முக்கிய மாக, மனிதர்களைக் கொன்று தின்பவை. சுந்தர்வனம் புலிகளுக்கு மனித உயிர்கள் மீதான ருசி வளர்வதற்கு, இங்குள்ள நீரின் உப்புச்சுவை காரணமாக இருக்கலாமோ என்பதைத் தீர்மானிக்க மேற்கொண்டுள்ள ஆராய்ச்சிக்கு இறுதியான பதில்கள் இன்னும் கிடைத்தபாடில்லை. மனிதர்களைக் கொன்று தின்னும் இப்புலிகளின் பசியினால், ஒவ்வொரு ஆண்டும் விழும் சாவுகள் ஏராளம். 'பாகர் வித்வ கிராம்' எனப் பெயரிட்டு அழைக்கப்படும் ஒரு கிராமம் உள்ளது. இந்தப் பெயரின் நேர்ப் பொருள் 'புலி விதவைகளின் கிராமம்.' இக்கிராமத்தில் வசிப்போர் அனைவரும் பெண்களே. இவர்களின் கணவன்மார் துரதிருஷ்டத்திற்கு ஆளாகிப் புலிகளால் விழுங்கப்பட்டவர்கள்.

இந்த நிலப்பரப்பின் பெரும்பகுதி 'புலிகள் திட்ட'த்தின் கீழ் வருகிறது. இங்கே மனிதர்கள் வசிக்கத் தடைசெய்யப்பட்டுள்ளது. ஆனால் நீர்வழிகள், காடுகளின் ஓரப் பகுதிகளில் உள்ள பல கிராமங்களில் இந்துக்களும் முஸ்லிம்களும் கலந்த மக்கள் கூட்டம் வாழ்கிறது. ஏதோ உயிர் பிழைக்கும் அளவு விவசாயம் செய்தும், மணிக்கணக்காய் வலைகளுடன் தண்ணீருக்குள் மூழ்கி நின்று மீன்பிடித்தும், மரம் வெட்டியும், தேன் எடுத்தும் பல வழிகளில் இவர்கள் உயிர் வாழப் போராடுகிறார்கள். ஏழ்மை, டெல்டாவின் கடுமையான நெருக்கடி என இந்த ஜனங்கள் கையறு

நிலையில் உழல்கிறார்கள். ஆறுகளில் வெள்ளம் தொடர்ந்து பாய்ந்தவாறுள்ளது. பருவ காலங்களுக்கேற்ப தீவுகளும், திடீர் திடீரென மாறுதலடைகின்றன. அடிக்கடி ஏற்படும் வெள்ளப் பெருக்கினால் விவசாய நிலங்கள் நாசமடைகின்றன. வருவாய் ஈட்ட முடிகிற வேறு வழிகளோ உயிர் இழக்கும் அபாயங்கள் கொண்டதாக உள்ளன. குறிப்பாக, ஆண்டிற்கு ஐம்பது உயிர்களை யாவது புலிகள் பலி கொள்கின்றன.

உள்ளூர்வாசிகளான இந்துக்களும் முஸ்லிம்களும் தங்களின் சூழ்நிலைக்கு ஏற்ப, ஒரு மதத்தை உருவாக்கிக் கொண்டுள்ளனர். ஆன்மவாதம் (உயிரில்லாப் பொருளுக்கும் இயற்கை நிகழ்ச்சிக்கும் ஒரே ஆன்மாவைக் கற்பிக்கும் கொள்கை), இந்து சக்தி மரபு, இந்திய வகை சூஃபியிஸம் என ஒரு விசித்திரக் கலவையான இந்த மதம், 'பீர்–இஸம்' என அழைக்கப்படுகிறது. இது வங்கத்தின் குறிப்பிடத்தக்க நிகழ்வென ஆய்வாளர்கள் கருதுகின்றனர். நடமாடும் இஸ்லாமிய மறைஞானிகள் என சூஃபிகள் பொதுவாக அழைக்கப்படுகிறார்கள். இத் துணைக்கண்டத்தின் பெரும்பகுதியிலும் இவர்களால் இஸ்லாம் பரவியது. 'பீர்' என்ற பாரசீகச் சொல்லின் பொருள் 'ஆன்மீக வழிகாட்டி' என்பதாகும். வங்காளத்தில் சூஃபி ஞானிகள் மட்டுமல்லாது, பலப் புனித மனிதர்களும் வரிசையாய் உள்ளனர். முற்றிலும் புராணிகத் தன்மை கொண்டவர்களாகத் தோன்றும் இவர்களில் சிலர் பல்வேறு இயற்கைச் சக்திகளைப் பிரதிபலிக்கிறார்கள். இவர்கள் அனைவருமே பீர்கள் என் தெய்வத்தன்மை கொண்டவர்களாகக் கருதப்படுகிறார்கள்.

சுந்தரவனத்தில் மூன்று தெய்வங்கள் மிகவும் பிரபலமானவை. துர்காவின் தோற்றம் கொண்ட வனங்களின் பெண் தெய்வமான 'போன் பீபி', 'தக்ஷின் ரே' என்ற பெயர் கொண்ட 'புலி தெய்வம்', 'காசி மியான்' என அழைக்கப்படும் புராணிகத்தன்மை கொண்ட பீர். இம்மூன்று தெய்வங்களின் புராணங்களும் ஒன்றினுள் ஒன்று இணைந்து பிரிக்க முடியாதபடிக் கிடக்கின்றன. 'வங்காளத்தில் இஸ்லாமிய மத நல்லிணக்க மரபுகள்' என்ற குறிப்பிடத்தக்க நூலில் வரலாற்றாசிரியர் அசீம் ராய், இந்தியாவிற்கும் வங்காள தேசத்திற்கும் இடையே பிரிக்கப்பட்டுள்ள சுந்தரவனம் பற்றி இவ்விதம் எழுதுகிறார்: "வனங்களைக் கட்டுப்பாட்டுக்குள் கொண்டுவரும் யுத்தத்தில் இந்துத் தலைவனான தக்ஷின் ரே, முஸ்லிமான காசி மியானுடன் போர் புரிந்ததாக இந்து ரே மங்கள் இலக்கியம் சித்திரிக்கிறது. சரி சமமான அந்த யுத்தம், இறைவனின் ஆணையின்படி, நிலப்பகுதிகள் பிரிவினை செய்யப் பட்டு இணக்கமான சமரசத்தில் முடிக்கப்பட்டது.

24 பர்கானாக்கள் மாவட்டத்தில் சுந்தரவனத்தின் இந்தியப் பகுதி உள்ளது. இங்கே மிகப் பரவலாக வழங்கப்படும் புராணக்கதை சற்று வித்தியாசமானது என்பது தெரியவந்தது. இதன்படி, புலிகளின் தெய்வமான தக்ஷின் ரே, மனிதரைக் காக்கும் பெண் தெய்வமான போன் பீபியுடன் மிகப் பெரிய யுத்தம் ஒன்றை நடத்துகிறார். இறுதியாக, காசி மியான் இதில் தலையிட வேண்டிய கட்டாயம் ஏற்படுகிறது. அவர் ஒரு சமரசத் திட்டத்தை வகுக்கிறார். இதன்படி, மனிதர்களுக்கும் புலிகளுக்கும் காடுகள் சரி சமமாகப் பிரிக்கப்படுகின்றன. இப்புராணக்கதையை வைத்து விரிவான ஒரு நாடகத்தையும் உள்ளூர்வாசிகள் நிகழ்த்துகின்றனர். கிராமத்தார் புலி முகமூடிகள் அணிந்தும், சிலர் பெண் தெய்வம்போல ஆடை அணிந்தும், வேறு சிலர் முற்காலத் தாடியுடன் தொப்பி அணிந்து காஸி மியானைச் சித்திரித்துமாய் ஒரு வண்ண மயமான நிகழ்வாக இது அமைந்துள்ளது. பெருஞ் சத்தத்துடன் முரசறைந்தும் சங்கு ஊதியும் இந்தப் புராணக்கதை, எளிய நாட்டுப்புறப் பாணியில் நிகழ்த்தப்படுகிறது. இந்த போன்பீபி பூஜை காட்டின் மிகப்பெரிய விழாக் கொண்டாட்டமாக பார்வையாளரின் மனங்கவரும் வண்ணம் உள்ளது.

ஆக, போன்பீபி என்பவள் யார்? நிச்சயமாக அவள் இன்னும் முழுமையுறாத 'சக்தி' தெய்வம், புனித தேவி. இவ்விதமாகவே அவள் வங்காளம் நெடுக வணங்கப்படுகிறாள். காடு களின் ஓரப்பகுதிகளில் போன்பீபி கோயில்கள், தாற்காலிகக் கட்டடங்களாய் வரிசையாய் நிற்கின்றன. போன்பீபியின் அருளாசி இல்லாமல் ஊருக்குள் நுழையும் துணிவு உள்ளூர்வாசி ஒருவருக்கும் இல்லை. கரடுமுரடான கட்டடங்களான இக்கோயில்களில், போன்பீபியின் ஒரே ஒரு களிமண் உருவச்சிலைதான் வழக்கமாகக் காணப்படுகிறது. மிக விரிவான கோயில்கள் கிராமங்களில் உள்ளன. இங்கே போன்பீபி பல துணைத் தெய்வங்களோடு நிற்கிறாள். இத் துணைத்தெய்வங்கள் வழக்கம்போல இந்துக்களும் முஸ்லிம்களும் கலந்த ஒரு மகிழ்வான கலவைதான். 'புலித் தெய்வ'மான தக்ஷின் ரே அருகேயும் போன்பீபி காணப்படுகிறாள். புலித் தெய்வத்தையும் திருப்திப் படுத்த வேண்டுமல்லவா? சிலசமயம், புலித் தெய்வத்தின் அருகே, வெறுமனே நிற்கிறாள். வேறு கோயில்களிலோ, புலித் தெய்வத்தை வென்றடக்கி, துர்காவைப்போல் அசாதாரணத் தோற்றத்துடன் காணப்படுகிறாள். ஒருகாலத்தில் இந்தியா முழுக்கப் பிரபலமாக இருந்து, இப்போது சுந்தரவனத்தில் மட்டுமே காணப்படும் ஆன்மவாதக் கோட்பாட்டிலிருந்துதான் போன்பீபி மரபு தனது தன்மைகளை எடுத்துக்கொண்டுள்ளது

என்பது தெளிவு. ஆன்மவாதக் கோட்பாட்டு முறை இப்போது மடிந்துவிட்டது. காரணம், நாடு முழுவதுமான பெரிய அளவு வன அழிப்பு. சுந்தரவனத்தில் இன்னும் வாழ்வதற்குக் காரணம், அரிய தன்மை கொண்ட அதன் நிலப்பரப்பாகும். இப்பகுதியில் மொப்ராஹ் காஸி அல்லது காஸி மியான் மரபு பிரபலமானது. வனப்பகுதிகளில் மட்டுமல்லாது, 24 பர்கானாக்கள் மாவட்டம் முழுவதும் இந்த மரபு இன்னும் வாழ்கிறது. புலிகளிடமிருந்தும் பிற மிருகங்களிடமிருந்தும் இயற்கையின் புரிபடா நிகழ்வுகளிடமிருந்தும் பாதுகாவல் தேடும் தேவையிலிருந்துதான் இந்த மரபும் தோன்றியுள்ளது.

சுந்தரவனத்தில் காஸி மியானும் அருகே இருக்கும் மற்றொரு உருவமான காலு காஸியும் ஐந்து இந்துத் தெய்வங்களும் வழிபடப் படுகிறார்கள். காஸியின் வழிவந்தோராக உரிமை கோரும் சில ஃபக்கீர்கள் உள்ளூர்வாசிகளைப் பின்தொடர்ந்து காட்டிற்குள் சென்று, அங்கே விரிவான பூஜை ஒன்றைச் செய்கிறார்கள். ஃபக்கீர்கள் ஓர் இடத்தைத் துப்புரவு செய்து, அதில் ஏழு சிறிய வைக்கோல் குடிசைகளை ஒரே வரிசையில் கட்டுகிறார்கள். ஜகபந்து (பூமியின் நண்பன்), மகாதேவா (அழிப்பவர்), மானசா (பாம்புப் பெண் தெய்வம்) ஆகிய மூன்று இந்துத் தெய்வங்களுக்கு முதல் மூன்று குடிசைகள்; காளி அம்மனுக்கும் அவள் மகள் காளிமாயாவுக்கும் நான்காம் குடிசை; ஐந்தாவது குடிசையில் இரண்டு அறைகள். ஒன்று பெண் தெய்வமான காமேஸ்வரிக்கு; இன்னொரு அறை உள்ளூர்த் தெய்வமான பூடி தாக்குரணிக்கு. ஆறாவது குடிசை காஸி மியானுக்கும் அவரது சகோதரர் காலு காஸிக்கும். ஏழாம் குடிசை காஸி மியானின் மகன் சவ்வால் காசிக்கும், ராம் காஸியின் மகன் காலு காஸிக்கும். இது மிகவும் புதிரான விரிவான பல தெய்வக்கோயில் ஆகும்.

இவ்வித முன்னேற்பாடுகளுக்குப் பிறகு, அனைத்துத் தெய்வங்களுக்கும் காணிக்கை செலுத்தப்படுகின்றன. புலிகளிட மிருந்தும் பிற அபாயங்களிலிருந்தும் தங்களைக் காக்குமாறு காஸி மியானையும் அவரது துணைத் தெய்வங்களையும் வேண்டி இரவு முழுக்க ஃபக்கீர்கள் வணக்கத்தில் கழிக்கின்றனர். காஸி மிய்யானின் புராணக்கதை, 24 பர்கானாக்கள் மாவட்டம் முழுவதும் அடிப்படையில் ஒரே மாதிரியாகவே உள்ளது. அவரது துணைத் தெய்வங்களின் பெயர்களில்தான் ஊருக்கு ஊர் இடம் சார்ந்த சில வேறுபாடுகள் உள்ளன. உள்ளூர் ஆசிரியரான சந்தோஷ் சவுத்ரி, “பிரிவினைகளை உருவாக்கும் முயற்சிகள் மேற்கொள்ளப்பட்டு வருகின்றன. வங்கதேச அகதிகள் குறித்தும் பிரச்சினை எழுப்பப்படுகிறது” என்றார். “ஆனால், இங்கே சுந்தரவனத்தில் இந்துவிலிருந்து முஸ்லிம் யார் என,

வங்காளத்திலிருந்து வங்காளதேசி யார் என யார்தான் சொல்ல முடியும்? தங்களின் கடவுளர் மேல் ஒரு கூட்டு நிறுவனம் தொடங்குமளவு, எல்லாரும் ஒன்றுபோலவே இருக்கிறார்கள். அவர்களின் கடவுள்களைப் பிரிக்கமுடியாதபோது மக்களை எவ்விதம் பிரிப்பீர்கள்?" என்று கேட்கிறார்.

முகம்மது ஷெய்க் அப்பகுதியின் மிகப் புகழ்பெற்ற மரம் வெட்டி ஆவான். அவனைப் புலி தாக்கியதில் இரண்டு காயத் தழும்புகள் வலது தோளிலும் பின்னங்கழுத்திலும் உள்ளன. சுந்தரவனத்தில் பேர்பெற்ற தேனைத்தேடிப் புலிக் காடுகளின் உள்ளே வெகுதொலைவு திரும்பத் திரும்பச் சென்றதற்கு அவன் கொடுத்த விலைதான் அக் காயங்கள். அவனது பெயர் சுட்டுவதைப் போல, முகம்மது ஷெய்க் இறையச்சமுள்ள முஸ்லிம்தான். ஆனால், கொடூரமான சாவிலிருந்து தன்னைக் காப்பற்றியதற்காக அல்லாஹ்விற்கு அவன் நன்றிக்கடன் செலுத்தவில்லை. அது போன்பீபியின் அருளாகும் என நம்புகிறான்.

"ஒவ்வொரு ஆண்டும் பல மனித உயிர்களை உணவுக்காகப் பலியாகக் கேட்கும் வன விலங்கான போன்பீபி இந்த விஷயங் களில் நல்லது ஏதும் செய்வதாகத் தெரியவில்லையே? அல்லாஹ் வின் இறுதித் தூதரான முஹம்மது நபி அவர்களின் பெயரைக் கொண்டுள்ள நீ, அல்லாஹ்வின் மீது நம்பிக்கை கொள்வதுதானே நல்லது?" என நான் அவனைக் கேட்டேன். அதற்கு உலகைக் கருப்பு – வெள்ளையாகக் காணும் முஹம்மது ஷெய்க், "நிர்வகிக்க அல்லாவுக்கு ஏராளமான மனிதர்கள் இருக்கிறார்கள். புலிகளை போன்பீபியிடம் விட்டுவிடுவது நல்லது" என்று கூறினான்.

ஏக்தாராவும் ஒரு பாடலும்

கெந்துளி, வர்தமான் மாவட்டம்,
மேற்கு வங்காளம்.

அவர்கள் யாவுங்கடந்த இறைவனைச் சுருக்கமாக 'விடுதலை'யில் காண்கின்றனர். ஒரு கையில் ஒற்றை நாண் இசைக்கருவி; எல்லைகள், தடைகள் எதனையும் கருதாத ஓர் அன்பைப் பாடியவாறு, கிராமத்திற்கும் நகரத்திற்குமாய் அலைகிறார்கள். வங்காளத்தின் பால்கள் (Bauls) எனப்படும் இவர்கள் பிரிவினை எனும் எண்ணத்தை வெளிப்படையாகவே எதிர்த்து நிற்கும் மற்றொருவகை அபூர்வ மனிதர்களாவர். முதலில், இவர்கள் இயங்கும் பின்னணி பற்றிய ஒரு முன் எச்சரிக்கை: இந்தியாவிலேயே மிகக் குறைந்த பகுதிகள்தாம் வங்காளத்தைப் போன்ற வலி மிகுந்த வரலாறுகள் கொண்டவை. தங்களின் பிரித்தாளும் கொள்கையை ஆங்கிலேயர் முதன் முதலில் இங்கேதான் அமல்படுத்தினர். பதிவாகியுள்ள ஆரம்பகால மதக்கலவரங்கள் சில, பிரிக்கப்படாத வங்காளத்தில் நிகழ்ந்தன. ஒன்றல்ல, இரண்டு பிரிவினைகள். இவ்வதிர்ச்சிகளின் படுகாயங்களை அனுபவித்தது இப்பகுதியே. ஆங்கிலேயர் ஆதரவில் நடந்த 1905 பிரிவினை; பின்னர் 1947இல், மேற்கு வங்காளம் – கிழக்குப் பாகிஸ்தான் பிரிவினை. இக்கிழக்குப் பாகிஸ்தானே பின்னர் சுதந்திர நாடாக வங்காளதேசம் ஆகியது.

சபா நக்வி

வங்கதேச அகதிகள் இந்தியாவிற்குள் வெள்ளமெனத் தொடர்ந்து வந்துகொண்டிருக்கிறார்கள் என்ற உண்மையிலிருந்து, மேற்கு வங்காள–கிழக்குப் பாகிஸ்தான் பிரிவினை குழப்பமான, குறைபாடுடைய ஏற்பாடு என்பது தெளிவாகிறது. இந்துக்களையும் முஸ்லிம்களையும் பிரிக்கும் நோக்கத்துடன் இப்பிரிவினை செய்யப்பட்டிருக்குமேயானால், வங்காளத்தில் அது தோல்வியுற்று விட்டது என்பது கண்கூடு. மேற்கு வங்காளத்தில் கால்பகுதி மக்கள் முஸ்லிம்களாவர். விகிதாச்சாரத்தின்படி இந்தியாவில் முஸ்லிம்கள் மிக அதிகமாக வாழும் பகுதிகளில் இதுவும் ஒன்று. வீடு வாசல்களையும் நிலபுலன்களையும் விட்டுவிட்டு, முந்தைய கிழக்கு பாகிஸ்தானிலிருந்து வந்த இந்து அகதிகள் அதிகமும் கொண்டது கொல்கத்தாவின் மத்திய தர வர்க்கம். நகரம், கிராமம் எதுவெனினும் வாழ்நிலத்திற்கான அழுத்தம் கடுமையாக இருக்குமேயானால், மத உணர்வுகளைத் தூண்டி அச்சமேற்படுத்தும் வாய்ப்பு அங்கே அதிகமிருக்கும்.

ஆனால், ஒப்பீட்டளவில் வகுப்புவாத விஷக் கிருமிகளிட மிருந்து வங்காளம் விடுபட்டே இருந்து வந்திருக்கிறது. வங்காளத் தின் நீண்ட கால கம்யூனிச ஆட்சியும், வகுப்புவாதச் சக்திகள் ஒன்று திரள்வதில் இடதுசாரிகளுக்கிருந்த பேரச்சமும் இதற்கான காரணத்தில் ஒரு பகுதியாகும். சில கல்வியாளர்கள் குறிப்பிடும் மற்றொரு காரணம், சமூகங்களுக்கிடையே இருந்துவரும் நூற்றாண்டுகாலக் கலந்துறவு, மதத்தை விடவும் மேலாக மொழிசார் கலாசாரத்தை உருவாக்கியுள்ளது என்பதாகும். சாத்தியமாக இருக்கலாமென நான் நம்பும் மற்றொரு காரணம்: இப்பகுதியில் இருந்த ஆரம்பகால இஸ்லாமிய ஆசிரியர்கள், தங்கள் மதத்திற்கு உருக்கொடுத்த வார்ப்பு 'பிற மதத்தாரோடு நல்லிணக்கமாக இருத்தல்' என்பதாகும். எனினும் இது மாறி வருகிறது. இப்போதெல்லாம் மதத்தைத் 'தூய்மை'ப்படுத்தவும், 'சரியான' இஸ்லாமிய உணர்வை மேலும் அதிகமாக உருவாக்கவும் முயற்சிகள் மேற்கொள்ளப்பட்டு வருகின்றன.

எனினும் இந்து மதத்திற்கும் இஸ்லாத்திற்கும் இடையேயான பரிமாற்றங்கள் பற்பல வசீகரமான மரபுகளை வங்காளத்தில் உருவாக்கியிருக்கின்றன. குறிப்பாக நிகழ்கலைகளையும் கைத்திறன் மிக்க தொழில்களையும் காட்டலாம். இதற்கு உதாரணமாக, சமகால வங்காளத்திலும் எஞ்சிய இந்தியாவிலும் நன்கு அறியப் பட்ட அலைந்து திரியும் 'பால்' பாடகர்களைச் சொல்லலாம். இந்து–முஸ்லிம் இரண்டு சமூகங்களிலிருந்தும் ஈர்க்கப்பட்ட கிராமப் பாடகர்களின் அமைப்பாக 'பால்' பாடகர்களைக் குறிப்பிடலாம். நீளமாய்த் தொங்கும் ஆடைகள் அணிந்து ஏக்தாரா

எனப்படும் ஒற்றை நாண் இசைக்கருவி நாண் அதிர்வலை எழுப்ப உலகு முழுமைக்குமான ஓர் இறைவனைப் பாடியவாறு கிராமப்புறங்களின் ஊடே அவர்கள் அலைந்து திரிகின்றனர். (ஒரு இசைக் கச்சேரியிலிருந்து மற்றொரு இசைக்கச்சேரிக்கு அலையும் நாடறிந்த, புகழ்பெற்ற பால்களும் உள்ளனர்.) தெய்வீக அன்பெனும் மறைஞானக் கருத்தாக்கத்திற்கு அழுத்தம் தரும் பால்கள், தங்களைத் தனியான ஒரு சமய அமைப்பாகக் கருதுகின்றனர். இந்து சமூகத்திலிருந்து வந்த பால்கள் மீது தாக்கத்தை ஏற்படுத்தியவர் வங்கத்தின் மிகப்பெரிய வைணவப் பக்திச் சீர்திருத்தவாதியான சைதன்ய மகாப் பிரபு. சூஃபி ஞானிகளின் மறைஞானக் கருத்தாக்கம் முஸ்லிம் சமூகத்திலிருந்து வந்தவர்களின் மீது செல்வாக்கு செலுத்துகிறது என்பது தெளிவு. ஆதலால் பால் அமைப்பு, வைணவப் பக்தி–சூஃபி கூட்டிணை வின் விளைவு எனக் கொள்ளலாம்.

சம்பிரதாயமான மதத்தின் ஆசாரங்கள் எதனையும் அனுசரிக்க பால்கள் மறுக்கின்றனர். சடங்குகள் யாவற்றையும் வெறுக்கிறார்கள். பாடல்களின் வழியிலான இதயத்தின் உணர்ச்சி வெளிப்பாடும் ஆடல்களின் மூலம் ஆனந்தப்பரவச நிலை அடைவதுமே அவர்கள் மதச் செயல்பாட்டின் மையமாக உள்ளன. பக்தியின் ஒரு வடிவமாக இசையைப் பயன்படுத்தும் வங்காளத்தின் வைணவம், சூஃபிகளின் நடைமுறைப் பழக்க வழக்கமான சாமா பயிற்சி (பாட்டும் ஆட்டமும்) இவ்விரண்டின் தாக்கத்தையும் பால்களிடம் காணலாம். இறைவன் கோயிலிலோ மசூதியிலோ இல்லை, மனிதனின் இதயத்தில் இருக்கிறான் என்பது பால்களின் முக்கிய சமய நம்பிக்கையாகும்.

மதன்லால் நன்கு அறியப்பட்ட பால்கள் பாடகர் – இசை அமைப்பாளர்களில் ஒருவர். பால் வகையைச் சார்ந்த தனது பாட்டு ஒன்றில், சம்பிரதாயமான மதங்கள் இரண்டையும் தாக்குகிறார்:

> உன்னைச் சேரும் பாதையை
> அடைத்து நிற்பது கோயில் – மசூதி இரண்டுமே
> உனது அழைப்பைக் கேட்கிறேன், எனது இறைவா
> ஆனால் உன்னிடம் தொடர்ந்து வர முடியவில்லை
> குருவும் முர்ஷித்தும் தடுக்கிறார் என்னை.
> குர்ஆன், புராணங்கள், தஸ்பீஹ்* மற்றும் ருத்ராட்சர மாலைகள்
> எனும் பல பூட்டுக்களால்
> கதவு பூட்டப்பட்டிருக்கிறது.
> தீட்சை பெறும் பாதையே பெரும் பிரச்சனை;
> அல்லலுற்று, அழுதவாறு சாகிறான் மதன்.

(* தஸ்பீஹ் = இறைநாமம் உச்சரித்தல்.)

வங்காளத்தின் மிக அழகிய பாடல்கள் சில, பால்கள் அளித்ததாகும். வங்காளத்தின் மிகப் பெரிய கவியும், நோபல் பரிசு பெற்றவருமான ரவீந்திரநாத் தாகூர், தான் உருவாக்கிய 'ரபீந்திர சங்கீத்' என்ற இசை வடிவத்தின் பல இராகங்களுக்கு இந்த நடமாடும் பாணர்களுக்கே கடன்பட்டுள்ளதாகக் கூறுகிறார். அவர், "பால்களின் குழுவில் ஒரு பிச்சைக்காரன் பாடுவதைக் கேட்கும் வாய்ப்பு கிடைத்தது. எளிமையான அந்தப் பாட்டில் என்னை வெகுவாகக் கவர்ந்தது அதன் சமய வெளிப்பாடாகும். பக்குவமற்ற, இறுகலான, கரடுமுரடான விவரங்கள் ஏதும் அப்பாட்டில் நிரம்பி வழியவில்லை. அல்லது வெகு சிலரே விளங்கிக்கொள்ள முடிகிற மெய்விளக்கத்தின் நுணுக்க உரையாகவும் அது இல்லை" என அவர் மேலும் கூறுகிறார்.

எல்லா சமூகங்களின் உறுப்பினர்களும் பால்களில் உள்ளனர் என்றாலும், ஒரு சராசரி வங்காளி, நீளமாய்த் தொங்கும் தாடியையும் கறுப்பு அல்லது ஒட்டுப்போட்ட நீண்ட தளர்வான அங்கியையும் வைத்து இவர்களை முஸ்லிமான ஃபக்கீராகவே அடையாளம் காண்கிறான். மிகப்பெரிய பால் இசை அமைப்பாளரான லாலான் ஃபக்கீரின் இசைப் பாடல் திரட்டு முழுவதுமே 'லாலான் கானம்' (லாலானின் பாட்டுகள்) என எளிமையாய்க் குறிப்பிடப்படுகிறது. பிறப்பில் இந்துவான பால்கள், சிவந்த மஞ்சள் நிறத்தை விரும்புகின்றனர். ஆனால் இந்துவாகட்டும் முஸ்லிமாகட்டும் ஒரே பாடல்களையே பாடுகின்றனர்; ஒரே இலக்கியத்தையும் தத்துவத்தையுமே கொண்டுள்ளனர்.

சுமார் பதினாறு நூற்றாண்டுகளுக்கு முன்னர், பழங்குடிப் பால்களின் தடயங்கள் நாடியா மாவட்டத்தில் இருந்ததாகக் கண்டறியப்பட்டுள்ளன. பதினாறாம் நூற்றாண்டின் கடைசிப் பகுதியில் வைணவர்கள் ஊடே பார்ப்பனியம் மீண்டெழுந்தது. இதன் விளைவாக, சைதன்ய மகாப்பிரபுவைப் பின்பற்றுவோர் பலர் பக்தி அமைப்பை விட்டுவிட்டு, பால்களின் மறைஞானத்தில் நிலைகொண்டனர். இதுபோலவே இறைவனுடன் தனிப்பட்ட ஒரு சமன்பாட்டினைத் தேடும் சூஃபி மரபின் செல்வாக்கினால், பல முஸ்லிம்கள் பால்களின் அலைந்து திரியும் வாழ்க்கைமுறைக்கு வந்தனர்.

ஆண்டு முழுவதும் வங்காளத்தின் ஊடே பல பால் மேளாக்கள் நடத்தப்படுகின்றன. இந்த மேளாக்களிலேயே வர்தமான் மாவட்டத்தில் அஜே ஆற்றங்கரையில் நடத்தப்படும் ஜெயதேவா கெந்துளி மேளா மிகப் பெரியதாகும். அற்புதமான

பக்திப் பாடல்களின் தொகுப்பான ‘கீத கோவிந்தா’வின் ஆசிரியரான ஜெயதேவரின் பிறப்பிடம் கெந்துளி. ஒவ்வொரு ஆண்டும் ஜனவரி மாத மத்தியில் நடைபெறும் ‘பால்களின் மூன்று நாள் தொடர் இசை நிகழ்ச்சி’க்காக மிகச் சிறிய இக்கிராமத்தில் ஆயிரக்கணக்கில் மக்கள் குவிகிறார்கள். இந்த மேளா மறக்க முடியாத அனுபவமாகும். பால்கள் தங்களின் பாடல்களால், உங்களை அவர்களின் எளிய உலகிற்குக் கொண்டு செல்கிறார்கள்.

ஒரு பெரிய அமைதி நிலைக்குப் பிறகு, ஃபக்கீர் பாடுகிறான்:

> நான் காணும் அனைத்திலும் இருப்பது நானே
> நான் அவனாக இருக்கிறேன், நான் அவனாக இருக்கிறேன்.
> ஆ நான், என்னைக் குறை பேசுகின்றனர் மக்கள்
> ‘நானி’லிருந்து அல்லாஹ்வும் அவன் தூதர்களும் வருகின்றனர்
> ஒவ்வொன்றும் வருகிறது ‘நா’னிலிருந்து.
> தன்னை அறிகிறவர் எவரோ, அவர் இறைவனை அறிகிறார்.

மத ஒழுக்கவாதிகள் பால்களை ஏன் வெறுப்பார்கள் என்பதனைப் புரிந்துகொள்வது கடினமானதல்ல சொல்லப்போனால், மொத்தத்தில் அவர்கள் தனியாகவே விடப்பட்டுள்ளனர். எனினும், வங்காளதேச எல்லையோர மாவட்டங்களான நாடியாவிலும் முர்ஷிதாபாத்திலும் அவர்கள் மேல் தாக்குதல்கள் நடந்ததாகச் செய்திகள் இருந்திருக்கின்றன. இதன் மோசமான பாதிப்புகளை முஸ்லிம் ஃபக்கீர்கள் தாங்கிக் கொண்டிருக்கிறார்கள். உதாரணமாக, நாடியாவில் உள்ள குர்ச்சைதங்கா கிராமத்தின் சதார் ஃபக்கீர் விஷயத்தை எடுத்துக்கொள்ளலாம். ஏக்தாராவையும் மதத்தின் போலி மதிப்பை அழித்து மெய்த்தோற்றத்தை வெளிப்படுத்தும் பாடல்களையும் சுற்றியே சதாரின் வாழ்க்கை இருந்தது. “அல்லாவிற்கும் கடவுள்களுக்குமான தேடல் வீணானது. மனித குலத்திற்கான உலகளாவிய அன்பில்தான் விடுதலை உள்ளது” என்று சதார் பாடுவான். ஆனால், உள்ளூர் முல்லாக்கள் ஒத்துக்கொள்ளவில்லை. 1996 செப்டம்பரில் அவர்கள் மதக் கூட்டத்தைக் கூட்டி சதாரை காஃபிர் (நம்பாதவன்) என அறிவித்தனர். இறை நம்பிக்கை உடையவனாக ஒருபோதும் பாசாங்கு பண்ணியிராத அவனை, அது உண்மையிலேயே தொந்தரவு செய்யவில்லை. பின்னர் வலுக்கட்டாயமாக அவனது நிலத்தில் பயிர் அறுவடை செய்தனர். அவன் வீட்டைச் சூறையாடினர். கிராம எல்லைக்குள் பாட்டு பாடக்கூடாதெனக் கடுமையான முறையில் தடைசெய்யப்பட்டபோது, ‘எனது ஆன்மா கொலை செய்யப்பட்டது’ என்று அவன் அழுது புலம்பினான்.

நாடியா மாவட்டத்தில் அலிநகர் கிராமத்தில் உள்ள ஃபக்கீரான ஓமர் ஷாவும் இந்த விதமாகவே நடத்தப்பட்டான். கிராமத்துப் பெரியவர்கள் ஒரு கூட்டம் கூட்டி இறை நிந்தனை செய்ததாக அவன் மேல் குற்றம் சாட்டினர். வீட்டிலிருந்து வெளியே இழுக்கப்பட்டு அவனது தாடி மழிக்கப்பட்டது. அவனோடு சமூக உறவு வைத்துக்கொள்ளக் கூடாதென அண்டைவீட்டார் தடுக்கப்பட்டனர். முல்லாக்களின் கோபத்திலிருந்து தப்பிக்க அவன் மகன் வீட்டை விட்டு வெளியேறினான். இதை விடவும் படுமோசமானது என்னெவெனில், தனது சொந்த மகனையே தன்னருகே வர அவன் அனுமதிக்கக் கூடாது என அவனுக்குச் சொல்லப்பட்டதுதான். அருகேயுள்ள முர்ஷிதாபாத் மாவட்டத்திலும் சில பால்களின் மேல் இத்தகைய சமூக விலக்கம் அமல்படுத்தப்பட்டது. 1997இல், தரம்பூர் கிராமத்தில் பத்து ஃபக்கீர்கள் சமூக விலக்கம் செய்யப்பட்டதாக அறிவிக்கப்பட்டனர். அப்போது, இதுபோல ஒதுக்கி வைக்கப்பட்ட காசீம் ஷெய்க், “எங்களின் ஒரே தவறு முதலில் நாங்கள் எங்களை மனிதர்கள் என நம்பிக்கொள்வதே. இந்து அல்லது முஸ்லிமாக இருப்பது தற்செயல்தான்” என்றான். மத ஒருமுனைவாக்கம் அதிகமாகிவிட்ட இந்தச் சூழ்நிலையை இந்துப் பால்களும் எதிர்கொள்ள வேண்டியதிருக்கிறது. முர்ஷிதாபாத்தில் இந்துக்களின் செல்வாக்கு அதிகமுள்ள பெல்தங்கா கிராமத்தில் கவ்ரங்க ஹஷ்ரா என்பவர் ஒரு முஸ்லிம் ஃபக்கீரை தனது குருவாக ஏற்றுக்கொண்டபோது, அவர் தாக்கப்பட்டார். அவர் குடிசை எரிக்கப்பட்டது. அவர் சமூகத்திலிருந்து புறக்கணிக்கப்பட்டார்.

இதுபோன்ற நிகழ்ச்சிகள் அருவருப்பானவை. பால்களின் ஒட்டுமொத்த அமைப்பின் தலைவரான ஷக்திநாத் ஜா, “சகிப்புத் தன்மையற்ற இந்து முஸ்லிம் வெறியர் இருவருமே ஒருவரிடமிருந்து ஒருவர் ஊட்டம் பெறுகின்றனர். சில சமயம் அவர்களின் குறுக்கே வருகிறோம். அவர்களின் தாக்குதலுக்கு இலக்காகிறோம். ஆனால், அவர்களை எதிர்க்க நாங்கள் எங்களை ஒன்று திரட்டிக்கொள்ள முடியும். ஏனெனில், வங்காள மக்கள் எங்களுடன் உள்ளார்கள். எங்களின் பாடல்கள் அவர்கள் வாழ்வின் பகுதியாக இருக்கின்றன” என்றார்.

பால்கள் கிராமப் பாடகர்களின் வியக்கத்தக்க அமைப்பாக இன்னும் எஞ்சி இருக்கிறது. இந்துவோ முஸ்லிமோ இந்தியனோ பங்களாதேசியோ, வங்க மக்களின் இன்றிமையாத ஒற்றுமையை அவர்கள் பிரதிநிதித்துவப்படுத்துகிறார்கள்.

'பீரி'ன் பூசாரி
கொல்கத்தா, மேற்கு வங்காளம்

சில தனிமனிதர்கள் சில சமயங்களில் ஒரு கலப்பு மத வெளியைத் தங்களுக்கெனச் சொந்தமாக உருவாக்கிக்கொள்ள, கட்டுப்பாடுகளை விட்டு வெளியே வருகின்றனர். கொல்கத்தாவில் காளிகாட்டில் உள்ள புகழ் பெற்ற காளி கோவில் பீமன் பட்டாச்சார்யாவை சில ஆண்டுகளுக்கு முன்னர் சந்தித்தேன். பூசாரியான அவர் காளிபாரி கோயிலில் ஒவ்வொரு நாளும் இருந்தபோதிலும், வங்காளம் முழுக்க வழிபடப்படும் இஸ்லாமிய மகான்கள் பலருள் ஒருவரான மாணிக்பீர் மீதும் சமமான பக்தி பூண்டிருந்தார். நாற்பத்தைந்து ஆண்டுகளுக்கு முன்னர், தெற்கு கொல்கத்தாவில் முஸ்லிம்கள் செல்வாக்குள்ள பகுதியான டாப்சியாவில் பட்டாச்சார்யா ஒரு சிறிய புனித அடக்கத்தலத்தைக் கட்டி, அதனை இந்த பீருக்கு அர்ப்பணித்தார். ஆண்டாண்டு காலமாய் ஒவ்வொரு வியாழக்கிழமையும் இச்சிறிய தர்காவுக்குச் சென்று, மகானின் சமாதியில் பூசை செய்வார். அப்பகுதியின் உள்ளூர் முஸ்லிம்களுக்கு பிரசாதம் வழங்குவார்.

காளிமாதா, மாணிக் பீர் இருவரையும் வழிபடுபவராக இருப்பதில் பட்டாச்சார்யா எந்த முரண்பாட்டையும் கண்டதில்லை. 'அவர்கள் இருவரும் அற்புதம் நிகழ்த்தி வரம் தரும் ஆற்றல் கொண்டவர்கள்' என என்னிடம் சொன்னார். தோப்சியாவில் புனித அடக்கத்தலம் கட்டியதற்காக அவர் சொன்ன காரணம்: "பல வருடங்களுக்கு

முன்னர், பீரின் உதவியால் துன்பத்திலிருந்து வெளிவந்தேன். மீண்டும் மீண்டும் பீர், என்னை தொடர்ந்து ஆசிர்வதித்து வருகிறார்." அவரது இரட்டை நம்பிக்கையைப் பற்றி நான் கேட்டபோது அவர், "மாணிக் பீரை வழிபடுவது நான் ஒரு நல்ல இந்துவாக இருப்பதற்குத் தடையாக இல்லை. நான் ஒரு பிராமண பூசாரி; ஆனால் எனது மதம் எல்லா மதங்களையும் மதிக்க எனக்குக் கற்றுத் தந்திருக்கிறது. மேலும், தர்காக்களிலும் மஸார்களிலும் இந்துக்கள் வணங்குவதை வங்காளம் முழுக்க நீங்கள் காண முடியும். எனது நம்பிக்கையில் நான் மட்டும் தனியானவன் இல்லை" என்றார். சென்றமுறை கொல்கத்தா சென்றபோது, காளி கோவிலில் பட்டாசார்யாவைக் காணமுடிய வில்லை. உடல் நலக்குறைவு காரணமாக அவர் அங்கில்லை எனத் தெரிவித்தனர். ஆனால் எனக்கு அவரை நன்றாக நினைவிருக்கிறது. மாணிக் பீரின் புனித அடக்கத்தலம் தொடர்ந்து இன்னும் இருப்பதாகத் தெரிவித்தார்கள்.

நான் மட்டும் தனியானவன் இல்லை எனப் பட்டாச்சார்யா சொன்னது சரிதான். வங்காளத்தில் பீர் எனும் சொல் வரலாற்றுத் தொடர்புடைய முனிவர்களையும் புனித மாந்தர்களை மட்டுமல்லாது முனிவர்களாக வணங்கப்படும் புராணங்கள் கூறும் தெய்வீகத்தன்மை கொண்டவர்களையும் குறிக்கிறது. இந்தியாவின் பல்வேறு பகுதிகளில், அந்தந்த இடங்களுக்கே உரிய வித்தியாசமான காரணிகள், இஸ்லாம் பரவுவதற்குப் பங்களிப்பு செய்திருக்கின்றன. வங்காளத்தில் விவசாயம் பரவுவதற்கு, அலைந்து திரியும் சூஃபிகள் குறிப்பிடத்தக்க பங்காற்றியுள்ளனர். வரலாற்றாசிரியர்கள் சொல்வது: "பீர்கள், உள்ளூர் ஜமீந்தார்கள் சிலரைத் தங்களைக் காக்கும் புரவலர்களாக அடைந்தனர். ஜமீன்தார்கள் பீர்களுக்கு நிலங்களை அன்பளிப்பாக அளிக்க, அவர்கள் சமூகத் தலைவர்களாகச் செயல்பட்டனர். விவசாயம் செய்வதற்கு ஏற்றபடி நிலங்களைப் பண்படுத்த கிராமத்தாருக்கு பீர்கள் உதவிசெய்தனர். பீர்கள் எடுத்துச்சென்ற எளிய மதச் செய்தி "ஓரிறைவன் மீது நம்பிக்கை; மக்கள் அனைவரும் சமம்" என்பதுதான். ஆதலால், வங்காளத்தில் (வங்காளதேசத்தையும் சேர்த்து) இஸ்லாத்தின் பரவல், நிலங்களைத் திருத்திச் சமன் படுத்தும் வேலையோடு உள்ளார்ந்த தொடர்புடையதாகும். நகரங்களை விடவும் கிராமப்புறங்களில் அதிக அளவு முஸ்லிம்கள் காணப்படும் நாட்டின் அரியபகுதியாக வங்காளம் இருப்பதற்கு இதுவே காரணம் எனலாம். புள்ளிவிவரங்களின்படி, இந்தியாவின் பிற இடங்களில் முஸ்லிம்கள், நகர்ப்புற மையங்களிலேயே கூட்டங் கூட்டமாக இருக்க விரும்புகிறபோது வங்காள முஸ்லிமோ மிகப் பெரிய அளவு கிராமம் சார்ந்தவனாக இருக்கிறான்.

ஆதலால், வங்காளத்தில் இஸ்லாமிய மதத்திற்கு அலைந்து திரியும் பீர்களின் பங்களிப்பு முதன்மையானதாகும். இந்த பீர்களின் மதச் செய்தி, கோட்பாட்டுறுதி மிக்க இஸ்லாம் அல்ல. மதம் மாறியவர்கள் இஸ்லாத்திற்கு வருவதற்கு முன்னர் கொண்டிருந்த பல நம்பிக்கைளுக்கும் இடமளித்த இணக்கமான சமய நம்பிக்கையாகும். பத்தொன்பதாம் நூற்றாண்டுத் தொடக்கத்தின் சீர்திருத்த இயக்கங்களுக்குப் பிறகே, 'தூய' இஸ்லாமிய நடைமுறைகளுக்கு அழுத்தம் தந்த அடிப்படைவாத விளிம்புநிலைச் சக்திகள் வங்காள முஸ்லிம்கள் மத்தியில் மேலெழுந்தன. ஆனால் வங்காளத்தின் மத நல்லிணக்க மரபினை இஸ்லாமியப் பழமைவாதம் ஒருபோதும் நெரிக்க முடிந்தில்லை. இருப்பினும், இன்று தங்கள் தனித்தன்மைக்கு அழுத்தம் தரும் உணர்வு முஸ்லிம்களிடையே வளர்ந்து வருவது காணப்படுகிறது.

இருந்தபோதிலும், வங்காளத்தில் தர்காக்களும் மஸார்களும் தான் முஸ்லிம்களின் மதநம்பிக்கையின் மையமாக இன்னும் நீடித்திருக்கின்றன. பீர்கள் எப்போது மரணமடைந்தாலும், அவர்களின் புரவலர்களும் அவர்களைப் பின்பற்றுவோரும் பீர்களின் சமாதிகள் மேல் மஸார்கள் கட்டுகின்றனர். காலப்போக்கில் அதிசய சக்திகள் கொண்டுள்ளதாய் இந்த சமாதிகள்மேல் நம்பிக்கைகள் ஏற்றி வைக்கப்பட்டன. மரணமடைந்த பீர் ஒரு சமய தெய்வமாக வணங்கப்படலானார். இன்றைய நாள்வரை, வங்காளக் கிராமப்புறங்களில் முஸ்லிம் மக்கள் கூட்டத்தை மிக அதிகமாக ஈர்ப்பவை மஸார்கள் தான்; பள்ளிவாசல்கள் அல்ல. சமூகங்களுக்கு இடையே ஆரோக்கியமான உறவு வளர இந்த மஸார்களும் பங்காற்றி இருக்கின்றன. பல எடுத்துக்காட்டுகளில் ஒன்று: காளி கோயில் பூசாரி போல, குறிப்பிட்ட பீரின் பாரம்பரியம் வாழ்வதற்கு முஸ்லிம்களைப் போலவே இந்துக்களும் ஈடுபாடு கொண்டுள்ளனர்.

ஆனால், அவர் வழிபடும் மாணிக்பீர் கற்பனையான பீர்கள் வரிசையில் வருகிறார் (வரலாற்று ஆதாரம் இல்லை என்பதால்). இஸ்லாத்திற்கு முந்தைய உள்ளூர்த் தெய்வங்கள் பீர்களாக உருமாற்றம் கொண்டன. இந்த உள்ளூர்த் தெய்வங்களை, கற்பனையான பீர்கள் பிரதிநிதித்துவப்படுத்துகிறார்கள் என ஓர் ஊகமாகச் சொல்லலாம். மாணிக்பீரின் சிறிய அடக்கத்தலங்கள் வங்காளம் முழுக்கவும் காணப்படுகின்றன. மாநிலத்தின் மிகப் பிரபலமான கற்பனையான பீர்களில் சந்தேகத்திற்கிடமின்றி மாணிக்பீரும் ஒருவர். வடக்கு கொல்கத்தாவில் இந்தப் பீரின் பெயரால் அழைக்கப்படும் மாணிக்தாலா என்னும் கிராமத்தில், பீரைக் கண்ணியப்படுத்தும் விதமாக கண்காட்சிகளும் 'மேளா'க்

களும் ஆண்டு முழுக்க நடத்தப்படுகின்றன. செல்வம், வளம், ஆரோக்கியம், நிலவளம் முதலியவற்றின் பாதுகாவலராக மாணிக்பீர் கருதப்படுகிறார். மாணிக்பீர் என்ற புனிதரைப் பற்றி, எண்ணற்ற புராணங்களும் பாடல்களும் நாட்டுப்புறக் கதைப் பாடல்களும் உள்ளன. இருந்தாலும், 'மாணிக்பீர் வழிபாட்டு மரபின்' மூலங்களைத் தேடிக்காண்பது கடினம். ஓர் ஊகமாக இதனை இவ்விதம் சொல்லலாம்: இந்த வழிபாட்டு மரபு தூய இஸ்லாத்தையோ அல்லது இந்து மதத்தையோ சார்ந்தது அல்ல; இவற்றின் கூட்டிணைவின் விளைவாக உருவான ஒரு வெகுசன மதமாகும்.

இஸ்லாத்தை அகற்றுதல்

தானே, மகாராஷ்டிரா

மனித நிலைமைகளைப் போல, மரபுகளும் எளிதில் உடையும் தன்மை கொண்டவை. 1. சமய - சமூகக் கட்டுத்திட்டங்களின் குறுகிய எல்லைகளைத் தாண்டிச் சிந்தனை செய்யும் விருப்பம். 2. சமயங்களின் சில கூட்டிணைவு. இவைகளைப் பிரதிபலிக்கும் அழகிய சிறிய மரபுகள், மனிதர்கள், புனித அடக்கத்தலங்கள் பற்றியெல்லாம் இதுவரை பரிசீலித்து வந்திருக்கிறோம். இப்பயணத்தின் போக்கில், கிழக்கிற்கும் மேற்கிற்கும் இடையே நாடகத்தன்மையிலான ஒரு மாற்றம் இருப்பதைக் கண்டேன். இன்னும் குறிப்பாகச் சொல்வதெனில், வங்காளத்திற்கும் மகாராஷ்டிராவுக்கும் ! ஒப்பீட்டளவில், மத அமைதியை வரலாறு நெடுக வங்காளம் கண்டிருக்கிறதெனில், மகாராஷ்டிராவோ இந்துத்துவ ஆராய்ச்சிக் கூடமாகவே பெரும்பாலும் சேவை செய்திருக்கிறது. ராஷ்ட்ரிய ஹிந்து பரிஷத் தோற்றம் கொண்டது இந்த மாநிலத்தில்தான். ஹிந்து மகா சபாவின் நாதுராம் கோட்சேயை (மகாத்மா காந்தியைப் படுகொலை செய்தவர்) உருவாக்கியது இந்த மாநிலமே. இந்த நவீன யுகத்தில் இந்து தீவிரவாதத்தின் பண்பற்ற, முரட்டுவகை அரசியல் கட்சியாக அறியப்பட்ட சிவசேனாவின் வாழ்விடமாக இருப்பதும் இந்த மாநிலம்தான். மும்பை மகாராஷ்டிராவின் தலைநகர்; இந்தியத் தொழில் கூடங்களின் இதயம். பாபர் மசூதி

சபா நக்வி

இடித்தழிக்கப்பட்டதன் விளைவுகள் முதன் முதலாக உணரப் பட்டதும், பிரிவினைக்குப் பிறகு முஸ்லிம்களுக்கு எதிரான மிகக் கொடுமையான வன்முறையைக் கண்டதும் இந்த மும்பைதான். இங்கு, இது நிகழ்ந்தது தற்செயலானது அல்ல. இதன் விளைவாக, முஸ்லிம் தீவிரவாதிகள் என ஊகிக்கப்படுகிற சிலரின் கைகளால் இந்த மாநிலம் குண்டு வெடிப்புகளுக்கு இலக்காகி இருக்கிறது. இந்துத் தீவிரவாதிகள் கூட மகாராஷ்டிராவில் உள்ள மலேகாவ்ன் போன்ற நகர்களைத் தங்களின் இலக்காகக் கொண்டுள்ளனர் என்பதைச் சமீபத்திய விசாரணைகள் தெரிவிக்கின்றன.

இச்சூழ்நிலையின் மத்தியில்தான், மரபுகளுக்குக் கடினமான வகுப்புவாதக் கூர்மை தரப்பட்டிருக்கிறது. குறிப்பிட்ட சில சூஃபி ஞானிகளின் அடக்கத்தலங்களிலிருந்து இஸ்லாமிய அடையாளங்களை அகற்றவும் மகாராஷ்டிராவின் இந்து பலதெய்வக் கோயில்களின் பகுதியாக, 'தெய்வங்க'ளைச் சேர்க்கவுமான வழிவகைகள் மாநிலத்தில் நடந்து கொண்டிருக்கின்றன. இவை மத ஒற்றுமையின் சின்னமாக ஒரு காலத்தில் விளங்கிய புனித அடக்கத்தலங்களில், வகுப்புவாதப் பதற்றத்திற்கு அடிக்கடி வழிவகுக்கிறது. மும்பைக்கு அருகே தானாவில் உள்ள பிரபலமான ஹாஜி மலாங் புனித அடக்கத்தலத்தின் கதையை எடுத்துக் கொள்ளலாம். ஒரு சூஃபி ஞானியின் சமாதியைச் சுற்றிக் கட்டப்பட்டதே இந்த அடக்கத்தலம் என்பதை ஹாஜி என்ற அடைமொழி (ஹாஜி: மக்காவில் ஹஜ் புனிதப் பயணத்தை நிறைவு செய்தவர்) குறிப்பாக உணர்த்துகிறது. வருடாந்திர 'உர்ஸ்' பண்டிகையின் போது, எல்லாச் சமூகத்தைச் சார்ந்த மக்களும் இந்த அடக்கத்தலத்தில் அஞ்சலி செலுத்துகின்றனர் என தானேயின் மாவட்டப் பதிவேடுகள் குறிப்பிடுகின்றன. ஹாஜி மலாங் பாபா அரேபியாவிலிருந்து வந்த சூஃபி ஞானி எனவும், அவர் இந்தப் பகுதியில் தங்கிப் பல சீடர்களை இந்துக்களிடமிருந்தும் முஸ்லிம்களிடமிருந்தும் தன்னிடம் ஈர்த்தார் எனவும் மாவட்டப் பதிவேடுகள் விவரிக்கின்றன. அவரது மிக நெருங்கிய சீடன் ஓர் இந்து இளவரசன். அவனும் இந்த வளாகத்திலேயே புதைக்கப்பட்டிருக்கிறான். இது ஒரு தர்காதான் என்பதில் வரலாற்றுப் பூர்வமாகக் குழப்பம் ஏதுமிருப்பதாகத் தெரியவில்லை. இதில், வழக்கத்திற்கு மாறான ஒரு விசேஷ அம்சம் என்னவெனில் பல தலைமுறைகளாக தர்கா நிர்வாகம் ஓர் இந்துக் குடும்பத்தின் கைகளிலேயே இருந்து வந்திருக்கிறது. இந்தப் பரம்பரை வழக்கம் இந்து இளவரசனால் நிறுவப்பட்டதென நம்பப்படுகிறது.

பாபர் மசூதி இடித்தழிப்பு, மும்பைக் கலவரம் இவற்றின் சுவடுகளையொட்டி, பிப்ரவரி 1993இல், சிவசேனாவின் உள்ளூர்ப்

பிரிவு இந்த அடக்கத்தலத்தின் மேல் திடீரென உரிமை கொண்டாடியது. அதாவது, ஹாஜி மலாங் முஸ்லிம் சூஃபியின் அடக்கத்தலம் அல்ல, ஓர் இந்து துறவியின் சமாதி என்றது. ஆதலால், ஹாஜி மலாங் என்ற பெயர் ஸ்ரீமலாங் என மாற்றப்பட வேண்டும் என அவர்கள் கோரினர். இது மட்டுமீறிய, மூர்க்கமான ஒரு கோரிக்கையாகும். ஆனால், அப்போது வன்முறை செய்து தலையிடும் பலம் சேனாவிடமிருந்தது. ஹாஜி மலாங் சென்றபோது, மதத்தின் மீதான சேனாவின் பேரார்வத்தில், பேராசைக்கும் பங்குள்ளது என்பதைச் சீக்கிரமே நான் புரிந்துகொண்டேன். அடக்கத்தலத்திலிருந்து வந்த கொழுத்த லாபத்தில் கொஞ்சம் சுருட்டிக்கொள்ள அது குறியாய் இருந்தது. ஒரு மணி, ஒரு ஸ்வஸ்திகா, ஒரு திரிசூலம் போன்ற வெளிப்படையான இந்துச் சின்னங்களை அடக்கத்தலத்திற்குள் 'கண்டுபிடித்துவிட்டதாக' சேனாவின் ஆட்கள் உரிமை கொண்டாடினர். ஆதலால், அது கோயிலாகவே நடத்தப்பட வேண்டும் என அவர்கள் கோரினர். அந்த வளாகத்தில் புதைக்கப்பட்டுள்ள, அவர்கள் உரிமை கொண்டாடும் இந்துத் துறவிக்கு ஒரு பெயரையும் சிவசேனா தந்தது – ஸ்ரீ மச்சிந்தர்நாத்.

ஆனால் அவர்கள், முஸ்லிம்களிடமிருந்து மட்டுமல்லாது (சேனாவை எதிர்க்க அப்பகுதி முஸ்லிம்கள் அப்போது பயத்தில் நடுங்கிக்கொண்டிருந்தனர்) புனித அடக்கத்தலத்தைப் பாரம்பரியமாகப் பாதுகாத்து வந்திருந்த பிராமணக் குடும்பத்தி லிருந்தும் எதிர்ப்பைச் சந்தித்தனர். தான் நிர்வகித்த புனித அடக்கத்தலம் எத்தகையது என்பதில் காசிநாத் கோபால் கேட்கருக்கு சந்தேகம் ஏதுமில்லை. "இது ஒரு தர்காதான். பாபா மலாங் எல்லா நம்பிக்கைகளையும் மதித்தார் என்பது எனது முன்னோர்கள் எனக்குச் சொன்னதாகும். ஆதாலால்தான், குறிப்பிட்ட எந்த சடங்குகளையும் புனித அடக்கத்தலத்தில் நாம் செய்வதில்லை. பாபா மலாங், தனது ஓய்விடம் எல்லா மதங்களுக்குமான அடையாளச் சின்னமாக இருக்க வேண்டுமென விரும்பினார்" என்றார்.

சூஃபி புனித அடக்கத்தலத்தின் முக்கிய கொண்டாட்டம் அதன் வருடாந்திர உர்ஸின் (சூஃபி இறந்த ஆண்டு நினைவு நாள்) போதுதான் எப்போதும் நடந்து வந்திருக்கிறது என்ற உண்மை கேட்கர் சுட்டிக்காட்டும் கூடுதல் அத்தாட்சியாகும். அப்போது சடங்குகளில் உதவுவதற்காக முல்லாக்கள் வருவர். இந்துப் பாடகர்கள் கூட சூஃபியைப் புகழ்ந்து பாடல்கள் பாடுவர். அடக்கத்தலத்தின் கூரையிலும் சுவர்களிலும் உள்ள ஓவியங்கள், அவற்றின் நிறங்கள், சுவர்ப் பூச்சினுள்ளும் இறங்கிக் காய்ந்து ஒட்டிக்கொண்டிருக்கும் விதம், சூஃபி சமாதியில்

போர்த்தியுள்ள நீண்ட துணியில் காணப்படும் அழகிய ஒப்பனைகள், வடிவமைப்புகள் இவை யாவும் தனித்துவமான இஸ்லாமியக் குணம் கொண்டவை ஆகும்.

பின் எதற்காக சேனா அப்படியொரு அசாதாரணமான கோரிக்கையை முன்வைக்க வேண்டும்? சேனாவின் தலைவர் பால் தாக்கரே தனது தொண்டர்களைப் புனிதத்தலத்திற்கு அணிவகுத்துச் சென்று அதனை மீட்கும்படி ஏன் சொல்ல வேண்டும்? செல்வச் செழிப்பான பிரபலமான ஒரு வழிபாட்டு இடத்தின்மேல் தனது செல்வாக்கினை நீட்டிக்கச் செய்யும் சேனாவின் ஆவல் ஒரு காரணமாக இருக்கக்கூடும். அதிக அளவு நயவஞ்சகமும் அபாயமும் கொண்ட உள்நோக்கம் ஒரு தீர்மானமாக ஆகியிருக்கக்கூடும். அத்தீர்மானம் ஆயிரக்கணக்கான மகாராஷ்டிர இந்துக்கள் மதித்து வணங்கும் ஒரு புனித அடக்கத் தலத்தின் வேர்களை முஸ்லிம்களுக்கு மறுப்பதாகும்.

புனித அடக்கத்தலத்தைக் கையகப்படுத்திக் கொள்வதில் சேனா வெற்றி பெறவில்லைதான். இருந்தபோதிலும், மதங்களுக்கு இடையே இணக்கத்தின் சின்னமாக இருந்த அதன் மதிப்பை அவர்கள் அழித்துவிட்டனர். 1993இலிருந்து ஹாஜி மலாங் சர்ச்சைக்குரிய அடக்கத்தலமாகவும் பின்னால் வர இருக்கும் மதப் பதற்றத்தின் ஓர் ஊற்றுக் கண்ணாகவும் இருந்து கொண்டிருக்கிறது. இப்போது ஒவ்வொரு வருடாந்திரப் பண்டிகையின் போதும், ஏதேனும் இந்து – முஸ்லிம் கைகலப்பைத் தடுக்க பெரிய போலீஸ் படை நிறுத்தப்படுகிறது. சமகால இந்தியாவின் வெறுக்கத்தக்க இழிவான அரசியலுக்கும் பிரிவினைகளுக்கும் ஓர் ஆவணமாக இது ஆகியிருக்கிறது.

அடையாளத்தைப் பற்றியும், சில புனித அடக்கத்தலங்களின் தொடக்கப் புள்ளியைப் பற்றியுமான கருத்து வேறுபாடுகளை வரலாற்று ஆதாரங்களின் அடிப்படையைக் கொண்டு மட்டும் விவாதிக்க முடியாது. வெகுமக்கள் கற்பனை, வெகுமக்கள் கதைகள், உள்ளூர் நம்பிக்கை முறைகள் ஆகியவை மரபுகள் தொடர்ந்து வாழ பெரிய அளவு பங்காற்றுகின்றன. நாம் இம்மரபுகளைக் 'கலவை' என்ற கருத்தில் நோக்குகிறோம். காலத்தின் ஏதாவதொரு கட்டத்தில் அசையாது நிலைகொண்டு விடுமென இம்மரபுகளைக் காணலாகாது.

மஸார்
ஒரு கோயிலாக ஆகிறது
மாதி கிராமம், அஹமத்நகர்,
மகாராஷ்டிரா

ஒரு மஸார் (சூஃபி புனித அடக்கத்தலம்) கோயிலாக உருமாற்றம் கொள்வது குறிப்பிடத்தக்க இந்திய அதிசய நிகழ்வாகும். ஹாஜி மலாங் வேலைத் திட்டம் இன்னும் முடிக்கப்படவில்லை. ஆனால் அதனைப் போன்ற மற்றொரு நிகழ்வு அஹமத்நகர் மாவட்டத்தின் மாதி கிராமத்தில் உள்ள மற்றொரு பிரபலமான புனித அடக்கத்தலத்தில் வெற்றி பெற்றதாகத் தெரிகிறது. உள்ளூரில் 'கனீஃப்நாத் கனோபா' என அறியப்படும் இந்தப் புனித அடக்கத் தலம் தெளிவான கிராமியத்தன்மை கொண்டது. ஆகையால்தான், நகரம் சார்ந்த வழக்கமான இந்து–முஸ்லிம் போட்டி அதிகக் கவலை தரும் ஒன்றாக இங்குள்ளது.

இப்புனித அடக்கத்தலம் தொடக்கமுதலே மஸாராகத்தான் இருந்தது. இந்த அடக்கத்தலம் பற்றிய புலமைசார் ஆய்வுகள் எதுவுமில்லை. எனினும், ஆங்கிலேயர் தொகுத்த அஹமத்நகர் மாவட்ட 'கெஸட்டிய'ரில், இது பற்றிய குறிப்பு உள்ளது. "ஷா ரம்ஸான் மாகி சாவர் அல்லது கனோபா" என்ற முஸல்மான் – இந்து மகானின் தர்கா அல்லது அடக்கத்தலம் மாதியில் உள்ளது.

இந்த ஊர் புனித யாத்திரைக்குப் பெயர் பெற்றது. இந்த மகான் 1350இல் இப்பகுதிக்கு வந்தார் எனவும் அங்கே சாதத் அலி என்பவரால் இஸ்லாத்திற்கு மதம் மாற்றப்பட்டார் எனவும் நம்பப்படுகிறது. சில வருடப் பிரயாணத்திற்குப் பிறகு, 1380இல் மாதிக்கு வந்தார். தொண்ணூறாம் வயதில் இங்கே இறந்தார். இந்த மகான் அதிசய சக்திகளை வெளிப்படுத்தியதாக நம்பப்படுகிறது. கெஸட்டியரில் குறிப்பிடுவது: "மாகி சாவர் என்னும் மிகப்பெரிய மீனின் மீது சவாரி செய்து கோதாவரி ஆற்றைக் கடந்தார். அதிலிருந்து அவரது முஸல்மான் பெயரைப் பெற்றுக்கொண்டதாகக் கூறப்படுகிறது."

மகாராஷ்டிராவின் மிகப் பெரிய கிராமியக் கண்காட்சிகளில் ஒன்று மாதி புனித அடக்கத்தலத்தின் வருடாந்திரப் பண்டிகையின்போது நடைபெறுகிறது. பண்டிகையின் தேதி பாகுன் 5 (மார்ச்–ஏப்ரல்) என இந்து பஞ்சாங்கத்தின்படி தீர்மானிக்கப்படுகிறது. வழிபடவும் கொண்டாட்டத்தில் கலந்துகொள்ளவும் சில உள்ளூர் முஸ்லிம்கள் இன்னும் வருகின்றனர். ஆனால், இந்து தாழ்ந்த சாதியிலிருந்தும் பழங்குடி இனத்தவரிடமிருந்தும் இரண்டாயிரம் பக்தர்கள் பெருமளவு வருகின்றனர். புனித அடக்கத்தலத்தில் பதினைந்து நாட்கள் அவர்கள் முகாமிடுகின்றனர். ஒவ்வொரு சாதியும் பழங்குடியும் அங்கே தனியாகப் பஞ்சாயத்து கூடுகின்றனர். கல்வி அறிவு, குடும்பக் கட்டுப்பாடு, கிராம தாவாக்கள், சாதிக்குள் போட்டி போன்ற பிரச்சினைகள் அங்கே விவாதிக்கப்படுகின்றன. மாநிலம் நெடுக உள்ள கிராம மக்களைக் கவர்ந்திழுக்கும் கூட்டமாக இது இருக்கிறது.

இங்கு வந்து சேரும் வழக்கமான பக்தர்களும் கிராம மக்களும் அரசியலிருந்து எழும் தகராறுகளில் உண்மையில் ஈடுபாடு கொள்வதாகத் தெரியவில்லை. ஆனால், தற்போதுள்ள அடக்கத்தலப் பொறுப்பாளர்கள் மதக் குறியீடுகளையும் அவை உணர்த்தும் எண்ணங்களையும் அர்த்தங்களையும் ஆழமாய் உணர்ந்துள்ளனர். அவர்களின் பார்வையில், இந்த அடக்கத்தலம் இப்போது இந்துக்களுக்குச் சொந்தமானது. இஸ்லாமியச் சின்னங் களையும் ஒப்பனை வடிவமைப்புகளையும் இங்கிலிருந்து அகற்றும் முயற்சி முனைப்புடன் நடைபெறுகிறது.

அடக்கத்தலம் முழுமையும் சிவ சேனா விசுவாசிகளால் கையகப்படுத்தப்பட்டிருக்கிறது எனவும், அவர்கள் ஷா ரம்ஸானின் நினைவை அவமதிப்பதாவும் சில உள்ளூர் முஸ்லிம்கள் குறை சொல்கின்றனர். மற்ற முஸ்லிம்களுக்கு இது பற்றி கொஞ்சம்கூட

அக்கறையில்லை. அவர்களைப் பொறுத்தவரை, இவ்வகை ஸூஃபி வழிபாடு சரியான இஸ்லாமிய நடைமுறைக்கு எதிரானது. இறுதி விளைவு என்னவெனில், அடக்கத்தலத்தில் இங்குள்ள பல சின்னங்கள் இப்போது வெளிப்படையான இந்துச் சின்னங்களாகி விட்டன. மகானின் கல்லறை உள்ள முக்கிய கட்டடத்திற்கு வெளியே பெரிய கோயில் மணியையும் திரிசூலத்தையும் காண முடியும். இந்துக் கடவுளர்களான சிவன், மா சந்தோஷியின் படங்கள் கல்லறைக்கு அடுத்து வைக்கப்பட்டுள்ளன. ஒரு டஜன் இந்துத் தெய்வங்களின் உருவங்கள் சுவர்களை அலங்கரிக்கின்றன.

முக்கியக் கட்டடத்தில் புதைக்கப்பட்ட மகானின் கல்லறை மட்டுமே உள்ளது. அடக்கத்தலம் உருவானபோது இருந்த முஸ்லிம் தடயங்கள் எதுவும் இப்போது இல்லை. எதிரே உள்ள ஒரு சிறிய கட்டடத்தில் மகானின் நெருங்கிய சீடர்களின் கல்லறைகள் உள்ளன. அது இன்னும் கோயிலாக உருமாற்றம் கொள்ளவில்லை: தெளிவான இஸ்லாமியக் குவிமாடத்துடன் தர்காவைப் போலவே அது இன்னும் காட்சி அளிக்கிறது.

ஸூஃபி இஸ்லாத்துடன் எந்தத் தொடர்புகளுமில்லை என மறுப்பதில் அடக்கத்தலத்தின் பூசாரிகள் மிகவும் கவனமாக இருக்கின்றனர். 'கனிஃப்நாத் கனோபா' என அழைக்கப்படும் இந்துத் துறவியின் கோயில்தான் இது என வலியுறுத்திக் கூறுகின்றனர். (இந்தியா–பாகிஸ்தான்) பிரிவினைக்குப் பிறகு, லாபகரமான இந்த புனிதப்பயண மையத்தின் மேல் உள்ள இந்துக் கட்டுப்பாடு அதிகரித்து வருதாகவும் சிவசேனாவின் எழுச்சிக்குப் பிறகு இது முழுமையடைந்து விட்டதாகவும் உள்ளூர்வாசிகள் தெரிவிக்கின்றனர். பதினைந்து பேர் கொண்ட நிர்வாகக் குழுவில் எஞ்சி இருப்பது ஒரே ஒரு முஸ்லிம்தான். அடக்கத்தல வளாகத்திற்குள் வாழும் எல்லாக் காப்பாளர்களும் இந்துக்கள். இருந்தபோதிலும், இரண்டு முஸ்லிம் முல்லாக்கள் வருடாந்திரப் பண்டிகையின்போது அடக்கத்தலத்திற்கு வருகின்றனர். இந்துப் பூசாரிகள் பூசை செய்யும்போது, அவர்கள் இஸ்லாமியச் சடங்குகளை நிறைவேற்றுகின்றனர்.

மேலோட்டமாகப் பார்த்தால், இந்து – முஸ்லிம் கூட்டிணை வின் சின்னமாகவே புனித அடக்கத்தலம் இன்னும் இருக்கிறது. ஆனால் இந்தியத் துணைக்கண்டத்தில் இரு மதங்களின் மாறிவரும் தன்மைபற்றி அடிப்படையான கேள்விகளை இது எழுப்புகிறது. தனித்தன்மை வாய்ந்த இந்திய பக்தி–ஸூஃபி கூட்டிணைவுதான் மாதி தர்கா போன்ற புனித அடக்கத்தலங்கள்

நிலைகொள்ளவும் பிரபலம் அடையவும் வழிகோலியது. ஆனால், இதற்கு எதிரான விளைவுகளை, இஸ்லாமியச் சீர்திருத்த இயக்கங்களும் பிரிவினைக்கு வழிகோலிய பிரிவினைவாத அரசியலும் இந்து அடிப்படைவாதமும் உருவாக்கியுள்ளன.

பலதெய்வ இந்து மரபு, தனது பல தெய்வக் கோயில்களில் கடவுள்களுக்கு மேல் கடவுள்களாகச் சேர்த்துக்கொள்ளத் தயங்குவதில்லை என்பதற்கு இந்தச் சிறிய கிராமத்தின் புனித அடக்கத்தலத்தின் கதை உயிருடன் வாழும் ஆய்வாகவும் உள்ளது.

ஓர் இந்து மாவீரனும் முஸ்லிம் மகானும்

மகாராஷ்டிரா

தேசத்தின் கற்பனையைத் தடுமாறாது நிலையாக வசப்படுத்தியிருக்கிற மகாராஷ்டிராவின் வரலாற்று மாந்தர் இருவர் உள்ளனர். முதாலாமவர் பதினேழாம் நூற்றாண்டு மராத்தா மக்கள் தலைவர் சிவாஜி. முகலாய ஆட்சியாளர்களுக்கு எதிரான இவரது யுத்தங்கள் நாட்டுப்புறப் பாடல் பொருளாக இந்தியா நெடுக உள்ளன. இரண்டாமவர் ஒரு முஸ்லிம் ஃபக்கீர். இவர் மகாராஷ்டிராவில் ஷிர்டி என்னும் சிறிய நகரில் 1918இல் காலமானார். 'ஷிர்டி சாய் பாபா' என எளிமையாய் அறியப்படும் இவர், மிகக் குறுகிய காலத்திலேயே முழு இந்தியாவின் கடவுள் அவதாரமாகவே ஆனார். கிட்டத்தட்ட நிஜமாக இந்து தெய்வங்களில் ஒரு தெய்வமாக இவர் சேர்த்துக்கொள்ளப்பட்டிருக்கிறார். இருவருமே அசாதாரண மனிதர்கள். அவர்கள் வாழ்ந்து காட்டிய வாழ்க்கையினால் என்பதை விடவும், சமகால இந்தியாவில் அவர்களைப்பற்றிய செவிவழிக்கதைகளும் புராணங்களும் பொது மக்கள் கற்பனையில் ஏற்படுத்திய தாக்கத்தினால் என்பது முக்கிய காரணமாகும்.

சிவாஜி ஒரு ராணுவக் கதாநாயகனாகப் பிரதிபலிக்கப்படுகிறார். முகலாயர்களுக்கு எதிரான அவரது சாகசங்கள் உண்மையிலேயே இந்து—

முஸ்லிம் யுத்தமாக ஏற்றுக்கொள்ளப்பட்டுவிட்டன. மனதை இளகச்செய்யும் மாந்தராக அவர் தோன்றுகிறார். ஏனெனில், சிவாஜி போராட்டத்தில் அல்லலுறுபவர். முகலாய சாம்ராஜ்யம் ஒரு வல்லமை மிக்க கோலியத் எனில் அதற்கு எதிரான இவரோ (சிவாஜி) ஒரு டேவிட் போன்ற சிறிய உருவம். சிவ சேனா தனது பெயரை சிவாஜியிடமிருந்து எடுத்திருக்கிறது, இந்துக் கடவுள் சிவனிடமிருந்தல்ல. இந்துக் கருத்தியல் கொள்கையாளர்களால் சிவாஜியைப் பற்றி எழுப்பப்பட்டுள்ள புராணக் கதைகளை வரலாற்றாசிரியர்கள் நீண்டகாலமாக மறுத்து வந்திருக்கின்றனர். முகலாய மன்னர்களுக்கு எதிரான இட்டுக்கட்டப்பட்ட கதைகளான சிவாஜியின் போராட்டங்கள் நாடு பிடிப்பதற்கான நேரடிப்போட்டியே தவிர, இந்துக்கள் கூறும் புனிதப் போர் அல்ல. மேலும், சிவாஜியின் தந்தையான ஷாஜி போன்ஸ்லே பிஜாப்பூரின் ஆதில் ஷாஹி முஸ்லிம் மன்னர்களிடம் பணி புரிந்தார். ராஜ்யத்தின் மிகவும் சக்திவாய்ந்த தளபதிகளில் ஒருவராக அவர் இருந்தார்.

ஆனால், குறைவான அளவே அறியப்பட்டிருக்கிற விஷயம் என்னவெனில், அப்பகுதியில் செயல்பட்டுக் கொண்டிருந்த சூஃபி ஞானிகளுடன் சிவாஜிக்கு ஆழமான பிணைப்புகள்/ தொடர்புகள் இருந்தன என்பதாகும். சொல்லப்போனால், சிவாஜியின் இந்த சகவாசம்தான் பல சுவராஸ்யமான கேள்விகளை எழுப்புகின்றது. ‘சிவாஜி முஸ்லிம்களுக்கு எதிரான நாயகன்’ என அடிப்படைவாதிகள் உருவாக்கி வைத்திருக்கும் பிம்பத்தினை மறுக்கும் சவாலாகவும் இது (சூஃபி ஞானிகளுடனான சிவாஜியின் தொடர்பு) இருக்கலாம். சிவாஜியின் தாத்தா மாலோஜி போன்ஸ்லே சூஃபி ஞானிகளைக் கலந்து ஆலோசிப்பதைக் குடும்பப் பாரம்பரியமாகத் தொடங்கி வைத்தார். அஹமத்நகர் அருகே வாழ்ந்த ஷா ஷரீஃப் என்ற மகானின் மீது பிரத்யேகமான விசுவாசம் கொண்டிருந்தார். குழந்தை வரம் வேண்டி அந்த மகானைத் தேடிச்சென்றார். கடைசியில், அவருக்கு இரண்டு பிள்ளைகள் பிறந்தன. அவர்களுக்கு சூஃபி ஞானியின் பெயரை ஒட்டி, ‘ஷாஹாஜி’ (சிவாஜியின் தந்தை) எனவும், செர்ஃபோஜி (சிவாஜியின் சித்தப்பா) எனவும் பெயர் வைத்தார். மேலும், செய்யது யாகூப் என்ற குறிப்பிட்ட ஒரு சூஃபி ஞானியுடன் சிவாஜியும் நெருக்கமாக இருந்தார். ராணுவ நடவடிக்கையில் இறங்கும் முன்னர் அந்த இறைஞானியை சிவாஜி அடிக்கடி கலந்தாலோசிப்பார்.

இவை அனைத்துமே வரலாற்றுப் பூர்வமாகப் பதிவு செய்யப் பட்டுள்ள விவரங்களாகும். ஆனால் அதிர்ச்சி தரும் விஷயம் என்னவெனில், இது போன்ற தகவல்களை அறிய ஒருவர்

திட்டமிட்டுத் தேடிச் செல்ல வேண்டும். ஏனெனில், இந்தியா நெடுகவும் இவை கிட்டத்தட்ட அறியப்படாத விவரங்களாகவே இன்னும் எஞ்சி இருக்கின்றன. அவுரங்காபாதிலுள்ள மராத்வாடா பல்கலைக்கழக வரலாற்றுத் துறையின் முன்னாள் தலைவரான டாக்டர் பி.வி. ரானடேயை தற்செயலாகச் சந்தித்தபோது, மனத்தைக் கவரும் இத்தகவல்களை அறிந்துகொண்டேன். 1993இல் நான் முதன்முதலாக ரானடேயைச் சந்தித்தபோது, "மதச்சார்பற்றவர்கள் என அழைக்கப்படும் வரலாற்றாசிரியர்கள் கூட, இந்த உண்மைகளில் சிலவற்றைப் புறக்கணிப்பதெனத் தேர்வு செய்திருக்கின்றனரே" என நம்பிக்கை இழந்தவராகக் கூறினார். மகாராஷ்டிராவின் அரசியல் சூழ்நிலையில், சிவாஜி பற்றிய வெளிப்படையான வரலாற்று நுண்ணாய்வு சாத்தியமில்லை. மகாராஷ்டிராவில் சிவாஜியைப் பற்றி நிலவி வரும் பிரபலமான கற்பனைக் கதைகளுக்கு எதிராக எடுத்துரைத்த காரணத்தால், பல அறிவு ஜீவிகளும் கற்றறிந்தோரும் வரலாற்றாசிரியர்களும் தாக்கப்பட்டிருந்தனர்.

மகாராஷ்டிராவின் கடற்கரைக்குப் பின்புறமுள்ள நாட்டுப் பகுதியில் சூஃபி ஞானிகள் ஆழமாய் வேர் கொண்டிருந்தனர் என்பதை நிலைநிறுத்த பல ஆதாரங்களை டாக்டர் ரானடே காட்டுகிறார். சூஃபியிசத்திற்கும் வேதாந்தத்திற்குமிடையே உள்ள ஒத்த தன்மைகளைப் பற்றிய ஓர் ஆராய்ச்சிக் கட்டுரையில் அவர் எழுதுவது: "நிலபுலன்களுள்ள மேற்குடி மக்களின் கிட்டத்தட்ட அனைத்து வீடுகளிலும் சூஃபி ஞானிகளின் ஆன்மீக அதிகாரம் பரவியிருந்தது. அஹமத்நகரிலுள்ள புகழ் பெற்ற சூஃபி ஞானியான ஷா ஷரிஃபின் பெயரை சிவாஜியின் தந்தையும் மாமாவும் தங்களின் உடலில் அணிந்திருந்தனர். ஷா ஷரிஃப் புனித அடக்கத்தலத்திற்கு, சிவாஜியின் தாத்தாவான மாலோஜி போன்ஸ்லே மிகப்பெரிய அளவு நிலங்களை மானியமாக அளித்தார். இது தொடர்பான மூலப் பத்திரங்கள் ஷா ஷரிஃப் புனித தர்காவில் இன்னும் பாதுகாப்பாக உள்ளன.

ஷெய்க் முகம்மது என அழைக்கப்படும் மற்றொரு முக்கிய சூஃபிக்கும் சிவாஜியின் தாத்தா இனாமாக நிலம் வழங்கியிருக்கிறார். அஹமத்நகரிலிருந்து 70 கிலோ மீட்டர் தொலைவில் உள்ள ஸ்ரீகோண்டாவில் இந்த சூஃபி தனது அடித்தளத்தை நிறுவினார். அங்கே அவர் 'பவான் விஜய்', 'பக்தி போத்', 'ஆச்சார் போத்' போன்ற பல மராத்தி புத்தகங்களை எழுதினார். இருந்தபோதிலும், அவர் எழுதிய மிக முக்கியமான நூல் 'யோக சங்ராம்' என்பதாகும். இது சூஃபியிசத்திற்கும் வேதாந்தத்திற்கும் இடையே உள்ள ஒத்த தன்மைகளை எடுத்துச்

சொல்கிறது. முஸ்லிம், இந்துப் புனித நூல்களின் சொற்களும், சொற்றொடர்களும் சுதந்திரமாக இணைந்த ஒரு மொழி நடையை இப்புத்தகம் கொண்டுள்ளது. ஷெய்க் முகம்மதுவின் புத்தகங்களுக்கு இந்துப் பக்தி இறை ஞானிகளால் பெருமைக்குரிய உயர்ந்த இடம் தரப்பட்டிருக்கிறது. மகாராஷ்டிராவின் மிகப் பெரிய பக்தி ஆளுமையான ஏக்நாத்திற்கு, ஷைய்க் முகம்மதுவின் புத்தகங்கள் வழிகாட்டியாக இருந்ததாக நம்பப்படுகிறது.

"தொலை நோக்கியில் வேதாந்தத்தின் அரும்பத உரையும் ஷெய்க் முகம்மதுவின் தசாவுஃபும் (சூஃபியிசம்)" என்ற தலைப்பில் எழுதிய கட்டுரை ஒன்றில் டாக்டர் ரானடே இவ்விதம் எழுதுகிறார்: ஷெய்க் முகம்மது தனது பணியை மிகத் திறமையாக முடித்துள்ளார். 'மகாராஷ்டிரியன் வார்கரி சில்சிலா'வில், அவரது புத்தகங்களுக்கு ஏறக்குறைய ஒரு புனித அங்கீகாரமே வழங்கப்பட்டுள்ளது. கவிஞரும் சிவாஜியின் ஆன்மீகக் குரு என நம்பப்படுகிறவருமான புனித சமர்த் ராம்தாஸ், ஷெய்க் முகம்மதிற்கு உண்மையில் வாழ்த்துரையே வழங்கியுள்ளார்: "ஷெய்க் முகம்மதிற்கு கீர்த்தி உண்டாகட்டும்; நீங்கள் இப்பிரபஞ்சத்தின் புதிரை விடுவித்திருக்கிறீர்கள். அதற்கென உங்கள் மொழி, நடை, பாணி சாமான்யமான நிலையற்ற மனிதனின் தர்க்கத்தைத் திகைக்கச் செய்கிறது. உங்கள் பாதம் பட்ட புனித மண்ணை என் தலையில் சுமப்பேன்."

இந்தப் பக்தி – சூஃபி அற்புதச் சங்கமம் மகாராஷ்டிரப் பாரம்பரியத்தின் ஒரு பகுதியாகும். மாநிலத்தின் பகுதிகளில் இன்றும் இது அழியாது வாழ்ந்துகொண்டிருக்கிறது. ஸ்ரீகோண்டாவிலுள்ள ஷெய்க் முகம்மது தர்காவில் அவரைப் பின்பற்றுவோரில் ஒருவரான ஷெய்க் மக்பூல் இந்துக்களும் முஸ்லிம்களும் கலந்த கிராமப் பார்வையாளர் மத்தியில் 'யோக சங்ரம்' தினமும் பாடுகிறார். "ஹரியின் நாமத்தை யார் மதிக்கிறாரோ அவர் ஆசீர்வதிக்கப்படுவார் என வேதங்களும் புராணங்களும் சொல்கின்றன" என அவர் மராத்தியில் பாடுகிறார். அசாதாரணமான இந்த பாடலுக்குப் பின்னர் தொழுகை தொடர்கிறது.

ஆதலால் சத்ரபதி சிவாஜிக்கு மறுபக்கம் இருக்கிறது. அந்த வரலாறு ஒருபோதும் இயல்பாக உருவாகவோ உண்மை நிகழ்வுகள் சொல்லப்படவோ இல்லை. வரலாறு பெரும்பாலும் முற்சாய்வுகளையோ ஒரே மாதிரியான வார்ப்புகளையோ உறுதி செய்யும் விதங்களிலேயே சொல்லப்படுகிறது. இந்த நடைமுறையை எதிர்த்து நிற்க, மேற்குறித்த உண்மை நிகழ்வுகள்

நம்மை வன்மையாகத் தூண்ட வேண்டும். பிரத்தியேகமான ஒரு கதை ஒரு குறிப்பிட்ட விதத்தில் சொல்லப்படுவதை ஒன்று திரண்ட அரசியல் சக்திகள் சார்ந்திருக்கும்போது மேற்குறித்த முற்சாய்வுகள் கூர்மையடைகின்றன. வல்லமை மிக்க மராத்தா மக்கள் நாயகனை சிவசேனாவின் வெறுப்புக் கோட்பாட்டோடு சரிநிகராய்க் காண்பது, வரலாற்றினை உருக்குலைப்பது மட்டு மல்லாது அவர் நினைவின் தூய்மையை அழிப்பதுமாகும் என ஷெய்க் முகம்மது தர்காவில் உள்ள சிலர் சொல்கிறார்கள். முஸ்லிம்களாக இருக்க நேர்ந்த ஆட்சியாளர்களுக்கு எதிராக எண்ணற்ற யுத்தங்களை சிவாஜி நடத்தினார் என்ற உண்மை, அவர் இஸ்லாத்தையோ அல்லது முஸ்லிம் சமூகத்தையோ வெறுத்தார் என்பதாகப் பொருள்படாது எனவும் அவர்கள் சொல்கிறார்கள்.

மத நல்லிணக்கக் கலாசாரங்களுக்கான சில மகத்தான உதாரணங்கள் இந்த மாநிலத்தில் உண்டு. வலதுசாரிச் சக்திகளால் என்னதான் இவை கடுமையான தாக்குதலுக்கு உட்பட்டிருந்தாலும் இதுதான் உண்மை. மன்பூரி பாபா என அறியப்பட்ட இந்து மகான் எண்ணற்ற பக்திப் பாடல்களை இயற்றிப் புகழ் பெற்றவர். ஒவ்வொரு வியாழக்கிழமை இரவும் தவுலதாபாத்தில் உள்ள அவரது சமாதியில் இந்துக்களும் முஸ்லிம்களும் ஒன்று சேர்ந்து அவரது பக்திப் பாடல்களைப் பாடுகின்றனர். தவுலதாபாதிற்கு அருகே அவுரங்காபாதிலுள்ள சூஃபி ஞானியான ஷா நூர் மிய்யானுடன் மன்பூரி பாபா நட்புடன் இருந்தாரெனப் பக்திப் பாடல்களைப் பாடுபவர்களில் ஒருவரான மக்சூத் அலி என்னிடம் கூறினார். ஷா நூர் இறந்ததைக் கேள்வியுற்ற மன்பூரி பாபா தன்னையும் இறைவனிடம் சமர்ப்பிக்கச் சித்தமானார் என மரபு வழிக்கதைகள் கூறுகின்றன. மன்பூரி பாபாவின் சமாதிக்கு மேலே இறைஞானி ஷா நூரின் படம் சுவரில் இன்னும் தொங்குகிறது. மகாராஷ்டிராவின் சூஃபி – பக்தி புனித மகான்களுக்கிடையே இணைப்புகள் இருந்ததற்கு எண்ணற்ற வேறு உதாரணங்களும் உண்டு.

இருபதாம் நூற்றாண்டில் மகான்கள் மற்றும் அவர்களது தர்காக்களின் ஒருமைப்பாட்டிற்கான பங்களிப்பு துரதிருஷ்ட வசமாக வலுவற்றதாக ஆக்கப்பட்டிருக்கின்றது. அதே நேரம், வலதுசாரி இந்துக் குழுக்களின் அதிர்ஷ்டங்களும் ஏற்றம் கண்டவாறு உள்ளன. ஷெய்க் முகம்மது, சந்த் ராம்தாஸ் போன்றோர் பிறந்த பூமி மகாராஷ்டிராவாகும். சிவ சேனா, ஆர்.எஸ்.எஸ் ஆகியவற்றின் வீடும் அதுவே. ஆர்.எஸ்.எஸ். தலைமை அலுவலகம் நாக்பூரில் உள்ளது.

இத்தகைய பின்னணியில்தான், சாய் பாபா என்ற குறிப்பிடத்தக்க நிகழ்வு நடந்துள்ளது. சத்ய சாய் பாபா உள்ளூரின் பெருமதிப்புமிக்க வெறும் மனிதர் மட்டுமல்லாது, தேசிய அளவில் புனிதத் தெய்வமாகவும் ஆகியிருக்கிறார். சாய் பாபாவின் கோயில்கள் உலகம் முழுவதும் உள்ளன. அவரது படங்களும் உருவங்களும் லட்சக்கணக்கான வீடுகளை அலங்கரிக்கின்றன. ஆயிரக்கணக்கான இந்தியர்கள் சாய் பாபாவின் தாயத்துகளையும் பதக்கங்களையும் அணிகிறார்கள். ஷிர்டியிலுள்ள அவரது புனித அடக்கத்தலம் செல்வ வளமிக்க பல புனித யாத்திரைத் தலங்களில் ஒன்றாக உருவாகியிருக்கிறது. நிச்சயமாக இது மகாராஷ்டிராவில் மிகப் பிரபலமானதாகும். செல்வாக்குள்ள அரசியல்வாதிகளையும் வணிகர்களையும் கணிசமான அளவு சீடர்களாகக் கொண்ட, சமீபத்தில் மறைந்த, ஆந்திராவிலுள்ள புட்டபர்த்தி சாய் பாபா தன்னை ஷிர்டி பாபாவின் மறு அவதாரமாக உரிமை கொண்டாடி இருந்திருந்தார். ஷிர்டி சாய் பாபாவைப்பற்றிப் பற்பல புராணப்படங்கள் எடுக்கப்பட்டிருக்கின்றன. பெரிய அற்புதங்களை நிகழ்த்துபவராக பாலிவுட் படங்களில் அவர் வழக்கமாகச் சித்திரிக்கப்படுகிறார்.

வித்தியாசமான ஷிர்டி வழிபாட்டு மரபு பற்றிய விநோத மான விஷயம் என்னவெனில், மிகவும் பயபக்தி நிறைந்த அதன் சீடர்கள் சிலர் இந்துத்துவா வேலைத்திட்டத்தின் (வலதுசாரி இந்துக்கள்) ஆசிரியர்கள் என்பதாகும். ஆர்.எஸ்.எஸ், பா.ஜ.க.வின் பல உறுப்பினர்கள் ஷிர்டி சாய் பாபாவின் உருவப்படங்களைத் தங்கள் வீடுகளில் வைத்துள்ளனர். தலையில் துணி கட்டிக்கொண்டு தாடியுடன், உண்மையிலேயே ஒரு ஃபக்கீராக அவர் தோற்றமளிக்கிறார். முஸ்லிம் சமூகத்தை விளிம்புநிலைக்குத் தள்ளும் குறிக்கோளுடன் அரசியல் திட்டம் வகுத்துக்கொண்டிருக்கும்போதே, முஸ்லிம் என அழைக்கப்படும் ஒருவரை வழிபட்டுக் கொண்டிருப்பதில் எந்த முரண்பாட்டினையும் அவரது சீடர்கள் காணவில்லை.

'ஷிர்டி சாய் பாபா – தனித்தன்மை வாய்ந்த மகான்' என்ற புத்தகத்தில் எம்.வி. காமத்தும் வி.பி.கேரும் சாய் பாபாவின் பிறப்பு, வளர்ப்பு, மதம், பெற்றோர் முதலிய அவரது தொடக்கம் பற்றிய விபரங்கள் தெளிவாக இல்லை எனக் கூறுகின்றனர். புத்தகத்தின் ஒரு பகுதியில், அவர் பிராமணராக இருக்கக்கூடும் என்ற ஊகக் கருத்தினை அவர்கள் முன் வைக்கின்றனர். அவர் முஸ்லிம் என ஒருபோதும் முடிவாக நிரூபிக்கப்படவில்லை என்பது அவர்களின் கூற்று. சாய் பாபா பற்றிய செவிவழி மரபில் அவரது தோற்றம் பற்றிய விஷயத்தில் பக்தர்கள் பிளவுபட்டிருக்கின்றனர். அவருக்கு

சுன்னத் (இஸ்லாமிய முறைப்படி ஆண்களின் பிறப்புறுப்பு நுனித்தோல் நீக்கம்) செய்யப்படவில்லையாதலால், அவர் முஸ்லிம் அல்ல என்கின்றனர் சிலர். வேறு சிலரோ அவர் காதுகள் துளை போடப்பட்டுள்ளன, இது இந்துக்களிடம் பரவலாகக் காணப்படும் பழக்கம் என்று கூறுகின்றனர். இன்று ஷிர்டியிலும் இந்தியா முழுக்கவும் உள்ள சக்திவாய்ந்த செல்வ வளமிக்க சாய் பாபா சொத்துக்கள், அறக்கட்டளைகள், கட்டடங்கள் அனைத்தும் சற்றேறக்குறைய தொழில்மயமானவைதான். அவர் இந்துக்களின் மிகவும் மதிப்பிற்குரிய ஒருவராக இருக்கிறார். ஆனால் முஸ்லிம்களுக்கு அப்படியல்ல. துணைக்கண்டம் நெடுக வணக்கத்திற்குரியவர்களாகக் கருதப்படும் சூஃபி ஞானிகளின் வரிசையில் சாய் பாபாவை அவர்கள் சேர்ப்பதில்லை.

இருந்தபோதிலும், சாய் பாபா ஒரு ஃபக்கீரைப் போல ஆடை அணிந்தார், ஷிர்டியில் ஒரு பாழடைந்த பள்ளிவாசலில் வாழ்ந்தார் என்ற உண்மையையும் புறக்கணித்து விட முடியாது. ஆனால் பள்ளிவாசலுக்குள் அவர் ஏற்றிவைத்த புனித நெருப்பினைத் தொடர்ந்து எரியும்படிச் செய்தார். அவர் புகழ் பரவப் பரவ பக்தர்கள் சங்கொலி எழுப்பவும், தங்களின் சொந்த வழிகளிலேயே அவரை வணங்கவும் அனுமதிக்கப்பட்டனர். அவர் மிக அதிகமாய் உச்சரித்த சொற்கள் "அல்லா மாலிக்" (அல்லாவே எஜமானன்) என்பதாகும். இந்துக் கடவுளரை வாழ்த்திப் பக்திப் பாடல்களும் பாடினார். அவர் விரும்பிய படியே சூஃபிக் கொண்டாட்டமான 'உர்ஸ்'ஸையும் ராம நவமியையும் ஒரே நாளில் கொண்டாட உள்ளூர்வாசிகள் தீர்மானித்ததாகச் சொல்லப்படுகிறது. சாய் பாபா வாழ்ந்த பாழடைந்த பள்ளிவாசலைப் பழுதுபார்க்கக் கிராமத்தார்கள் பணம் வசூலித்தபோது, உள்ளூர்க் கோயில்கள் அனைத்தும் முதலில் பழுதுபார்க்கப்பட வேண்டும் என அவர் வற்புறுத்திச் சொன்னதாக நம்பப்படுகிறது.

சாய் பாபாவிற்கு கீதை நன்கு தெரியும் என்பதற்கும், இந்துப் புனித நூல்களை அவர் புரிந்துகொண்டிருந்தார் என்பதற்கும் ஆதாரமுள்ளதாக காமத்தும் கேரும் உறுதியாகக் கூறுகின்றனர். அனைத்திந்திய சாய் சமாஜத்தைத் தோற்றுவித்தவரும் தலைவரும் மற்றும் சாய் பாபா வாழ்க்கை வரலாற்றை நான்கு தொகுதிகளாய் (1955) எழுதிய ஆசிரியருமான பி.வி. நரசிம்மா வலியுறுத்திக் கூறுவது: "சாய் பாபாவின் பிறப்பு, பெற்றோர் முதலியவை புதிராக உள்ளன. அவற்றைப் பற்றி நேரடியாக அறிந்த எந்த மனிதரையும் நாம் இதுவரை சந்திக்க நேர்ந்ததில்லை." காமத், கேர் இவர்களின் கூற்றின்படி, தனது பிறப்பு, பெற்றோர்கள்

பற்றிய கேள்விகளை சாய் பாபா ஊக்கப்படுத்தவில்லை. புதிரான மழுப்பலான பதில்களையே சொன்னார். அவர் பற்றி அறிந்த உண்மைகள் இவையாகும்: அவர் 1868க்கும் 1872க்கும் இடையே ஷிர்டிக்கு வந்தார். முதலில் கிராமத்தின் புறவெளிகளிலும் பின்னர் வேப்ப மரத்தடியிலும் வாழ்ந்தார். இறுதியில், ஒரு பாழடைந்த பள்ளிவாசலுக்கு இடம் பெயர்ந்தார். பிச்சை எடுத்தார். ஆண்டுகள் செல்லச் செல்ல பக்தர் குழுவையும் சேர்த்தார். ஒரு கட்டத்தில், உள்ளூர் காஜி பள்ளிவாசலில் பக்தர்கள் அவரை வணங்குவதை எதிர்த்தார். இதற்குப் பின்னர் உர்ஸ்–ஸையும், ராம நவமியையும் ஒரே நாளில் கொண்டாடுவதெனத் தீர்மானிக்கப்பட்டது. அவருக்கு வயதாக ஆக, அவர் அதிசயங்கள் புரிவதாக மக்கள் நம்பினர். ஷிர்டியை நோக்கி மந்தையாய்ப் பிரயாணம் மேற்கொள்ளலாயினர். 1917இல் அவரைச் சந்திக்க பாலகங்காதர திலகர் ஷிர்டி சென்றார். ஒரு வருடத்திற்குப் பிறகு 1918இல் சாய் பாபா காலமானார்.

இப்போது ஷிர்டியில் எழுப்பப்பட்டுள்ள மிகப் பெரிய புனித அடக்கத்தலம் கோயிலாகவே பெரும்பகுதியும் செயல்படுகிறது. ஆனால் அது சாய் பாபா பிரச்சாரம் செய்த ஒருவித இந்து–முஸ்லிம் கூட்டிணைவைப் பிரதிநிதித்துவப்படுத்தும் மரபுகளைப் பேணிக்காக்கிறது. அவரால் ஏற்றி வைக்கப்பட்டதாக நம்பப்படும் புனித நெருப்பு பள்ளிவாசலில் இன்னும் எரிந்துகொண்டிருக்கிறது. ஒவ்வொரு வியாழக்கிழமை இரவும் கிராமக் கோவிலிலிருந்து அந்த உள்ளூர்ப் பள்ளிவாசலுக்கு ஒரு வண்ணமயமான ஊர்வலம் அவரது படத்தை எடுத்துச் செல்கிறது. இவ்வளவு குறுகிய காலத்தில், அவரது வழிபாட்டு மரபு இவ்வளவு பெரிய அளவு புகழ் பெற்றமைக்குப் பல காரணங்கள் உள்ளன. இவைகளில் மிகவும் கவர்ச்சியான ஒரு காரணம், அவர் பாலிவுட் படத் தயாரிப்பாளர்களின் பிரத்தியேக அபிமானியாக இருக்கிறார் என்பதாகும். சாய் பாபாவைப் புகழ்ந்து பல பக்திப் பாடல்கள், அவரைப் பற்றிய சினிமா மற்றும் தொலைக்காட்சித் தொடர்கள் இவைகளெல்லாம் சமகால இந்தியாவின் மிகப் பிரபலமானச் சமய வழிபாட்டு மரபுகளில் ஒன்றாக இது உருவாவதற்குப் பங்களித்திருக்கின்றன.

சில ஆர்.எஸ்.எஸ் கருத்தியல் கொள்கையாளர்கள் இதற்கு சுவாரஸ்யமான ஒரு திருகுவாதம் செய்கின்றனர். அது என்னவெனில், ஒரு லட்சிய முஸ்லிம் என்ற அவர்களின் கருத்தினை சாய் பாபா பிரதிநிதித்துவப்படுத்துவதால் அவர்கள் அவரை ஆராதிக்கிறார்களாம். பல தெய்வக் கொள்கையைக் கண்டிக்காத, ஆனால் உண்மையிலேயே ஊக்குவிக்கிற ஒருவராக

அவரை அவர்கள் காண்கின்றனர். ஆர்.எஸ்.எஸ் கருத்தியல் கொள்கையாளரான கே. கோவிந்தாச்சார்யா என்னிடம், "அவர் ஒரு கெட்ட முஸ்லிம்; ஆனால் ஒரு நல்ல இந்து. அவர் இப்போது எங்களுக்குச் சொந்தமானவர்" என்றார். பாபா மரபோடு பெருமளவு இணக்கமான தளத்தில் இருப்பதாக ஆர்.எஸ்.எஸ் – சிவசேனா உணர்கின்றன. ஒருவகை குற்றங்குறை காணும் நோக்கில் இதனை இவ்விதமாகவும் கட்டுடைக்கலாம். அதாவது, இந்துக்களின் செல்வாக்கு அதிகமானதாக இருக்கும் ஒரு சமூகத்தில், தனது இடம் யாது என அறிந்த ஒரு முஸ்லிமை சாய் பாபா பிரதிநிதித்துவப்படுத்துகிறார். பெரும்பான்மையை அவர் திருப்திப்படுத்துகிறார். சிறுபான்மையின் தனித்தன்மைக்கு அழுத்தம் தருவதில்லை.

ஹுஸைனுக்காக அவர்கள் அழுகிறார்கள்

ஆந்திரப் பிரதேசம்

ஆங்கிலோ—இந்தியன் சொற்கள், சொற்றொடர்கள் பற்றிய அகராதியில், 'ஹாப்சன் ஜாப்சன்' என்ற சொற்றொடர் இவ்விதம் விவரிக்கப்படுகிறது: 'முஹர்ரம் ஊர்வலங்களில் முகம்மதியர் 'யா ஹுஸைன் யா ஹுஸைன்' என நெஞ்சில் அடித்துக் கொண்டு கதறி அழும் அழுகையின் ஆங்கிலோ—சாக்சன் வடிவம்தான், 'ஹாப்சன் ஜாப்சன்' என்பது. 'யா ஹுஸைன் யா ஹுஸைன்' என்னும் சொற்களை அவர்கள் ஹாப்சன் ஜாப்சன் எனத் திரித்துக்கொண்டதுபோல, ஷியா முஸ்லிம்களின் துக்க தினங்களாகிய முஹர்ரத்தை, நாட்டின் பல பகுதிகளில் பண்டிகையாகத் திரித்துக்கொண்டது இந்தியர்களின் 'கொண்டாட்ட விருப்பம்.' இதில் வியப்பேதுமில்லை.

குறிப்பாக, இது ஆந்திரப் பிரதேசத்தில் காணப்படுகிறது. ஆந்திராவின் பெரும்பகுதி முதலில், ஷியா குத்ப் சாகி வம்சத்தின் ஆட்சிக்கு உட்பட்டிருந்தது. அதன் பின்னர் ஆட்சிக்கு வந்த ஆசிஃப் ஜாகி நிஜாம்களும் ஷியா நிறுவனங்களைத் தொடர்ந்து ஆதரித்து வந்தனர். அதிகாரமிக்க பல பதவிகளில் ஷியா முஸ்லிம்களை அமர்த்தினர். இதன் விளைவாக, ஷியா முஸ்லிம்களின் பழக்க வழக்கங்களை உள்ளூர்க் கலாச்சாரம் உட்கிரகித்துக்

கொண்டது. இவ்விதமாக முஹர்ரம், ஒருவகை உள்ளூர் நாட்டுப்புறக் கொண்டாட்டமாக உருமாற்றம் கொண்டது. இந்த உருமாற்றம் எனக்கு மிகப் பிடித்தமான ஒன்று. குழந்தைப் பருவத்தில் ஒரு காட்சி வெளிப்பாடாக முஹர்ரம் மன்றங்களில் (மஜ்லிஸ்களில்) எனக்கு அறிமுகமாகியிருந்தது. சக்தி வாய்ந்த உரைநடை, கவிதை, லயத்தோடு கூடிய மந்திர உச்சாடனம், நெஞ்சில் அடித்துக்கொள்ளுதல் போன்றவைகளால் கர்பலாவின் துயரம். பயபக்தி நிறைந்த இந்த மன்றங்களில் மீண்டும் உயிர்ப்பிக்கப்பட்டு வந்தது.

ஆனால், ஆந்திராவிலோ முற்றிலும் வேறானதாக முஹர்ரம் உருமாற்றம் கொண்டிருந்தது. ஹைதராபாத் ஷியா முஸ்லிம் களுக்கு முஹர்ரம் உண்மையிலேயே ஒரு துக்க அனுசரிப்பாகும். முஹர்ரத்தின்போது மாநிலம் முழுக்க நான் பயணம் செய்தேன். தெலுங்கானாவிலும், ராயலசீமாவின் ஒவ்வொரு கிராமத்திலும், நகரத்திலும் மற்றும் ஆந்திராவின் கடற்கரைப் பகுதிகளிலும் முஹர்ரம் ஒரு பண்டிகையாகவே கொண்டாடப்படுவதை அப்போது கண்டேன். லம்பாடிகள், கோண்டாக்கள், பார்திகள் போன்ற சில பழங்குடிச் சமூகத்தினர் தசரா, தீபாவளியைப் போலவே முஹர்ரத்தையும் முக்கியமாகக் கருதுகின்றனர். இப்பண்டிகை எந்த அளவு பிரபலமானதெனில், நூறு ஆண்டுகளுக்கும் மேலாக தெலுங்கு மொழியில் முஹர்ரம் பற்றிய ஒரு முழுமையான நாட்டுப்புறப் பாடல் தொகுப்பே படிப்படியாய் உருவாகி வளர்ந்திருக்கிறது. முஹர்ரம் பற்றி பற்பல வசன கவிதைகளை எழுதிய நன்கு அறிமுகமான தெலுங்கு நாட்டுப்புறக் கவிஞர் ராமண்ணா ஆவார். அவரது சொந்த ஊர் ராயல சீமாவின் ராய்துர்கா தாலுகாவில் உள்ள சோலாப்பூர் கிராமமாகும்.

மற்றொரு தெலுங்கு நாட்டுப்புறக் கவிஞரான பாலையா எழுதிய முஹர்ரம் பாடல், இந்து – முஸ்லிம் மத நல்லிணக்கத்தின் மற்றுமொரு நல்ல உதாரணமாக இருக்கிறது.

அல்லாஹ்வின் பெயர் பாடு
பின்னர் தேவர் உனக்கருள்வார்

இறந்த துக்கத்தை அனுசரிக்கும் குறிப்பிட்ட சில நாட்கள், பெரு மகிழ்ச்சியானதோர் கொண்டாட்ட விழாவாக எவ்விதம் மாறின?

தொடக்கத்தில் இந்தத் தினம் எதற்காக அமைந்தது? இறைவனின் தூதரான முஹம்மது அவர்களின் மறைவிற்குப் பின்னர் கலீஃபத்திற்கான (தலைமைக்கான) நடந்த போட்டியே முஹர்ரம் தோற்றத்தின் தொடக்கப் புள்ளியாகும். நபி நாயகத்தின்

குடும்பத்தினர்தாம் அவரது வாரிசாக வருவதற்கான சிறப்புரிமை கொண்டுள்ளதாக ஷியா முஸ்லிம்கள் கருதினர். ஆதலால், பல கலீஃபாக்களை அவர்கள் நிராகரித்தனர். கி.பி. 680இல் நடந்த கர்பலா யுத்தத்திற்குப் பிறகு, ஷியா–சன்னி இவர்களுக்கு இடையேயான பெரும்பிளவு நிலையாக உறுதிப்பட்டது. யுத்தத்தில் கலீஃபாவின் ராணுவம் நபி நாயகத்தின் பேரன் ஹஸரத் ஹுஸைனையும் அவரது தோழர்களும் குடும்பத்தாரும் என 72 பேரையும் கொன்றது. இதில், பல பெண்களும் குழந்தைகளும் அடங்குவர். இத்துயரம்தான், ஷியா நம்பிக்கையின் ஆதாரமான மையக்கருத்தாகும். இறந்த துக்கத்தை அனுசரிக்கும் குறிப்பிட்ட காலப்பகுதியே முஹர்ரம் ஆகும்.

முஹர்ரத்தின் முதல் பத்து நாட்கள் மிக முக்கியமானவை. இந்தப் பத்து நாட்களில்தான் கர்பலா யுத்தம் நடத்தப்பட்டது. பத்தாம் நாள் மிக முக்கியமான நாளாகக் கருதப்படுகிறது. ஏனெனில், இந்த நாளில்தான் இமாம் ஹுஸைன் சண்டையிட்டு மடிந்தது. இந்த நாட்களில் ஷியா முஸ்லிம்கள் கறுப்பு ஆடை அணிவர். ஆங்காங்கே மஜ்லிஸ் எனப்படும் மன்றங்களில் கூட்டங்கள் நடத்தப்படும். இக்கூட்டங்களில் பேச்சாளர்கள் கர்பலா நிகழ்வுகளை உணர்ச்சிகரமாக விவரித்துப் பேசுவர். அனைவரும் தம்மைத்தாமே மார்பில் அடித்துக்கொள்வதோடு கூட்டங்கள் நிறைவடையும். முஹர்ரத்தின் ஏழாம் நாளிலிருந்து பத்தாம் நாள்வரை பல ஊர்வலங்கள் நடத்தப்படும். நாட்டின் மிகப் பழைமையான மத ஊர்வலங்களில் முஹர்ரம் ஊர்வலமும் ஒன்றாகும். உதாரணமாக, ஹைதராபாதில் முஹர்ரம் பத்தாம் நாள் ஷியா முஸ்லிம்களால் நடத்தப்படும் ‘பீபி கா அல்வா’ என்ற முக்கிய ஊர்வலம் 400 வருடப் பழைமையானது. மாறாக இந்துக்களின் விநாயகர் சதுர்த்தி, துர்கா பூஜை ஊர்வலங்கள் சுமார் 100 வருடங்களுக்கு முன்புதான் தொடங்கின.

பீபி கா அல்வா ஊர்வலம் பயமூட்டுகிற ஆனால் கண்ணையும் கருத்தையும் ஈர்க்கிற காட்சியாகும். புனித நினைவுச் சின்னங்களைச் சுமந்தவாறு ஊர்வலத்தை ஒரு யானை வழி நடத்த, குதிரைகளும் ஒட்டகங்களும் பின்தொடர்கின்றன. ஆனால் பார்வையாளர்களின் கவனமோ துக்கம் அனுசரிக்கும் குழுக்கள் மீதுதான் குவிகிறது. சங்கிலிகள், பிளேடுகள், கத்திகள், வாட்கள் போன்றவைகளால் துக்கம் அனுசரிப்போர் தங்களையே தாக்கிக்கொள்கிறார்கள். தங்கு தடையின்றி ரத்தம் வழிகிறது. இக்காட்சி பலவீனமானோருக்கு உரியதல்ல. தன்னைத் தானே அடித்துக்கொண்டிருந்த கல்லூரி மாணவனான முஜ்தபாஅலி கானை நாங்கள் சந்தித்தோம். இவ்விதம் தன்னைத் தானே அடித்துக் காயப்படுத்திக் கொள்வதற்குப் பின்னால் இருக்கும்

தர்க்கத்தை அவன் விளக்கினான். "ஓ ஹுஸைன்... நாங்கள் கர்பலாவில் இருந்திருந்தால் சண்டையிட்டு உங்களுக்காக உயிரை இழந்திருப்போம் என்பதைத்தான், எங்களை அடித்துக்கொள்வதன் மூலம் நாங்கள் சொல்கிறோம்" என்றான்.

தனது பாலகன் தன் கண் முன்னாலேயே இறந்துபோவதை இமாம் ஹுஸைன் காண்கிறார். அவர் குடும்பத்தில் எஞ்சி யோருக்குப் பல நாட்கள் குடிக்கத் தண்ணீர் மறுக்கப்பட்டது. இந்த கர்பலா நிகழ்வை, ஒரு லம்பாடிப் பழங்குடிப் பாடல் இவ்விதம் விவரிக்கிறது:

அந்த அம்புகள்
வீரமிக்க மனிதர்களால் எறியப்பட்டவை அல்ல;
அவர்கள் கோழைகள்.
வீர மிக்க தந்தையின் வீரமகன் காயம் பட்டான்;
அவன் வீரம் மிக்க மனிதரின் மகன்,
அவர் பெயரில் நாங்கள் முட்கள் அணிகிறோம்.
அவர் வீரமானவர் அல்ல என்பதல்ல,
ஆனால் வீசப்பட்ட அம்பினால் கொல்லப்பட்ட தனது இளமகனை
அவர் தமது கரங்களில் ஏந்தியிருந்தார்,
தன் மகனின் சடலத்தை அவர் சுமந்து சென்றார்;
அவர் குடும்பம் தாகத்தால் தவித்தது;
ஓநாய்களால் அவர் சூழப்பட்டார்,
அவர் மேல் அவை அம்புகளை எறிந்தவாறிருந்தன.

முஹர்ரம் பிரபலமாவதற்கு முக்கியமான பங்களிப்பு செய்த ஒரு நிறுவனம் ஆஷுர்கானாஸ். இமாம் ஹுஸைனும் அவரைப் பின்பற்றுவோரும் சுமந்து சென்றதாகக் கருதப்படும் ஆலம்கள்* இந்த ஆஷுர்கானாக்கள் கட்டடங்களில் வைக்கப் பட்டுள்ளன. முஹர்ரத்தின்போது, பல ஊர்வலங்களில் ஆலம்கள் வெளியே எடுத்துச் செல்லப்படுகின்றன. குத்ப் சாகி காலத்திலிருந்தே ஆஷுர்கானாக்களின் கதவுகள் எல்லோருக்கும் திறக்கப்பட்டிருக்கின்றன. சாதி-சமூக வேறுபாடின்றி உணவும் தர்மமும் அனைவருக்கும் வழங்கப்படுகின்றன. ஆஷுர்கானாக் களுக்குள் எந்தக் கட்டுப்பாடுகளும் இல்லை. மக்கள் அவரவர் சடங்குச் சம்பிரதாயங்களின்படி வழிபாடு செய்ய அனுமதிக்கப் படுகிறார்கள்.

ஒரு முஸ்லிம், ஆலம்களை முத்தமிட்டுக் கடவுளைத் துதித்துத் தனது கரங்களை உயர்த்துவார்; அவ்வளவே. இந்துக்கள் குனிந்து கை குவித்து வணங்குவதைக் காணலாம். ஆலம்களுக்கு மாலையிட்டு, ஊதுபத்தி பொருத்தி அவற்றின் முன்னால் அவர்கள் பூஜை செய்வர். முஸ்லிம் அல்லாதவர்கள்

---

* ஒரு முனையில் கொடி கட்டப்பட்ட நீளமான மரக் கம்புகள்.

ஆஷுர்கானாக்களுக்குத் தொடர்ந்து வர ஆரம்பித்துள்ளார்கள். கர்பலாவின் துயரைப் புரிந்துகொண்டதாலோ அல்லது இஸ்லாத்தின் மேல் திடீரென நம்பிக்கை வரத்தொடங்கியதாலோ அல்ல; நேர்மை, தைரியம், பயபக்தி போன்றவற்றின் சின்னமாகவும் புனிதப் பொருட்களாகவும் ஆலம்களை அவர்கள் கருதுகின்றனர். குறிப்பிட்ட சக்தி கொண்டிருப்பவை என்ற நம்பிக்கை, சில ஆஷுர்கானாக்கள் மேல் ஏற்றி வைக்கப்பட்டுள்ளது. மக்கள் வேண்டுதல்களும் செய்துகொள்கிறார்கள். மூடநம்பிக்கையும் விருப்ப நிறைவேறுதல் நோக்கமும் இந்த நிகழ்வுகளில் முக்கியப் பங்காற்றுகின்றன. உதாரணமாக, முஹர்ரம் பத்தாம் நாளில் நடைபெறும் 'பீபி கா அல்வா' ஹைதராபாதிலேயே மிகப் பெரிய ஊர்வலம் ஆகும். ஆஷுர்கானாவிலிருந்து அது புறப்படும். முஸ்லிம் அல்லாத பெண்கள் பலர் குழந்தை வரம் வேண்டி அங்கே வணங்குகின்றனர். இவ்வாறு, தக்காணப் பகுதியில் அழகிய இஸ்லாமிய வடிவமைப்பின் மீது இந்து பக்தி மையப்படுத்தப்பட்டு ஒரு தனித்தன்மை வாய்ந்த 'இந்திய முஹர்ரம்' உருவாக்கப்படுகிறது.

முஹர்ரத்திலிருந்து அதன் மூல அடையாளம் எவ்விதம் களையப்பட்டிருக்கிறது என்பது பற்றியும், விருப்பங்கள் நிறைவேற்றப்படும்போதும் வரங்கள் அருளப்படும்போதும் முஹர்ரம் ஒரு கொண்டாட்டத்திற்கான காலமாக எவ்விதம் கருதப்படுகிறது என்பதுபற்றியும் ரங்காரெட்டி மாவட்டத்தில் உள்ள ஒரு நாட்டுப்பாடல் மூலம் அறிந்துகொள்ளலாம்.

> ஆனந்தமும் மகிழ்வும் கொண்டு வருகிறது முஹர்ரம்,
> எல்லாவித மக்களும் மகிழ்வுடன் ஓய்வாய்ச் சந்திக்கின்றனர்,
> பக்தியுடன் காணிக்கை செலுத்துகின்றனர்.
> ஆர்வம் கொண்டோர் கூட்டங் கூட்டமாக வருகின்றனர்,
> நிலவு ஒளிரும் இரவில் மகிழ்கின்றனர் அவர்கள்,
> வயிற்று வலியோடு சிலர்,
> கண் வலியோடு சிலர்,
> ஹஸன் ஹுஸைன் மற்றும் மகிழ்வான இமாம்,
> ஒவ்வொருவரும் பயபக்தியுடன் பிரார்த்திக்கின்றனர்,
> அல்லற்படுத்திய நோயிலிருந்து விடுவிக்கப்படுகின்றனர்.
> காசிம் துலாஹின் பல்லக்கு புறப்பட்டு விட்டது,
> பன்னிரண்டு இமாம்கள்.
> வேண்டுதல்கள் நிறைவேற்றப்பட்டுவிட்டன.
> குழந்தையற்றோருக்குக் கரு உண்டாகும்
> வரம் வழங்கப்பட்டு விட்டது.

முஹர்ரத்தின்போது, ஏற்கனவே நிலைபெற்றுவிட்ட ஆஷுர்கானாக்கள் வழிபாடு போக, இந்துக்கள் தங்கள் சொந்த ஆலம்களைத் தற்காலிகக் கூடாரங்களில் தங்கள் பகுதிகளில்

வைக்கின்றனர். விஜயநகரில் ஆலம்கள் வைக்கப்பட்டுள்ள சாலையோரக் கூடாரங்கள் முப்பது இருந்தன. பெரும்பாலும் பையன்கள் கூட்டாகச் சேர்ந்து முஹர்ரம் குழு அமைத்துக் கொள்கின்றனர். ஊர்வலம் நடத்தப்படும் நாட்களில் வாடகைக் கூடாரங்கள், ஒலிபெருக்கி, பேண்டு வாத்தியச்சேவை போன்றவைகளுக்காக உள்ளூர்வாசிகளிடமிருந்தும் கடை வைத்திருப்போரிடமிருந்தும் பணம் திரட்டுகின்றனர். ஆலம்களின் மேல் பொருத்தப்பட்டுள்ள ஒலிபெருக்கியிலிருந்து வரும் காது கிழிபடும் இசை, தேங்காய், பூ காணிக்கை, பத்தி பொருத்தி வைத்தல், பேண்டு வாத்தியம் முழங்க ஊர்வலங்கள் செல்லுதல் என விநாயகர் சதுர்த்தி போன்ற அதே சூழ்நிலைதான் இங்கும் நிலவுகிறது.

உள்ளூர் மக்கள் ஆலம்களைத் தங்களின் தெய்வங்களிலிருந்து வித்தியாசமாகக் கருதவில்லை என்பது அவர்கள் ஆலம்களுக்கு மாலை அணிவித்து, குங்குமப் பொட்டு வைப்பதிலிருந்து தெளிவாகத் தெரிகிறது. விஜயநகரில் பல வருடங்களாக ஆலம்களை அமைத்து வருபவரான, தையல்வேலை செய்யும் பாலு, "நீங்கள் பிருலுவை (ஆலம்களை) வழிபட்டால், துரதிர்ஷ்டம் தூர விலகும்" என்றார். அவருக்கு கர்பலாவைப் பற்றி ஒன்றும் தெரியாது. இருந்தும் பிருலுவை ஸ்ரீராமனோடு சரிசமமாகக் காண்பது அவருக்கு எளிதாக இருக்கிறது. பாலு மேலும் சொன்னார்: "இவை (ஆலம்கள்) பிருலு என அழைக்கப் படுகின்றன. நாங்கள் ராமனை வழிபடுவதைப் போலவே பிருலுவைப் பிரார்த்திக்கிறோம்." 'பிருலு' என்னும் சொல், 'பீர்' என்பதிலிருந்து வருகிறது என்பது வெளிப்படை.

ஹைதராபாத் அரசு விருந்தினர் விடுதியில் எனது அறை ஊழியர் ஐம்பய்யா, முஹர்ரம் ஒன்பது, பத்து ஆகிய தினங்களில் விடுமுறையில் இருந்தார். இது பற்றி அவரிடம் கேட்டேன். பஞ்சாரா ஹில்ஸை ஒட்டிய ஒரு குடியிருப்புப் பகுதியில் வசிக்கும் அவர், தான் ஒரு லம்பாடிப் பழங்குடி இனத்தவர் எனவும், முஹர்ரத்தை அவரின் பழங்குடிச் சமூகம் மிகப் பெரிய பண்டிகைகளில் ஒன்றாகக் கருதுவதாகவும் சொன்னார். ஒவ்வொரு வருடமும் அவர்கள் ஆலம்களைத் தங்கள் குடியிருப்பின் மத்தியில் ஒரு திறந்த தொழுவத்தில் வைப்பார்களாம். பத்தாம் நாள் இரவு பஞ்சாரா ஹில்ஸைச் சுற்றி ஒரு பிரம்மாண்ட ஊர்வலத்தில் ஆலம்கள் கொண்டு செல்லப்படும். வழியில் ஒரு குளத்தில் அவை சில கணங்கள் அமிழ்த்தப்படும். இது முழுக்கவும் இஸ்லாம் அல்லாத ஒரு சடங்காகும். ஊர்வலம் காலனிக்குத் திரும்பியவுடன், ஆண்களும்

பெண்களும் நாட்டுச் சாராயம் குடிப்பதும் விருந்துண்பதுமாய்க் களியாட்டம் தொடங்கும்.

மிகக் கூர்மையான வகுப்புவாத உணர்வு சூழ்ந்த நகரில் இந்துக் கல்லீ, முஸ்லிம் கல்லீ என தனித்தனியே சந்துகள் இருக்கின்றன. ஆனால், பழைய ஹைதராபாதில் வசிப்போர் பிற சமூகத்தின் தாக்கத்திலிருந்து தங்களைத் தனியே முழுக்கவும் விலக்கிவைத்துக்கொள்ள முடியாது. சோனார் கி காலி என்ற இந்துக்கள் வாழும் சந்தில் இருந்த ஒரு மஜ்லிஸிற்குப் போனேன். விருந்தளித்தவர் சுந்தர்சன் தாஸ் என்ற சுதந்திரப் போராட்ட வீரர். அந்த சந்தில் வாழும் இந்துக்கள் ஆலம்களை வைக்கும் மூன்று இடங்களை அவர் என்னிடம் காட்டினார். ராயலசீமாவிலுள்ள சோலாப்பூர் கிராமத்தில் அழகான முஹர்ரம் பாடலொன்றினை இந்து விவசாயிகளின் குழு ஒன்று தெலுங்கில் பாடக் கேட்டேன்.

ஆங்கிலோ – இந்தியச் சொற்கள், சொற்றொடர்கள் பற்றிய அகராதியில் உள்ள முஹர்ரம் பற்றிய வினோதமான விளக்கம் நினைத்துப் பார்க்கத்தக்க ஒன்றாகும்.

"இது இந்துக்கள் பலராலும் பின்பற்றப்படுகிறது. இந்தியாவின் பிற பகுதிகளை விடவும் தக்காணம் மற்றும் மால்வா முழுவதும் முஹர்ரம் பண்டிகை மிகுந்த உற்சாகத்துடன் கொண்டாடப் படுகிறது ... ஏதோ ஒரு மகிழ்ச்சிகரமான பண்டிகை என்பதைப் போல விழாவிற்கான ஏற்பாடுகள் மிகப்பெரிய அளவில் ஒவ்வொரு நகரிலும் செய்யப்படுகின்றன. ஆனால், இது துக்கம் அனுசரிக்கப்பட வேண்டிய சடங்காகும்."

முஹம்மதிடம் மலை வருகிறது

ஒரிசா

மதப் பழக்கவழக்கங்களைப் பொறுத்தவரை, இந்தியாவில் வினோதமான விஷயங்கள் நடைபெறு கின்றன. தனக்கெனச் சொந்தமாக ஒரு வைதீகப் பாணியைக் கொண்டுள்ள நாட்டின் முதன்மையான கோயில் வளாகங்களில் பூரி புனித ஆலயமும் ஒன்று. ஆடல், பாடல், கொட்டுமேள முழக்கம், சங்கீத அதிர்வு, பக்தர்களின் பரவசம் எனப் பெருங் குழப்பங்களுக்கிடையே பூரியில் ஸ்ரீ ஜகந்நாதரின் புகழ்பெற்ற ரத யாத்திரை நகர்கிறது. அதில் கவனத்திலிருந்து நழுவி விடக்கூடிய ஒரு சிறிய நிகழ்வு என்னவெனில், தனது யாத்திரையின்போது, ஒரு முஸ்லிம் கவிக்கு மரியாதை செலுத்த ஜகந்நாதரின் ரதம் தனது தடத்தில் சிறிது நிற்கிறது என்பதுதான். உண்மையில் பெரிய 'இந்து' ரதம் இது. இருந்தபோதிலும் பிறப்பால் முஸ்லிமான ஒருவருக்காகச் சிறிது நேரம் நிற்கிறது.

இந்தக் கதை தற்செயல், திட்டமிட்டபடி அவிழ்ந்தது எனலாம். உலகிலேயே மிகப் பெரிய ரத உற்சவமாக இது ஏன் விளம்பரப் படுத்தப்படுகிறது எனக் கண்டுகொள்வதற்காக ஓரிசாவுக்குப் பயண மானேன். பூரிக்குச் செல்லும் வழியிலேயே உள்ள புவனேஷ்வரில் இறங்கினேன். அங்கு அரசு விருந்தினர் விடுதிக்குக் குறுக்கே ஒரு சிறிய கோயில் உள்ளது. இரவு உணவு முடித்துத் திரும்பும் வழியில், அந்தச் சாலையோரக் கோயிலுக்கு முன்னால் ஒரிய

பக்திப் பாடல்களைப் பாடியவாறு கைவண்டி இழுப்போரும் தினக்கூலிக்காரர்களும் சேர்ந்த சிறிய கூட்டமொன்று குழுமி யிருப்பதைப் பார்க்க நேர்ந்தது. பாடலை ஒரு நண்பர் மொழி பெயர்த்தார். பாடியவர்களில் ஒருவனான நாகுல் தாஸ் என்னும் கட்டடத் தொழிலாளி மனங்கவரும் குரல் வளம் கொண்டிருந்தான். பகவான் ஜகந்நாதரைத் தரிசிக்கும் தனது வேட்கையை ஏக்கத்துடன் பாடினான்.

ஓ இறைவா, நீண்ட வருட முழுமையும் நான் காத்திருந்தேன்
உனது ரதத்தில் நீ புறப்படும்போது
உன்னைக் கண்குளிரக் காண்பதற்கு.
இந்தத் தரிசனத்தை எனக்கு மறுத்து விடாதே,
அழுகிறான் உனது பக்தன், சாலெபெக்.

சாலெபெக் யார்? தாஸிடம் கேட்டேன். "பகவான் ஜகந்நாதரைப் புகழ்ந்து ஒரிய மொழியில் பக்திப் பாடல்களை இயற்றிய பெரிய பக்தர் சாலெபெக். அவர் ஜகந்நாதரின் ஒரு முஸ்லிம் பக்தர். ஒரிசாவிலுள்ள ஒவ்வொரு குழந்தையும் சாலெபெக்கின் பக்திப் பாடல்களைப் பாடும். அவரது புராணக் கதையை அறிந்திருக்கும்" என்றான். "இந்து அல்லாத ஒருவர், உள்ளே நுழைய பூரி கோயில் அனுமதிக்காதபோது, ஒரு முஸல்மான் எவ்விதம் பக்தராக முடியும்?" எனக் கேட்டேன். "தாக்கூரைப் (ஜகந்நாதர்) பொறுத்தவரை, அவர் (சாலெபெக்) ஒரு மனிதர். அவ்வளவே. தனது கோயிலுக்குள் சாலெபெக் நுழைய முடியாது போனதால், ரத யாத்திரையின்போது, பூரியிலுள்ள சாலெபெக்கின் வீட்டிற்கு வெளியே தாக்கூர் எப்போதும் நிற்கிறார். இந்த ஆண்டும் கூட தாக்கூரின் ரதம் சாலெபெக் சமாதிக்கு வெளியே சிறிது நேரம் நிற்கும்" என்றான்.

தனிச் சிறப்பு வாய்ந்த இந்த பக்தரைப் பற்றி ஆராய்ச்சி செய்து முனைவர் பட்டம் பெற்றுள்ள புவனேஷ்வர் பல்கலைக்கழகப் பேராசிரியரான ஏ.கே. மிஸ்ரா கூறுவதைப் பார்க்கலாம். "முகலாய பிரபு–குலத்தைச் சேர்ந்த "ஜெஹாங்கீர் குலி கான் லால்பெக்கின் மகன்தான் சாலெபெக். கிழக்கு மாகாணங்களில் கணிசமான பகுதியை ஆஃப்கன் கிளர்ச்சியாளர்கள் தங்களின் கட்டுப்பாட்டுக்குள் வைத்திருந்தனர். இக்கிளர்ச்சியாளர்களை அடக்க, 1590ஆம் ஆண்டுவாக்கில், சக்கரவத்தி அக்பர், தமது படைத்தளபதி மான்சிங்கிற்கு உதவியாக லால்பெக்கை ஒரிசாவிற்கு அனுப்பி வைத்தார். அங்கே ஒரு பிராமண விதவையை லால்பெக் மணந்தார். அவர்களுக்கு மகனாக, சாலெபெக் 1592இல் பிறந்தார். அக்பருக்கு அடுத்து ஆக்ராவில் மொகலாய சிம்மாசனத்திற்கு வந்த ஜெஹாங்கீர், அப்பகுதியின் (இன்றைய ஒரிசா) கவர்னராக லால்பெக்கை நியமித்தார். இரண்டு

ஆண்டுகளுக்குப் பிறகு, ஒரிசாவை உள்ளடக்கிய வங்காள மாகாணத்தின் கவர்னராக லால்பெக் நியமிக்கப்பட்டார். இங்கேதான் சாலெபெக் வளர்க்கப்பட்டார்.

ஆஃப்கானியரோடு சண்டையிட்டுப் போர்க்களத்தில் லால்பெக் மாண்டார். தனது தந்தையோடு சேர்ந்து போரிட்ட சாலெபெக் காயமடைந்தார். கிருஷ்ணபிரானை வணங்குமாறு சாலெபெக்கை அவரது தாயார் கேட்டுக்கொண்டதாகப் பழங்கதை கூறுகிறது. அவ்விதமாகவே சாலெபெக் வணங்கி வழிபட, அவரது காயங்கள் ஏதோ அற்புதத்தால் குணமடைந்தன. சாலெபெக்கின் வாழ்வில், அவரது தந்தையின் மறைவு ஒரு திருப்பு முனையாக அமைந்தது. அதன் பின்னர், அவர் ஓர் ஆழ்ந்த வைணவ பக்தரானார். ஒரிசாவின் பிரதான வைணவ வழிபாட்டு மரபு, ஜகந்நாதரைப் பற்றியதாகும். ஆதலால், பூரியில் ஜகந்நாதர் கோயிலருகே சாலெபெக் மடம் ஒன்றை நிறுவினார். எஞ்சிய வாழ்வை ஞானியாகக் கழித்தார். ஜகந்நாதரைப் புகழ்ந்து நூற்றுக்கணக்கான பக்திப் பாடல்கள் இயற்றினார். அவர் இயற்றிய பாசுரங்களால் அவரைப் புகழ்வோர் பெருகினர். பக்த சாலெபெக் என்னும் தனியொரு உருவத்தைச் சுற்றிப் பற்றீடுபாடு கொண்டதோர் குழு சேரலானது.

இருந்தபோதிலும், சாலெபெக்கிற்குத் தனது பக்தி வழியில் ஒரு பெரிய தடை இருந்தது. அது பூரி கோயிலைக் கட்டுப்படுத்திய பூசாரிகள் செய்த தடைதான். என்னதான் பக்தி மிக்கவராக சாலெபெக் இருந்தாலும், பூசாரிகளின், பண்டாக்களின் பார்வையில் அவர் ஒரு மிலேச்சன். ஆதலால், ஜகந்நாதர் கோயிலில் நுழையத் தகுதியற்றவர். ஒரு பக்திப் பாடலில் தனது விதி குறித்து சாலெபெக் நொந்து புலம்புகிறார்:

> எனது தந்தை ஒரு முஸல்மான்,
> எனது தாய் ஒரு பிராமணி ஆனால் நானோ,
> எனது இறைவனான ஜகந்நாதனுக்கு
> ஓர் ஏழை பக்தன்

தனது சகோதரி சுபத்ராவுடனும் சகோதரர் பலராமுடனும் குண்டிச்சா கோயிலில் உள்ள தனது அத்தையைக் காண ஜகந்நாதர் தம் கோவிலை விட்டு ரத யாத்திரை செல்வார். அப்போது, சாலெபெக் தனது வணக்கத்தை ஜகந்நாதருக்குச் சமர்ப்பிக்க ஒவ்வொரு வருடமும் ரத யாத்திரைத் தரிசனத்திற்காகக் காத்திருப்பார். மிகப் பெரிய தேர்களில் இந்த மூன்று தெய்வங்களும் திரும்பி வரும் பயணத்துடன், ஒரு வார கால ரத யாத்திரை உற்சவம் உச்சநிலை அடையும்.

உள்ளூர்ப் பழங்கதை மரபின்படி ஒரு வருடம், பிருந்தாவன் புனிதப் பயணத்திலிருந்து சாலெபெக் திரும்பி வந்துகொண்டிருக்கும்போது, ரத யாத்திரை தொடங்கிவிட்டது. பூரிக்குத் திரும்புகையில், சாலெபெக் ஜகந்நாதரிடம் பிரார்த்தித்தார். "உன் வருடாந்திர தரிசனத்தை எனக்கு மறுத்துவிடாதே. ரதம் திரும்பி வரும்போது உன் தரிசனம் கிடைக்க, உரிய நேரத்தில் நான் அங்கு வந்து சேர வேண்டும். அதற்கு உதவி செய்." உண்மையில், ரத யாத்திரைக்காக உரிய நேரத்தில் பூரிக்கு வந்து சேரும் அளவில்லாத ஏக்கத்தினை வெளிப்படுத்துவதாகவே சாலெபெக்கின் பல பக்திப்பாடல்கள் உள்ளன. ஆனால் ரத யாத்திரை திரும்பி வரத் தொடங்கிவிட்ட பின்னரும்கூட, சாலெபெக் பூரிக்கு வந்து சேர்ந்திருக்கவில்லை. சுபத்ராவையும் பலராமையும் ஏற்றிச் செல்லும் ரதங்கள் ஜகந்நாதரின் தேருக்கு முன்பாகவே எப்போதும் செல்லும். அவை சாலெபெக்கின் வரவுக்குக் காத்திராமல், அவர் வீட்டினைக் கடந்து சென்றுவிட்டிருந்தன. ஜகந்நாதரின் தேர் சாலெபெக்கின் மடத்தினை அடைந்தபோது பெரும் சத்தத்துடன் நின்றது. நூற்றுக்கணக்கான யானைகளும் ஆயிரக்கணக்கான மனிதர்களும் சேர்ந்தும் அதனை அசைக்க முடியவில்லை. சாலெபெக் வந்து இழுத்த பின்னரே தேர் நகர்ந்து ஜகந்நாதர் தனது யாத்திரையைத் தொடர்ந்தார். அப்போதிருந்து, ஜகந்நாதரின் ரதம் பூரிக்குத் திரும்பி வரும் வழியில் சாலெபெக் சமாதியின் முன்னால் தங்கி நிற்பது தொடர்ந்து வருகிறது.

உண்மையில் ரத யாத்திரை ஒரு பிரமாண்டமான நிகழ்வாகும். ஆனால் உற்சவத்தின் இந்தப் பகுதி (சாலெபெக் சமாதியின் முன்னர் ரதம் நிற்பது) மிக மிகக் குறைவான அளவே கவனம் பெற்றுள்ளது. நான் அங்கு சென்றபோது, ஜகந்நாதரின் ரதம் ஓர் இரவு முழுவதுமே சாலெபெக் சமாதிக்கு வெளியே தனது பயணத்தை நிறுத்தியிருந்தது. ஒளி மங்க, கூட்டம் மெலியதாக ஆக இறைவனை ஏற்றியிருந்த மாபெரும் ரதம், ஒரு முஸ்லிம் பக்தனின் எளிய சமாதியின் முன் நின்றது. ஹரிக்கேன் விளக்குகளின் மங்கலான ஒளியில் ஆயிரக்கணக்கான பக்தர்கள் ஏந்திய தீபங்களில் (தியாஸ்) மாபெரும் ரதம் தனது நிழலை அந்தக் கல்லறையின் மேல் பரப்பிற்று.

இந்துப் பலதெய்வக் கோயிலில் பற்பல தெய்வங்களும் பெண் தெய்வங்களும் உயர்விடத்திற்காக ஒன்றையொன்று நெருக்கித் தள்ளியவாறு இருக்கின்றன. மற்ற எல்லாத் தெய்வங்களையும் விடவும் மேலாக மிக உயர்ந்த இடத்தில் தனித்து நிற்கிறார் ஜகந்நாதர். நாட்டிலேயே இவ்விதமிருக்கும் ஒரே பகுதி ஒரிசாவாக இருக்கலாம். மேல்சாதியினர், கீழ்சாதியினர் மட்டுமின்றிப்

வாழும் நல்லிணக்கம்

பழங்குடி இனத்தவராலும் வணங்கப்படுபவரான ஜகந்நாதரின் படம் மாநிலத்தில் உள்ள ஒவ்வொரு வீட்டிலும் கடையிலும் அலுவலகத்திலும் உள்ளது. கடவுளின் ஆந்தையினது போன்ற மிகப் பெரிய கண்கள் வீடுகளின் பின்புறங்களிலிருந்தும் சுவர்களிலிருந்தும் ஏன் சினிமா தட்டிகள் சுவரொட்டிகளிலிருந்தும் கூட கீழே முறைத்துப் பார்க்கின்றன. ஜகந்நாதர்தான் சர்வ வல்லமையுள்ளவராக எங்கும் நிறைந்திருக்கிறார். அவரது வழிபாட்டு மரபில், ஒரு முஸ்லிம் தவிர்க்கவே முடியாதபடி இணைக்கப்பட்டுள்ளார்.

பூரி கோயிலுக்குத் திரும்பும் ரதத்தின் வருகையை, வருடம் விட்டு வருடம் நடத்தப்படும் சாலெபெக் திருவிழா முன்னறிவிப்பு செய்கிறது. இதிலிருந்தே ஜகந்நாதரின் பக்தி மரபிற்கு, சாலெபெக்கின் பங்களிப்பு என்ன என்பதை மதிப்பிட முடியும். சாலெபெக் திருவிழாவிற்காக, கோயில் வாசலுக்கு வெளியே ஜகந்நாதர் தனது ரதத்தில் ஓர் இரவைக் கழிக்கிறார். சாலெபெக்கின் திருவிழாவும் கோயில் வாசலுக்கு வெளியேதான் நடத்தப்படுகிறது. இந்த விழாவில் ஒரிசாவின் முன்னணிப் பாடகர்கள் சாலெபெக்கின் இசைப் பாடல்களை, ஆயிரக்கணக்கான பார்வையாளர்களுக்கு மத்தியில் பாடுகின்றனர். அவை பிரபலமானவை என்பது மட்டுமின்றி, வைணவ சகாப்தத்தின் நேர்த்தி மிகு பக்தி இசைப் பாடல்களோடு சமமாக இணைத்து வைத்துப் பேசப்படுபவையும் கூட. ஜகந்நாதரின் புகழ் பாடும் பக்திப் பாடல்கள் மட்டுமின்றி கிருஷ்ணனுக்கும் பிற வைணவ தெய்வங்களுக்கும் சமர்ப்பிக்கப்பட்ட பாசுரங்களும் வசனங்களுமாக ஒரு புதையலையே சாலெபெக் விட்டுச் சென்றுள்ளார்.

ஜகந்நாதர் மீதான மிகப்பிரபலமான பக்திப்பாடல்களை ஒரு முஸ்லிம் இயற்றியதைப்போல, சாலெபெக்கின் பக்திப் பாடல்களைப் பாடும் மாநிலத்தின் தேர்ச்சி மிகுந்த பாடகர்களில் ஒருவரான சிக்கந்தர் ஆலம் ஒரு முஸ்லிமே என்பதும் ஒரு தற்செயல் தான். சாலெபெக்கைப் போலவே, சிக்கந்தர் ஆலமும் பூரி கோயிலுக்குள் நுழையமுடியாது. இந்து நம்பிக்கையின் பெரிய இரட்டைத் தன்மைகளில் ஒன்றாக இது உள்ளது. உள்ளடக்கும் தன்மை கொண்டதாக ஒருபுறம் இது இருக்கிறது. பல தெய்வக்கோயிலில் தெய்வத்திற்கு மேல் தெய்வமாகச் சேர்த்துக்கொண்டே போக முடியும். எனினும் 'வெளியே அகற்றும்' வேலையைச் சில இந்துத்துவ மையங்கள் செய்கின்றன. நிச்சயமாக அவை சமத்துவமாக இல்லை.

முன்னொரு காலத்தில் சாலெபெக் இருந்ததைப் போல, தனிமனிதரான சிக்கந்தர் ஆலம் இந்தக் காலத்தில் தனியே நிற்கிறார். நாற்பதுக்கும் அதிகமான ஒரிய சினிமா பாடல்களை சிக்கந்தர் ஆலம் பாடியுள்ளார். ஆனால் அவர் பாடிய ஜகந்நாதர் பக்திப் பாடல்கள்தாம் பிரபலமாக உள்ளன. பயபக்தியுள்ள முஸ்லிமாகவும், அர்ப்பண உணர்வுள்ள ஜகந்நாதர் பக்தராகவும் அவர் இருக்கிறார். தினமும் ஐந்து வேளை (அல்லாஹ்வை) தொழுவதாகச் சொல்கிறார். ஆனால் புவனேஷ்வரில் உள்ள இவரது வீட்டில் பற்பல இந்துத் தெய்வங்களின் படங்கள் உள்ளன. முற்றானது முழுதானது என ஒன்றுமில்லை என்பதற்கும், எல்லைகள் பெரிய அளவு பொருட்படுத்தத் தக்கவை அல்ல என்பதற்கும் அவரது பக்தி ஓர் உதாரணமாகும்.

விஷ்ணுவின் பெண்மணி

திருச்சிராப்பள்ளி, தமிழ்நாடு

பகவான் விஷ்ணு ஒரு முஸ்லிம் பெண்ணுடனா . . ? இந்த வேற்றுமதத் துணையினைக் கண்டு மதத் தூய்மைப் பாதுகாவலர்கள் முகஞ் சுழிக்கலாம். ஆனால், தமிழ்நாட்டின் முன்னணி வைணவக் கோயிலான ஸ்ரீரங்கம் கோயிலில் இந்த மரபு இது நாள்வரை பேணிக் காக்கப்பட்டு வருகிறது.

இந்தப் பிரம்மாண்டமான கோயில் பிரகாரத்தில் (தமிழ் நாட்டிலேயே மிகப் பெரியது: ஒருவேளை இந்தியாவிலும்கூட இருக்கலாம்) ஸ்ரீ ரங்கனாதர் எனப்படும் மகா விஷ்ணு, ஆயிரம் தலையுடைய ஆதிசேஷன் மேல் சாய்ந்து கொண்டிருப்பதாகச் சித்திரிக்கப்பட்டுள்ளார். 'மதிப்பிற்குரிய முஸ்லிம் பெண்மணி' என்பதாகப் பொருள்படும் 'துலுக்க நாச்சியார்', விஷ்ணுவின் பிரதான நாயகியரில் ஒருவராவார். மார்கழி மாதத்தில் இருபது நாட்கள் தொடர்ந்து நடைபெறும் 'வைகுண்ட ஏகாதசி' தென் இந்தியாவின் பிரபலமான வைணவர் கோயில் சடங்காகும். பகல் பத்து என அழைக்கப்படும் பண்டிகையின் முதல் பத்து நாட்களிலும் ஸ்ரீ ரங்கநாதர் துலுக்க நாச்சியாரிடம் சடங்குச் சம்பிரதாயங்களுடன் ஊர்வலமாக எடுத்துச் செல்லப்படுகிறார். பத்து நாட்களும் துலுக்க நாச்சியாருக்குப் பெருமாள் பணிவிடை செய்கிறார் என்று இதனைச் சொல்லலாம்.

துலுக்க நாச்சியார் முஸ்லிமாகையால், அவருக்குச் சிலை ஏதும் இல்லை. அதற்குப் பதிலாக, அவரைப் பிரதிநிதித்துவப் படுத்தும் நானூறு ஆண்டுக் காலப் பழமையான தஞ்சாவூர்ப் பெண் ஓவியம் ஒன்று இருக்கிறது. துலுக்க நாச்சியார் யார்? புராணக்கதை இவ்விதம் கூறுகிறது: முஸ்லிம் சுல்தானின் மகள், மகா விஷ்ணுவிடம் காதல் கொண்டாள். அவளை மகிழ்விக்க, விஷ்ணுவின் சிலையைக் கோயிலிலிருந்து திருடிக் கொண்டு வர அவள் தந்தை ஏற்பாடு செய்தார். விஷ்ணுவின் பக்தர்கள் சிலையை அங்கிருந்து மீட்டு, ஸ்ரீரங்கம் கோயிலில் திரும்பக் கொண்டுபோய் வைத்தனர். தனது காதலரின் தரிசனத்திற்காக, சுல்தானின் மகள் அழுதவாறே கோயிலுக்கு வந்தாள். கோயிலுக்கு உள்ளே அவள் அனுமதிக்கப்படாததால் கோயில் வாசலில் அழுதவாறே உயிரை விட்டாள்.

கோயிலுக்கு நான் சென்றபோது, கோவில் நிர்வாக அதிகாரியான (உதவி ஆணையர்) தனபால் இந்த செவி வழிக்கதை சரியே என்பதை உறுதி செய்தார். சுல்தானின் மகள் பற்றிய இந்தப் புராணக் கதைக்கு ஆதரவாக வரலாற்றுச் சான்று மிகக் குறைவாகவே உள்ளதென அவர் சுட்டிக்காட்டினார். துலுக்க நாச்சியாரைத் தனது துணையாக விஷ்ணு ஏற்றுக்கொண்டார் என்பதாக புராணக்கதை முடிவடைகிறது. தனது இறைவனுக்குப் பணிவிடை செய்தவாறு துலுக்க நாச்சியார் இறந்து போனார். ஆதலால் வைகுண்ட ஏகாதசியின் போது துலுக்க நாச்சியாருக்குப் பணிவிடை செய்வது இப்போது விஷ்ணுவின் முறையாகும் என்பதாகப் புராணக்கதை கூறுகிறது.

இந்தப் புராணக்கதைக்கு ஆதரவாக வரலாற்றுச் சான்று ஏதுமில்லாதபோது, விஷ்ணுவின் பிராமணப் பக்தர்கள் ஒரு முஸ்லிம் உருவத்தைக் கோயிலுக்குள் எவ்விதம் அனுமதித்தனர்? இந்த மரபினை ஆராய்ந்து திருப்தியான விளக்கம் தர ஒருவருக்கும் அக்கறை இல்லை. பதினெட்டாம் பத்தொன்பதாம் நூற்றாண்டுகளில் ஆர்க்காட்டு நவாபுகளின் வலுவான ஆதிக்கத்தில் இப்பகுதி இருந்தபோது, இந்த மரபு தொடங்கியிருக்கலாமெனச் சில கல்வியாளர்கள் ஊகிக்கின்றனர். இந்த முஸ்லிம் ஆட்சியாளர்கள் கோவில் அழிப்பாளர்களாக ஒருபோதும் இருந்ததில்லை. மாறாக, தென்னாட்டின் பல கோயில்களுக்கு, குறிப்பாக சக்தி வாய்ந்த திருப்பதி கோயிலுக்கும் ஸ்ரீரங்கம் கோயிலுக்கும் தாராளமாக மானியங்கள் வழங்கியதற்கான வரலாற்றுச் சான்றுகள் உள்ளன. நவாபுகளின் முக்கியமான ராணுவத் தளமாகத் திருச்சி இருந்தபடியால், அந்த நகர் அவர்களின் தாராள நன்கொடைகளை நிறையவே பெற்றது.

ஸ்ரீரங்கம், திருப்பதி போன்ற சக்திவாய்ந்த கோயில்களின் பாதுகாவலர்கள், நவாபுகளுடன் ஒருவகை சமரசத்திற்கு வருவதை மிக அவசியமான ஒன்றாக நிச்சயம் கருதியிருக்க வேண்டும். நவாபுகளிடமிருந்து உரிய நேரத்தில் நன்கொடை பெறுவோரானார்கள். அப்பகுதியின் சக்தி வாய்ந்த கோவில்களை ஆதரிக்க வேண்டிய அவசியத்தை முஸ்லிம் நவாபுகள் உணர்ந்தனர். அதற்குப் பதிலீடாகத் தங்களின் பிரதான தெய்வங்கள் குறித்த தொன்மங்களுடன் முஸ்லிம் உருவங்களையும் பெயரளவில் பிராமணர்கள் இணைத்துக்கொண்டனர்.

இந்த விளக்கத்தைத் தனபாலும் ஏற்றுக்கொண்டார். "முஸ்லிம் ஆட்சியின்போது இந்த மரபு அறிமுகப்படுத்தப் பட்டிருக்கலாம் எனத் தோன்றுகிறது" என்றார். கோயிலின் பல தினசரிச் சடங்குகளும் முஸ்லிம் தாக்கத்தின் நிழல்களைக் கொண்டுள்ளதாக அவர் சுட்டிக்காட்டினார். உதாரணமாக, விஷ்ணுவின் ஆறு கால பூஜையில், அதிகாலை முதல் பூஜையின்போது, விஷ்ணு நீராட்டப்பட்டவுடன் அவருக்குக் கட்டம் போட்ட லுங்கி அணிவிக்கப்படுகிறது. அப்பகுதி முஸ்லிம்களோடு இது (லுங்கி அணிதல்) அடையாளப் படுத்தப்படுகிறது. மேலும், காலை 8.45 மணி இரண்டாம் கால பூஜையின்போது விஷ்ணுவிற்கு ரொட்டி, பருப்பு, நெய் போன்றவை நைவேத்தியமாக அளிக்கப்படுகின்றன. அரிசி உண்ணும் இப்பகுதியில், இந்த உணவு (ரொட்டி) முஸ்லிம்களோடு அடையாளப்படுத்தப்படுவது எனவும் சொன்னார். ஆனால் இதுபோன்ற அங்கொன்று இங்கொன்று என்பதான பொதுமைப்படுத்தல்கள் முக்கியமானவையாக எடுத்துக்கொள்ளப்பட வேண்டியவை அல்ல.

ஆனால் மறுக்கப்பட முடியாதது என்னவெனில் வினோதமான இந்த முஸ்லிம் நாயகிதான். ஸ்ரீரங்க வளாகம் வழக்கமான ஒரு கோயில் மட்டுமல்ல. அது பழம்பெருமை கொண்ட கோபுரத்தையும், திருமாலின் பற்பல அவதாரங்களும் துணை தெய்வங்களும் சிற்பங்களாக வடிக்கப்பட்ட பற்பல ஆலயங்களையும் கொண்ட கோவில் நகராகும். ஆயிரமாண்டுக் கால மதச்செயல்பாட்டின் அறாத தொடர் மரபினை அது பிரதிநிதித்துவப்படுத்துகிறது. பதினோராம் நூற்றாண்டின் பின் பாதியில் இங்கிருந்துதான் ராமானுஜர் தனது பக்தி யோகக் கோட்பாட்டினைப் போதித்தார். இது வைணவத் தத்துவத்தை உருமாற்றி, பற்பல சிந்தனைப் போக்குகளை நாடு முழுவதும் உருவாக்கிற்று.

இது சுற்றுலாப் பயணிகளும் புனித யாத்திரீகர்களும் நிரம்பி வழியும் நெரிசலான இடமாகும். வளாகத்துள் நுழைய அனைவருக்கும் அனுமதி உண்டு. ஆனால் முதன்மைத் தெய்வமான விஷ்ணு உறைந்திருக்கும் தங்கக் கலசமுள்ள சன்னிதிக்குள் இந்து அல்லாதவர்கள் நுழைய முடியாது. முரணாக, தங்கக் கூரைவேய்ந்த இந்த சன்னிதிக்கு உள்ளேதான் நமது 'மதிப்பிற்குரிய முஸ்லிம் பெண்மணி' துலுக்க நாச்சியார் உறைந்திருக்கிறாள். குறிப்பிட்ட இந்த முஸ்லிம் (துலுக்க நாச்சியார்) இஸ்லாத்திற்கும் இந்துமதத்திற்கும் இடையே உள்ள எல்லைகளைக் கடந்து மேம்பட்டுள்ளாள். மற்ற சாதாரண மனிதர்கள், இதுபோல், கடந்து செல்ல அனுமதிக்கப்படுவதில்லை.

பெரிய கோயிலும் பெரிய பள்ளிவாசலும்

திருச்சிராப்பள்ளி, தமிழ்நாடு

திருச்சி முக்கியமான ஓர் இந்து புனித யாத்திரை மையம் மட்டுமல்ல (ஸ்ரீரங்கம் மட்டுமின்றி அங்கே கண்ணைக் கவரும் மலைக்கோட்டைக் கோயில்களும் உள்ளன). அது தமிழ் முஸ்லிம்கள் புனிதப் பயணம் மேற்கொள்ளும் முக்கிய இடமுமாகும். புனித இறைஞானியான நத்தர் வாலி அவர்களின் தர்கா மலைக் கோட்டை வளாகத்தி லிருந்து சற்றுத் தொலைவில் உள்ளது. இந்தியத் துணைக் கண்டத்திலேயே முதன் முதலாகக் குடியேறிய முஸ்லிம் சமயப் பரப்புரையாளர்களில் இவரும் ஒருவர் என்பது பலரது நம்பிக்கை. அஜ்மீரின் மொய்னுதீன் சிஸ்தி வடக்கே ஸூஃபி தத்துவத்தை அறிமுகப்படுத்துவதற்கு நீண்ட காலத்திற்கு முன்னரே, பத்தாம் நூற்றாண்டு இறுதியில் அல்லது பதினோராம் நூற்றாண்டுத் தொடக்கத்தில் திருச்சிக்கு இவர் வந்தாரென நம்பப் படுகிறது. இன்று எல்லாச் சமயங்களையும் சார்ந்த மக்களையும் ஈர்க்கும் தமிழ்நாட்டின் மிகப் பெரிய ஸூஃபி பக்தி மையங்களில் ஒன்றாக நத்தர் வாலி தர்கா விளங்குகிறது.

திருச்சியில் பத்தொன்பதாம் நூற்றாண்டிலும் இருபதாம் நூற்றாண்டுத் தொடக்கத்திலும் இந்து – முஸ்லிம் மத மையங்களுக்கிடையே பல தொடர்புகள் ஏற்கனவே நிறுவப்பட்டிருந்தன என்பது குறிப்பிடத்

தக்கதாகும். உதாரணமாக, மலைக் கோட்டையின் உச்சியில் அழுந்திக் கிடக்கும் இரண்டு பள்ளங்களில் ஒன்று நத்தர் வலியின் கால் தடம் எனவும், மற்றது விஷ்ணுவின் கால் தடம் எனவும் கருதப்படுகிறது. இரு மதங்களின் சங்கமத்தை இது பிரதிபலிக்கிறது. நத்தர் வலி தர்காவின் பரம்பரைப் பொறுப்பாளரின் தம்பியான பேராசிரியர் ஹசரத் சுஹ்ரவர்தி (இவர் உருது எழுத்தாளரும் அறிஞரும் ஆவார்) "மலைக் கோட்டைக் கோயிலுக்கு அடுத்து இருக்கும் இடத்தில், ஈதுப் பெருநாளுக்கு மறுதினம் நடைபெறும் மேளாவில், சமீப காலம்வரை முஸ்லிம்களும் கலந்துகொண்டனர். இது (கலந்துகொள்வது) புனித இறைஞானி, நத்தர் வாலியோடு தொடர்புடையதாக இருந்தது" என்று கூறுகிறார்.

"இறைஞானிகள், பெண் தெய்வங்கள், மன்னர்கள்: தென் இந்தியச் சமூகத்தில் முஸ்லிம்களும் கிறிஸ்தவர்களும் 1700 – 1900" என்ற தென் இந்தியச் சிறுபான்மையினரைப் பற்றிய தனது முன்னோடி ஆராய்ச்சி நூலில் கேம்ப்ரிட்ஜ் வரலாற்றாசிரியர் சூசன் பெய்லி இவ்விதம் எழுதுகிறார்:

'காலனி ஆட்சிக்கு முந்தைய காலப்பகுதியில், ஸ்ரீரங்கம் கோயிலும் நத்தர் வலி தர்காவும் எவ்விதம் நெருங்கிய உறவு கொண்டிருந்தன என்பது பற்றி ஏற்கனவே சொல்லப்பட்டிருக்கிறது. பகிர்ந்துகொள்ளப்பட்ட மையக்கருத்துகளும் புராணங்களும், அவற்றின் (தர்கா, கோயில்) பக்தி மரபுகள் முழுவதிலுமே உள்ளன. அவற்றின் புனிதத்தல வரலாறும், கால வரிசைப்படியான நிகழ்ச்சிக் குறிப்புகளும், ஒருவர் மற்றவரின் (விஷ்ணு, நத்தர் வலி) எதிரிணையாக இருக்கும் புனிதப் பங்காளிகள் இருவரைச் சித்திரிக்கின்றன." உண்மையில் ஸ்ரீரங்கம் கோயிலும் நத்தர் வலி தர்காவும் தங்களின் பண்டிகைகளைக் கொண்டாடுவதில் ஒருங்கிணைவு கொண்டுள்ளன என்பது மட்டுமல்லாது யானைகளையும் பிற அலங்காரப் பொருள்களையும் பகிர்ந்து கொள்ளவும் செய்கின்றன.

1980களின் மத்தியப்பகுதிவரை ஸ்ரீரங்கம் கோயிலும் மலைக்கோட்டைக் கோயிலும் தங்களின் யானைகளை வருடாந்திர முஹர்ரம் ஊர்வலத்திற்காக தர்காவுக்கு அனுப்பி வருவதை வழக்கமாகக் கொண்டிருந்தன. அந்தப் பழக்கம் இப்போது நின்றுவிட்டதெனினும், பிற உள்ளூர்க் கோயில்கள் முஹர்ரத்திற்காக யானைகளை தர்காவிற்குக் கடனாக இன்றும் தருகின்றன. குறிப்பிடத்தக்க ஒன்று என்னவெனில், இறைஞானி நத்தர் வலி அவர்களைப் பற்றிய புராணங்கள் உள்ளூர் இந்துச் சூழலிலிருந்து பெறப்பட்டவையாகும். உதாரணமாக ஒன்று: மிகப் பெரிய நல்ல பாம்புச் சுருளில்தான் இறைஞானி பெரும்பாலும்

சித்திரிக்கப்படுகிறார். இஸ்லாத்திற்குத் தொடர்பான எதுவும் இதில் இல்லை. இது நாட்டார் மரபின் ஒரு பகுதியாகும். இறைஞானியின் இவ்விதச் சித்திரிப்பு, மிகப் பெரிய பாம்பு (ஆதிசேஷன்) மேல் சாய்ந்தவாறிருக்கும் மிகச் சக்திவாய்ந்த தெய்வமான ஸ்ரீ ரங்கநாதரின் சித்திரிப்பின் தாக்கமாகும்.

இந்து மதச் சடங்கு சம்பிரதாயங்களிலிருந்து அகத்தூண்டல் பெற்ற வேறு மரபுகளும் தர்காவில் வழங்குகின்றன. உதாரணமாக, தங்களின் இந்துத் தோழர்களைப் போலவே இப்பகுதியில் உள்ள முஸ்லிம்களும் காவிரி ஆற்று நீரைப் புனிதமாகக் கருதுகின்றனர். தர்கா உர்ஸ் கொண்டாட்டங்களின் போது, இறைஞானியின் கல்லறையைத் துப்புரவு செய்வதற்காகப் புனித நீரை எடுத்துவர ஊர்வலம் காவிரி ஆற்றுக்குச் செல்கிறது. புனிதம் பெற்ற நீர் ‘தபரூக்’காக (பிரசாதம்) பக்தர்களுக்கு விநியோகிக்கப்படுகிறது.

பெய்லி எழுதுகிறார்: “சக்திவாய்ந்த பல தமிழ் ஆளுமைகளில் ஒருவரான நத்தர் வாலி, முஸ்லிம் – முஸ்லிம் அல்லாதவர் விசுவாசங்களின் வேறுபாடுகளைக் கடந்து மேல்நிலையை எய்தியவர். மத்திய, தென் தமிழ்நாட்டுப் பகுதிகளின் வைதீகச் செட்டியார் கடை வியாபாரிகள், இந்து உழவர்கள் மற்றும் கை வினைஞர்கள் எனப் பலரையும் நத்தர் வலி விசுவாச மரபு இன்றும் ஈர்க்கிறது.” இது உண்மைதான். தர்காவில் எண்ணெய் விளக்கு ஏற்றி வைத்து, சூஃபி ஞானியிடம் வரம் வேண்டியும், முஸ்லிம் அல்லாத பல பக்தர்கள் தங்கள் வழியிலேயே, வழிபாடு செய்வதைக் காண முடியும்.

இதில் சுவாராசியமான குறிப்பு என்னவெனில், இப்பகுதியைக் கணிசமான காலம் ஆட்சி புரிந்த, ஒரே முஸ்லிம் ஆட்சியாளர் களான ஆர்க்காட்டு நவாபுகளிடமிருந்து தமிழ்நாட்டின் பல கோயில்கள் தாராளமாக மானியங்களைப் பெற்றுள்ளன. செல்வ வளமிக்க முஸ்லிம் வியாபாரிகள் சிலரும் தென்னிந்தியாவிலுள்ள பிரசித்தி பெற்ற கோயில்களுக்கு இன்னும் மானியங்கள் வழங்கி வருகிறார்கள். உதாரணமாக, ஹைதராபாத் முஸ்லிம் ஒருவர், சில வருடங்களுக்கு முன்னர் லட்சக்கணக்கான மதிப்புள்ள ஒரு தங்கத் தாமரையைத் திருப்பதி கோயிலுக்கு அளித்தார்.

இந்து மதத்திற்கும் இஸ்லாத்திற்குமான பத்தொன்பதாம் நூற்றாண்டுப் பிணைப்புகளின் மரபு பலவீனமடைந்திருக்கலாம். ஆனால், தமிழ் நாட்டுப் பகுதிகளில் இன்னும் அது தொடர்ந்து வாழ்கிறது. இதற்கான பெருமளவு காரணம், தமிழ்நாட்டு இஸ்லாம் தனிப்பட்ட வைதீக நம்பிக்கை மட்டுமல்லாமல், உள்ளூர் இந்து நம்பிக்கைகளையும் நடைமுறைகளையும் கூடவே கொண்டிருப்பதுதான். இஸ்லாத்திற்கு மதம் மாறியவர்கள்,

மாறி வருவதற்கு முன்னர் கொண்டிருந்த நம்பிக்கைகள் பலவற்றுக்கும் இந்த இஸ்லாம் இடமளித்தது. இஸ்லாமிய லட்சியமான சமத்துவம், வைணவ – சைவ மரபுகளோடு இணைந்து, தனித்தன்மை கொண்ட ஒரு நல்லிணக்க மதமாக இந்த இஸ்லாம் உருவாகி இருந்தது. உண்மையில், சில இந்துக் கோயில்களும் புனிதத்தலங்களும் முஸ்லிம்களாலும் மிக உயர்வாக மதிக்கப்படுகின்றன. இத்தகைய, ஓர் அரிதான மாநிலம் தமிழ் நாடாகும். உதாரணமாக, சிதம்பரத்திற்கு அருகே சிலம்பர் என்னும் இடத்தில் பிரபலமான முருகன் கோயில் உள்ளது. சுலைமான் நபியின் சிம்மாசனமாக இந்த இடத்தைப் பல முஸ்லிம்கள் போற்றி மதிக்கின்றனர். வேறொரு பிரபலமான வழிபாட்டு மரபு உள்ளது. முன்னோடி முஸ்லிம் அரசராகப் போற்றப்படும் மகா அலெக்சாந்தரை அடித்தளமாகக் கொண்டு சிக்கந்தர் என்ற ஆளுமையைச் சுற்றி உருவான மரபு அது. தமிழ் நாட்டில், முஸ்லிம் நாயகனான சிக்கந்தர் பிரபலமான மாவீரத் தெய்வமான முருகக் கடவுளுடன் நெருக்கமாக அடையாளம் காணப்படுகிறார். சிக்கந்தர் மரபு, குறிப்பாக மதுரையில், வலுவாகக் காணப்படுகிறது. மதுரைப் புறநகர்ப்பகுதியில் உள்ள திருப்பரங்குன்றத்தின் மேல் ஒரு புனிதத் தலம் உள்ளது. அதில், இறைஞானி சிக்கந்தர், முருகன் இருவருக்கும் முறையே நினைவிடமும் கோயிலும் இருக்கின்றன.

தமிழ் நாட்டின் வெகுஜன இஸ்லாத்தின் தன்மை, நாகூர், திருச்சி போன்ற ஊர்களின் சூஃபி மையங்களைச் சுற்றி எழுந்துள்ள பெரிய பக்தி மரபுகளால் பக்குவப்படுத்தப்பட்டிருக்கிறது. மதச் செய்தியினைப் பரப்பி மதம் மாறுபவர்களை ஈர்த்தாலும், சூஃபிகளின் அடக்கத்தலங்கள், இந்துக்களையும் முஸ்லிம்களையும் இணைக்கும் மிகவும் சக்தி வாய்ந்த ஒருமைப்பாட்டு பிணைப்பு களில் ஒன்றாக உள்ளது.

இரு சமூகத்தினருக்கும் இடையே ஓரளவு விட்டுக்கொடுக்கும் தன்மை நிச்சயம் உள்ளது. சென்னையின் பிரசித்தி பெற்ற கபாலீஸ்வரர் கோயிலையும், பார்த்தசாரதி கோயிலையும் எடுத்துக்கொள்ளலாம். சென்னை மைலாப்பூர் பகுதியின் பழமை மிக்க சிவன் கோயிலான கபாலீஸ்வரர் கோயில் குளம், முஹர்ரம் ஊர்வலத்தில் எடுத்துச் செல்லப்படும் பஞ்சாஸ் அல்லது ஆலம்களின் 'சம்பிரதாயத் திருமுழுக்கு'க்குப் பயன்படுத்தப் படுகிறது. பத்தொன்பதாம் நூற்றாண்டுவரை முஸ்லிம்கள் செல்வாக்குள்ள பகுதியான சென்னை திருவல்லிக்கேணியின் பார்த்தசாரதி கோயில் குளமும் ஆலம்களின சம்பிரதாயத் திருமுழுக்குக்குப் பயன்படுத்தப்பட்டது. இது தன்னளவில் சமரசம் சார்ந்த ஒரு சடங்காகும்.

உண்மையில், தமிழ் நாட்டுப் பகுதியை ஆட்சி செய்த முஸ்லிம் மன்னர்களான ஆர்க்காட்டு நவாபுகள், பார்த்தசாரதி கோயிலுக்கு ஏராளமாகக் கொடையளித்துள்ளனர். ஆர்க்காட்டு நவாபுகள் ஒருபோதும் கோயில்களை அழித்தோராகச் சொல்லப்படவில்லை என்பது குறிப்பிடத்தகுந்த ஒன்றாகும். மாறாக, முக்கியமான இந்து, முஸ்லிம் புனித ஆலயங்களுக்கு வாரி வழங்கிய வள்ளல்களாகவே அவர்கள் கருதப்பட்டனர். இணைந்து வாழ்ந்த வரலாறு கொண்ட பகுதிகளிலேயே, மோதல்கள் பெரும்பாலும் முதலில் நிகழ்கின்றன என்பதை முந்தைய அத்தியாயங்களில் பார்த்தோம். சமீபத்திய வரலாற்றில், முதல் மதக்கலவரம் எனப் பதிவாகி இருப்பது 1990இல் சென்னையில்தான். காரணம்: முஸ்லிம்கள் அதிகமுள்ள பகுதியான திருவல்லிக்கேணியை விநாயக சதுர்த்தி ஊர்வலம் கடந்துபோகையில், ஆத்திரமூட்டும் கோஷங்களைச் சிலர் எழுப்பி வன்முறைச் செயலில் ஈடுபட, மூன்று பேர் இறந்தனர். இந்துத்துவா மதவாதச் சக்திகளின் தூண்டுதலின் விளைவு என அப்போது அது கருதப்பட்டது. ஆனால் இன்று, இச்சக்திகள் அவ்வளவாகப் பொருட்படுத்தத்தக்க அளவில் இந்த மாநிலத்தில் இல்லை.

நாடார் குடும்பத்தில்தான் எல்லாமும்

தமிழ்நாடும் கேரளாவும்

சாதி அடிப்படையிலான மேல்கீழ் அடுக்குகளைக் கொண்ட இந்துமதத்திற்கு மாறாக கிறிஸ்தவமும் இஸ்லாமும் மனித சமூக சமத்துவம் கொண்ட மதங்களாகப் புரிந்து கொள்ளப்பட்டிருக்கின்றன. ஆனால் கிறிஸ்துவத்தை ஏற்பதன் மூலம் சாதி அமைப்பினை முடிவுக்குக் கொண்டு வரமுடியவில்லை என்பதை, தலித் கிறிஸ்தவர்கள் உரிமைகள் பற்றிய தீவிரமான விவாதம் வெளிப்படுத்தி இருக்கிறது. தென் இந்தியாவின் பல கிறிஸ்தவ சமூகங்கள் தங்களின் சாதிய அடையாளங்களை விடாது தொடர்ந்து பற்றிக் கொண்டிருக்கின்றன.

இத்தகைய ஒரு சமூகம்தான் நாடார் சமூகம். தமிழ் பேசும் மக்களான நாடார்கள், தமிழ்நாடு முழுவதிலும், தென் கேரளாவின் முனையிலும் வாழ்ந்து வருகிறார்கள். தெற்கின் சமூக அடுக்கில், வளப்பமுள்ள பின் தங்கிய சாதிகளுள் ஒன்றாக நாடார் சமூகம் தகுதி பெறுகிறது. இருந்தாலும், நாடார்களின் செழிப்பு பெரும்பகுதியும் சமீப காலத்தியதே. தென்பகுதியின் இடம்பெயரும் சமூகங்களில் நாடார் சமூகமும் ஒன்று. ஆரம்பத்தில் 'சாணார்கள்' என அறியப்பட்ட நாடார்களின் பாரம்பரியத் தொழில், கள் இறக்குதலும் குத்தகை

விவசாயமும் ஆகும். ஆனால், பத்தொன்பதாம் நூற்றாண்டு இறுதியிலும், இருபதாம் நூற்றாண்டுத் தொடக்கத்திலும், பொருளாதார – சமூக ரீதியாக சாணார்கள் குறிப்பிடத்தக்க அளவு முன்னேற்றம் அடைந்தபோது, ஒரு சாதியக் குழுவாக அவர்கள் தங்களுக்கு ‘நாடார்’ என்ற புதிய பெயரைச் சொந்தமாக்கிக் கொண்டனர். இந்த முன்னேற்றத்திற்குப் பெரும்பகுதி கிறிஸ்துவம் காரணமாகும். நான் பேசிப்பார்த்த சமூக உறுப்பினர்கள் சொன்னது: மத மாற்றத்திற்கான ஆரம்ப உத்வேகம் சாதீயக் கொடுமைகளிலிருந்து தப்பிப்பதற்கான ஒரு சாதாரண விருப்பமாகத்தான் இருந்தது. பின்னர் சமூக மாற்றத்திற்கான ஒரு கருவியாகக் கிறிஸ்தவத்தை அவர்கள் பயன்படுத்திக் கொண்டனர்.

ஆனால் இந்து, கிறிஸ்தவ மதங்களைச் சார்ந்த இரு கீழ்ச்சாதிப் பிரிவினருக்கும், சில அடிப்படை உரிமைகளை அரசு அளித்தவுடன், நாடார்களிடையே மத மாற்றம் பெருமளவு வேகத்தை இழந்தது. இன்று கிறிஸ்தவர், இந்து என இரண்டு பிரிவினராகவும் நாடார்கள் இருக்கின்றனர். தமிழ்நாட்டில் பெரும்பாலான இடங்களில் நாடார்கள், இந்துக்கள்தாம். ஆனால் கன்னியாகுமரி, திருநெல்வேலி மாவட்டங்களின் சில பகுதிகளில் கிறிஸ்தவ நாடார்கள் இந்து நாடார்களை விட அதிக எண்ணிக்கையில் உள்ளனர். கேரளாவில் உள்ள நாடார்களில் சுமார் 70 விழுக்காடு கிறிஸ்தவர்கள் ஆவர்.

ஆனால் கவனத்தை ஈர்க்கும் ஒரு சமூகமாக நாடார்களை உருவாக்குவது எதுவெனில், சாதிக்குள் மதவேறுபாடுகளை அவர்கள் பெரும்பாலும் பொருட்படுத்துவதில்லை என்ற உண்மையேயாகும். இந்து நாடார்களுக்கும் கிறிஸ்தவ நாடார் களுக்கும் இடையே திருமணங்கள் வழக்கமாக நடைபெறுகின்றன. இரு மதங்களையும் பின்பற்றும் உறுப்பினர்கள் கொண்ட நாடார் குடும்பங்கள் பல உண்டு. கன்னியாகுமரியில் செல்வ வளமிக்க வணிகரான சுந்தரம் நாடார் ஓர் உதாரணம். பயபக்தியுள்ள இந்துவான அவர், ஒவ்வொரு வருடமும் கேரளாவின் சபரிமலைக்குப் புனிதப்பயணம் செல்கிறார். ஆனால் அவரது மனைவியோ புரொட்டெஸ்டென்ட் சர்ச்சைச் சார்ந்தவர்.

நாடார்கள் செல்வாக்குள்ள நீலிமேடு கிராமத்தில் வாழும் பேருந்து நடத்துநரான ஸ்ரீதரன் நாடார், சமூகப் பொருளாதார அளவுகோலில் எதிர் முனையில் உள்ளார். ஒரு இந்துவான ஸ்ரீதரன் பள்ளிக்கூட ஆசிரியையாக வேலை பார்க்கும் கிறிஸ்துவரான சுமதியை மணந்துள்ளார். வீட்டில் மதத் தகராறுகள் ஏதுமில்லை.

ஒவ்வொரு வாரமும் சுமதி கிறிஸ்துவத் தேவாலயம் போகிறார். ஸ்ரீதரன் எப்போதாவது உள்ளூர் பத்ரகாளி கோயிலுக்குச் செல்கிறார்.

திருமணம், குழந்தைப்பேறு, இறப்பு தொடர்பான பலவித மதச் சடங்குகள் பற்றி ஸ்ரீதரனிடம் கேட்டதற்கு, "அதில் சிக்கல்கள் எதுவுமில்லை. நான் எரிக்கப்படுவேன். எனது மனைவி புதைக்கப்படுவாள்" என்றார். கலப்புத் திருமண விஷயத்தில் நாடார்கள் எளிமையான சடங்கினைப் பின்பற்றுகின்றனர். ஒரு பாதிரியாரோ அல்லது பூசாரியோ அவசியமில்லை. மணமகன் தாலியை நெருப்பிற்கு முன்னால் தூய்மை செய்து மணமகள் கழுத்தில் கட்டுகிறார்.

இதுபோன்ற திருமணங்களின் ஒரு விளைவு என்னவெனில், நாடார்களின் பெயர்கள் பெரும்பாலும் இந்து–கிறிஸ்துவ பெயர்கள் இரண்டுமே கலந்தவையாக உள்ளன. கேரள மாநில அரசு மோட்டார் வாகனக் கண்காணிப்பாளரான லியோன் அந்தோணி மோகனைச் சந்திக்கலாம். அவருக்கு ஜோசப் ராம் என்ற பெயருடைய நண்பர் உள்ளார். அவரது சகோதரர் இம்மானுவல் உன்னி, ஷைலஜா என்ற இந்து நாடார் பெண்ணைத் திருமணம் செய்துள்ளார். அந்தோணி என்னிடம் "இது போன்ற விந்தையான பெயர்கள் எங்களுக்குண்டு. இதற்குக் கலப்புத் திருமணங்கள் காரணமாக இருக்கலாம். அல்லது எங்கள் குடும்பங்கள் இந்து மதத்திலிருந்து மாறிய பின்னரும் தங்களின் இந்துப் பெயர்களைத் தக்க வைத்திருப்பதும் காரணமாக இருக்கலாம். எனது பெற்றோர்கள் கிறிஸ்துவ மதத்திற்கு மாறியவர்கள். ஆனால் அவர்கள் பல இந்துச் சடங்குகளைப் பின்பற்றுகிறார்கள். எனது தாத்தாவின் பெயர் மோகன். ஆதலால் எனது பெயர் அந்தோணி மோகன்" என்றார்.

சார்லஸ் நாடார் திருவனந்தபுரத்தின் முன்னாள் காங்கிரஸ் பாராளுமன்ற உறுப்பினர். அவர் என்னிடம், "பெரும்பாலான நாடார்களுக்கு மத இணைப்பினை விடவும் சாதி இணைப்பு முக்கியமானது. ஆதலால்தான் கலப்புத் திருமணங்கள் சாதாரணமாகவே காணப்படுகின்றன" என்றார். இதில் முரண் என்னவெனில், சாதிய ஒடுக்குமுறைகளிலிருந்து தப்பிக்கப் பெரும்பாலான நாடார்கள் கிறிஸ்தவத்திற்கு மாறி இருந்தனர். ஆனால், அவர்களை அடையாளப்படுத்துவதோ அவர்களின் சாதியாக இருக்கிறது. எனினும் கிறிஸ்தவ மதமாற்றத்தால் காலப்போக்கில் அவர்கள் பல சமூகக் கொடுமைகளைச் சமாளித்து வென்றிருக்கிறார்கள்.

இருந்தபோதிலும், எல்லாச் சமூகங்களையும் போலவே நாடார் சமூகத்திலும் தெளிவான மத அடையாளங்கள் மீதான கவனம் பெரிதும் அதிகரித்திருக்கிறது. ஆதலால் கலப்புத் திருமணங்கள் குறைந்துகொண்டு வருகின்றன. சொல்லப்போனால், கிறிஸ்துவ, இஸ்லாமிய மதங்களுக்கு மாறுவதை எதிர்த்துக் கடுமையான போராட்டம் நடத்திவரும் மத அடிப்படைவாத அமைப்பான இந்து முன்னணியைத் தமிழ்நாட்டில் சில நாடார்கள் ஆதரிக்கின்றனர். இருந்த போதிலும், இரண்டு சுவாரசியமான விஷயங்களில் இச்சமூகம் ஆய்வுக்குரியது. 1. சமூக மாற்றம் 2. பல தளங்களில் அடையாள மாற்றுருவாக்கம்.

பீமாபள்ளியின் விளக்கு

கேரளா

திருவனந்தபுரத்தில் ஒரு தொடக்க விழாவில் கேரள அமைச்சர் ஒருவர் இஸ்லாம் அல்லாத நடைமுறை என்பதால் குத்து விளக்கேற்ற மறுத்ததாக சில வருடங்களுக்கு முன்னர் ஒரு பத்திரிகை செய்தி வந்தது. கேரள முஸ்லிம்களின் தனித்த, 'வேறான' ஓர் அடையாளத்தை அழுத்தமாக அமைச்சர் தெரிவித்திருந்தார். இந்த அரசியல்வாதி இந்திய யூனியன் முஸ்லிம் லீகைச் சார்ந்தவர். மாநில முஸ்லிம்களுக்காகப் பரிவுடன் செயலாற்றும் ஒரே கட்சி முஸ்லிம் லீக் என்ற அக்கட்சியின் நிலைப்பாட்டிற்கு, 'இஸ்லாமிய சேவை சங்க'த்தின் (ISS) சமீபத்திய எழுச்சி, சவாலாக அமைந்துள்ளது. "உங்களைவிட நாங்கள் அதிக இஸ்லாமாக்கும்" என்பது அதன் நிலைப்பாடு.

மேற்குறித்த பத்திரிகைச் செய்தியைப் படித்ததும், திருவனந்தபுரத்திற்கு வெளியே பீமாபள்ளி என்ற புனித அடக்கத்தலம் எனது நினைவுக்கு வந்தது. இப்பள்ளியின் பல நடைமுறைகள் கண்டனத்திற்கு உரியவை எனவும், இஸ்லாம் அல்லாதவை எனவும் மரபு நம்பிக்கையுள்ள அமைச்சர் கருதலாம் என்ற எண்ணம் வந்தது. கேரள முஸ்லிம்களால் கொண்டாடப்படும் பல பண்டிகைகள் உள்ளூர் இந்துச் சூழலிலிருந்து வந்தவையாகும் என்ற உண்மையால் அவர் அவ்வப்போது வருத்தமுமடைய லாம். இன்னும் கவலைப்பட வேண்டுமென அவர்

விரும்பினால் மாநிலத்தின் மிகப் பிரபலமான பக்தி மையங்களில் ஒன்றான பீமாபள்ளிக்கு உடனடியாகக் கிளம்பிப் போவதிலிருந்து அவர் தொடங்கலாம். பீமாபீவி என்ற முஸ்லிம் பெண்மணி அடங்கியுள்ள புகழ்பெற்ற அடக்கத்தலம் அது. இதன் வருடாந்திர பண்டிகையான சந்தனக்குடப் பெருவிழா, ஒவ்வொரு வருடமும் பீமா பீவியின் நினைவு நாளில் நடக்கிறது. எல்லாச் சமூகத்தையும் சார்ந்த பல்லாயிரக்கணக்கான பக்தர்களை ஈர்க்கும் இப்பண்டிகை தென்கேரளாவின் மிகப் பிரம்மாண்டமான முஸ்லிம் விழாக்களில் ஒன்றாகும். சந்தனக்குடப் பெருவிழாவின் சடங்குகள் உள்ளூர் நாட்டார் சம்பிரதாயங்களிலிருந்து வந்தவையாகும். என்ன இருந்தாலும், இஸ்லாமிய அடிப்படைகள் இவற்றில் இல்லை. பக்தர்களால் வழங்கப்படும் சிறிய மண்பானைகள்தான் சந்தனக்குடங்கள். இப்பண்டிகை தனது பெயரைப் பெற்றது இவ்வாறு: பக்தர்கள் சந்தனக்குடத்தைச் சுமந்து செல்கின்றனர். சந்தனக்குடங்களின் தலைப்பகுதியில் உள்ள சிறிய துவாரத்தில் ஊதுபத்திகள் கொளுத்தி வைக்கப்படுகின்றன. தீபமேற்றுதலை 'இஸ்லாம் அல்லாதது' எனக் கருதும் ஒரு மன வார்ப்பு, ஊதுபத்தி கொளுத்தி வைத்தலையும் நிச்சயமாக ஏற்றுக்கொள்ளாது என்பதை ஒருவர் யூகிக்க முடியும்.

பீமாபள்ளி பண்டிகையில் காணப்படும் பிற சடங்குகளில் 'தகர முட்டு'ம் ஒன்று. கொட்டடித்தல், பாட்டுப் பாடல், குறிப்பிட்ட லயத்தில் உடல் அசைத்தல் என எல்லாம் சேர்ந்த ஒருவகை ஆட்டம் தான் தகர முட்டு. தீக்குளித்துத் தன்னைத் தானே உயிர் போக்கிக் கொள்ளும் செய்கைகள் தொடர்பான ராத்தீஃப் (சுயம் துறத்தலைக் குறியீடாக உணர்த்துதல்: மொ.ர்), இரண்டு அல்லது அதிக ஆட்கள் சேர்ந்து நடனமாடும் கோல் களியாட்டம் அல்லது கம்பு விளையாட்டு, வியப்பூட்டும் விதமாய்க் கம்பு சுற்றி ஆடும் பல்வகைக் கண்கவர் விளையாட்டுக்கள் என பீமா பள்ளியின் எல்லாச் சடங்குகளும் இந்து சம்பிரதாயங்களின் செல்வாக்கினால் உருவானவை. உதாரணமாக: ஒன்று: ராத்தீஃப். இது, கேரள இந்துக் கோயில்களில் பின்பற்றப்படும் 'குமரம்' என்ற சடங்கிலிருந்து வந்ததாகும். குமரம் சடங்கில், ஒரு கிராமத்துப் பூசாரி கத்தியால் தனது முன் தலையை வெட்டி, நினைவிழந்த நிலைக்குப் போகிறார். சாமியாடி போல, மந்திரம் சொல்ல ஆரம்பிக்கிறார். இரண்டு: கோல்களி. சம்பிரதாய வாள், சிலம்பப் பயிலரங்கம். இந்தக் கோல்களியின் தொடக்கச் சுவடுகளை உயர் சாதி நாயர்களுக்குப் போர்ப் பயிற்சிகள் கற்றுத் தருவதாகிய களரியில் காணமுடியும்.

பத்தாம் நாளில், தர்காவின் சம்பிராதயக் கொடி ஒரு பிரம்மாண்டமான ஊர்வலத்தில் வெளியே எடுத்துச்

செல்லப்படுவதோடு பீமாபள்ளியின் திருவிழா நிறைவடைகிறது. பட்டணப் பிரவேசம் எனப்படும் இது, புனித அடக்கத்தலத்தைச் சுற்றியவாறு ஒரு கிலோ மீட்டர் கடந்து செல்கிறது. தர்கா நிர்வாகக் குழுவின் தலைவர், தர்கா கொடியை ஏந்தியவாறு, அணிமணிகளுடன் அலங்கரிக்கப்பட்ட யானை மீது ஏறுகிறார். மற்றும் இரு யானைகள் ஊர்வலத்தை வழி நடத்த, நடனமாடும் குழுவும், பிற நிகழ் கலை நிகழ்த்துவோரும் தொடர்கின்றனர். ஊர்வலம், புனித அடக்கத்தலத்திற்குத் திரும்பி வந்ததும் வாண வேடிக்கைக் காட்சி விடிகாலை வரை தொடர்கிறது. யானைகளின் சிறப்பான அணி வகுப்புகளுக்கும் பிரமாண்டமான வாண வேடிக்கைக்கும், திருச்சூர் கோயில் உற்சவம் பெயர் பெற்றது. முஸ்லிம் பண்டிகைகளில் யானைகள் மற்றும் வாண வேடிக்கைகள் பயன்படுத்தப்படுவது, திருச்சூர் போன்ற கோயில் கொண்டாட்டங்களிலிருந்தே நேரடியாக இரவல் வாங்கப் பட்டிருக்கின்றது என்பதில் சந்தேகம் இல்லை.

கேரளாவின் பிரசித்தி பெற்ற நேர்ச்சை எனப்படும் புனிதர்–தியாகி வழிபாட்டு மரபின் பகுதியாக பீமா பள்ளியின் சந்தனக்குடம் திகழ்கிறது. கேரள முஸ்லிம் சமூகம் முழுவதற்கான மிகப்பெரிய பொதுவான பண்டிகை நேர்ச்சை ஆகும். இது முக்கிய இஸ்லாமியக் கருத்துக்களை, உள்ளூர் நாட்டார்ப் பண்டிகைகளோடு பெயரளவுக்கு இணைக்கிறது. பீமா பள்ளியைப் பார்வையிட்ட பின்னர், வரலாற்றாசிரியர் எம். கங்காதர மேனனை கோழிக்கோடு அருகே அவரது வீட்டில் சந்தித்தேன். ஸ்டீஃபன் டேலுடன் சேர்ந்து 'நேர்ச்சை: கேரள முஸ்லிம்களின் புனிதர்–தியாகி வழிபாடு' என்ற முக்கியக் கட்டுரையை எழுதியிருக்கிறார். அக்கட்டுரையில் "கேரளாவில் நாட்டார் தெய்வ வழிபாட்டிலிருந்து பெற்றுக்கொண்ட சடங்கு – சம்பிரதாயச் சட்டகத்துக்கு உள்ளேயே, எல்லாப் பண்டிகைகளும் நடத்தப்படுகின்றன. இத்தகைய கலப்புத் தன்மை கொண்டவற்றுள் நேர்ச்சை முக்கியமானது ஆகும்" என்று குறிப்பிட்டுள்ளனர். கட்டுரையின் முடிவில், "முஸ்லிம் பண்பாடல்லாத இந்தப் பண்டிகைகள், தனித் தன்மையுள்ள முஸ்லிம் தன்மையை எடுத்துக்கொண்டதற்கான காரணங்கள் இரண்டு: முதலாவது, வேலா, பூரம் இவைகளைப் போல, நேர்ச்சைப் பண்டிகையும் பருவகாலம் தொடர்பானது. இம் மூன்றும் அறுவடைத் திருநாள் கொண்டாட்டங்களி லிருந்து தொடங்கியதாகத் தெரிகிறது. இரண்டாவது, வேலா பூரம் பண்டிகைகளின் பொதுவான சடங்கு வகைகளை நேர்ச்சை பெருமளவு பகிர்ந்துகொண்டிருப்பது" எனத் தெரிவிக்கின்றனர்.

கேரள முஸ்லிம் மத குருமார்களின் தலைவர்களான 'தங்கள்' களால் நேர்ச்சையின் அடிப்படைச் சடங்கு சம்பிரதாயங்கள் ஒழுங்கமைக்கப்படுகின்றன. கிராமங்கள், சாதிகள் அல்லது தொழில் சார்ந்த சங்கங்கள் என ஒவ்வொன்றையும் பிரதிநிதித்துவப் படுத்தும் குழுக்கள், ஒவ்வொரு நேர்ச்சையிலும் மரபொழுங்கு சார்ந்த சடங்குகளுடன் முக்கியமான ஒரு காணிக்கையை அன்பளிப்பாக வழங்குகின்றன. புனித அடக்கத்தலத்திற்குப் புறப்படும் முன்னர், ஒவ்வொரு குழுவும் தனது மரியாதையை 'தங்கள்'களுக்குச் செலுத்துகிறது. நிலவிளக்கு எனப்படும் பெரிய வெண்கல விளக்கிற்கு முன்னால் காணிக்கை செலுத்தப்படு கிறது. கேரளாவின் பெரும்பாலான இந்து வீடுகளில், இந்த விளக்குகளைக் காணலாம். விளக்கேற்றி வைக்க மறுத்த அமைச்சரை வெளிப்படையாகவே புகழ்ந்த திருவனந்தபுரத்தின் பாளையம் மஸ்ஜித் இமாம், இந்த நடைமுறையும் இஸ்லாம் அல்லாததுதானா என்பதை யோசிக்க வேண்டும்.

கேரள முஸ்லிம் சமூகத்தின் கலாசாரத்தையும் வரலாற்றையும் ஆராய்வதற்கான முக்கிய ஆதாரங்களாய் நேர்ச்சைகள் உள்ளன. மாநில முஸ்லிம் வாழ்வின் ஒவ்வொரு அம்சமும், முஸ்லிம் அல்லாத உள்ளூர்ச் சூழலால் பல்வேறு படிநிலைகளில் தாக்கமுற்றுள்ளது. நபிகள் நாயகம் வாழ்ந்த காலத்திலேயே, அரபு வணிகர்கள் கேரளாவிற்கும் அரேபியாவிற்கும் இடையே கப்பல் பயணம் மேற்கொண்டதாக நம்பப்படுகிறது. ஆதலால், கேரளாவின் இஸ்லாமிய வரலாறு, இஸ்லாத்தின் வரலாற்றினைப் போலவே பழமையானது. ஒன்பதாம் நூற்றாண்டிலேயே மலபார் பகுதியின் பல நகர்களில் அரபுகளுக்கென சிறிய பகுதிகள் இருந்தன. அரபுகள் உள்ளூர்ப் பெண்களை மணந்து மாப்ளா எனும் ஒரு சமூகத்தையே உருவாக்கியதால் முஸ்லிம்களின் எண்ணிக்கை பெருகியது. மாப்ளா என்பதன் பொருள் மருமகன் என்பதாகும். ஆரம்பகால முஸ்லிம் வணிகர்களுக்கும் உள்ளூர்ப் பொதுமக்களுக்கும் இடையே இருந்த அற்புத உறவினை இந்தச் சொல் (மாப்ளா) குறிக்கும்.

பன்னிரண்டாம் நூற்றாண்டிலேயே கேரளாவில் பல பள்ளிவாசல்கள் இருந்தன. கொடுங்கல்லூரின் சேரமான் பெருமாள் ஜும்மா மசூதி, துணைக் கண்டத்திலேயே முதல் பள்ளிவாசலாகும். இது நபி நாயகம் வாழ்ந்த காலத்திலேயே கட்டப்பட்டது எனச் சிலர் உறுதியாகச் சொல்கின்றனர். இப்பள்ளிவாசலின் கட்டடக்கலை கேரளக் கோயில்களின் வடிவமைப்பை ஒத்திருப்பதால், இது இந்துக்களால் வடிவமைக்கப் பட்டுக் கட்டப்பட்டுள்ளது என நம்பப்படுகிறது. நான் கொடுங்கல்லூருக்குச் சென்றபோது, பழைய ஓட்டுக் கட்டடம்

1985இல் சமூகத்தினராலேயே இடிக்கப்பட்டு, அந்த இடத்தில் நவீன ஆடம்பரமான கட்டடம் ஒன்று எழுப்பப்பட்டுள்ளதைக் கண்டு அதிர்ச்சியுற்றேன். இந்த நூற்றாண்டுக்கு முன்னர் கட்டப்பட்ட எல்லா மாப்பிளாமார் பள்ளிவாசல்களும் உள்ளூர் இந்துக் கோயில்களின் கட்டிடக்கலைப் பாணியைப் பின்பற்றியுள்ளன. இது கேரளக் கலாசாரத்துடன் மாப்பிளாமாரின் ஒன்றிணைவை மட்டுமல்லாது வடஇந்திய இஸ்லாத்திலிருந்து தனியே ஒதுங்கிய அவர்களின் நிலையையும் பிரதிபலிக்கிறது.

இந்து மதத்திலிருந்து பல சமூகச் சம்பிரதாயங்களை மாப்பிளாமார் இரவல் பெற்றுள்ளனர். உதாரணமாக இந்துத் திருமணத்தைப்போலவே மாப்பிளாமார்களின் திருமணச் சடங்குகளிலும் தாலி கட்டுதலும் மாலை மாற்றுதலும் உண்டு. மருமக்கள் வழி அமைப்பு, கூட்டுக் குடும்பம் போன்ற நாயர்களின் உள்ளூர்ச் சம்பிரதாயங்களை கோழிக்கோட்டிலும் கண்ணூரிலும் உள்ள சில முஸ்லிம்கள்கூட ஏற்றுக்கொண்டு கடைபிடிக்கின்றனர். பல குடும்பங்களில் இச் சம்பிரதாயங்கள் இன்றும் தொடர்ந்து வாழ்கின்றன. ஆனால் இதற்கு இஸ்லாத்தில் எந்த முன் நிகழ்வும் இல்லை. பதினான்காம் நூற்றாண்டில் மாப்பிளாமார் அரசாட்சியை முதன்முதலாக நிறுவிய அலி ராஜாக்களும் மருமக்கள் வழி அமைப்பினைப் பின்பற்றினர். சொல்லப்போனால், 'மருமக்கள் வழி சொத்துரிமை' என்ற அமைப்பினைக் கொண்ட உலகிலேயே ஒரே முஸ்லிம் அரச வம்சம் இதுவாகத்தான் இருக்க முடியும். 'பீபி' என்ற பெயரில் குடும்பத் தலைவர்களாகப் பெண்கள்தாம், பல குடும்பங்களில் இருந்து கொண்டிருக்கின்றனர். இன்றும்கூட கண்ணூர் பீபி இருக்கிறார்.

கேரள இந்துக்களுக்கும் மாப்பிளாமாருக்குமிடையே இடையறாத கொடுக்கல் – வாங்கல் தொடர்ந்து இருந்து கொண்டிருக்கிறது. மலையாள மொழி வளர்ச்சிக்கும் இலக்கியத் திற்கும் பல முஸ்லிம்கள் வளப்பமான பங்களிப்பு செய்துள்ளனர். மிகப்பெரிய மலையாள எழுத்தாளர் வைக்கம் முகம்மது பஷீரும், மிகப் பிரபலமான சினிமா நடிகர் மம்முட்டியும் (முகம்மதுகுட்டி என்பதன் பேச்சுத் திரிபு) முஸ்லிம்கள்தான். மிகப்பெரிய ஒருமைப்பாடு, பொதுவான மொழி மற்றும் கலாசாரம் கொண்டிருந்தும் கேரள முஸ்லிம்கள் அரசியல் தேர்வுகளில் தங்களின் தனித்தன்மைக்கு அதிக அளவு அழுத்தம் தந்தவாறுள்ளனர். பழைமைவாதமாகவும் இதனைச் சிலர் காணலாம்.

வாழும் நல்லிணக்கம்

இசைப் பாலம்

ஜோத்பூர், ராஜஸ்தான்

ராஜஸ்தானின் காட்சிகள் மற்றும் ஓசைகளின் உள்ளார்ந்த ஒரு பகுதியாக நாட்டார் இசை இருக்கிறது. பல வண்ணத் தலைப்பாகைகளும் ஒற்றைத் தந்தி இசைக் கருவிகளும் கொண்ட சிறிய கலைஞர் குழுக்களை, மாநிலத்திற்கு வருகை தரும் பார்வையாளர் எவரும் காண முடியும். இவை சுற்றுலாப் பயணிகளுக்காக வைக்கப்பட்ட வெறும் பொதுக்காட்சி அல்ல, பாலைவனக் கலாசாரத்தின் ஓர் ஒன்றிணைந்த பகுதியாகும். இசைக்கலைஞர் பிரிவின் முழுப் பாரம்பரியமே இங்கு உள்ளது. இவர்களில் லங்காக்களும் மங்கானியர்களும் தேர்ச்சிமிக்க சிறப்புத் திறமையுடையோர் ஆவர். இவர்களில் பலர், தங்கள் பழக்கவழக்கங்களாலும் அணியும் ஆடைகளாலும் இஸ்லாத்தை வெளிப்படையாகப் புலப்படுத்தினாலும் வாழ்க்கைமுறையில் இந்துக் களின் வாழ்வுடன் குறிப்பிடும்படியான ஒப்புமை கொண்டுள்ளனர். இதுவே இந்த இசைக் கலைஞர் களின் தனித்தன்மையாகும்.

இப்புத்தகத்திற்காக கோமல் கோத்தாரியைச் சந்தித்ததும் அவரிடமிருந்து ஒரு விரிவான நேர்காணலைப் பெற்றதும் எனது அதிர்ஷ்டமாகும். புகழ்பெற்ற நாட்டாரியல் அறிஞரும், இசை பற்றிய கல்விப்புலம் சார்ந்த ஆய்வாளருமான அவர், ராஜஸ்தானின் நாட்டாரியல், கலைகள், கைத்தொழில்

போன்றவற்றை ஆவணமாகப் பதிவுசெய்வதற்காகவே வாழ்நாள் முழுவதையும் செலவிட்டுள்ளார். ராஜஸ்தான் இசைக் கலைஞர் சமூகங்களைப் பற்றிய புரிதலிலும் மேம்பாட்டிலும் மிகப்பெரிய பங்களிப்பு செய்துள்ள ஒரு தனிமனிதர் அவராகவே இருக்கமுடியும். லங்காக்களைப் பற்றிய தனியான புத்தகமொன்றில், அவர்களின் மதமாற்றம் பற்றியும், அது எவ்விதம் இந்துப் பழக்கவழக்கங்கள் பலவற்றையும் தக்கவைத்துக்கொண்ட ஒரு தளர்வான கலாசாரத்தை உருவாக்கிற்று என்பது பற்றியும் எழுதியிருக்கிறார். அணியும் ஆடையும் தக்கவைக்கப்பட்டுள்ளது. உதாரணமாக, ஆண்கள் வேட்டி உடுத்துவதையும் பெண்கள் திருமணத்தின் அடையாளமாய் சூடா எனப்படும் பெரிய வளையல்களை அணிவதையும் தொடர்ந்தவாறுள்ளனர். திருமணம், பிறப்பு போன்ற வாழ்க்கைச் சுழற்சியோடு இணைக்கப்பட்டுள்ள சடங்குகளையும் விட்டுவிடாது கடைப்பிடிக்கின்றனர்.

கோத்தாரியை அவரது ஜோத்பூர் வீட்டில் பலமுறை சந்தித்திருக்கிறேன். ஒவ்வொரு சந்திப்பிலும் சுவாரசியமான புள்ளி விவரங்களை அவர் தருவார். அவரது கூற்றுப்படி ராஜஸ்தானின் நாட்டார் இசைக் கலைஞர்களில் எண்பது விழுக்காடு முஸ்லிம்கள் ஆவர். இருந்தபோதிலும், அவர்களை ஆதரிக்கும் புரவலர்கள் பெரும்பாலும் இந்துக்கள்தாம். ஜெய்சல்மர், பானர், பிகானீர், ஜோத்பூர் போன்ற குறிப்பிட்ட பாலைவன மாவட்டங்களில் உள்ள இந்துக்களின் திருமணங்கள், பிறப்பு மற்றும் பண்டிகைகள் தொடர்பான பலதரப்பட்ட சடங்குகளில் இசைநிகழ்ச்சி செய்வோரும் இந்த முஸ்லிம் கலைஞர்கள்தாம்.

உதாரணமாக, இறைஞானியர் இசையமைத்த பக்திப் பாடல்களை மங்கானியர்கள் பாடுவர். இந்துப் பண்டிகைகள் பற்றிய பல பாடல்கள் அவர்களிடம் உள்ளன. இருந்தபோதிலும், லங்காக்களை ஆதரிக்கும் முதன்மையான புரவலர்கள், பாரம்பரியமாக சிந்தி சிபாகிகளே ஆவர். ஆடு மாடு வளர்ப்போர் அல்லது இடையர்களைப் பிரதானமாகக் கொண்டுள்ள சிறிய முஸ்லிம் சமூகம்தான் சிந்தி சிபாகிகள். லங்காக்களை ஆதரிக்கும் பாரம்பரியப் புரவலர் அமைப்பின்படி, ஒவ்வொரு லங்கா குடும்பமும் குறிப்பிட்ட சில சிந்தி சிபாகிகளின் வீடுகளில் பாடுவதற்கும், இசை நிகழ்ச்சி செய்வதற்கும் உரிமை பெற்றுள்ளது. இசைக் கலைஞர்களை விட, அவர்களை ஆதரிக்கும் புரவலர்கள் வசதிமிக்கவர்கள் என்பதான குறிப்பு எதனையும் காண முடியவில்லை. புரவலர்களான சிந்தி சிபாகிகளும் லங்காக்களும் ஒரே பொருளாதாரப் படிநிலையில் உள்ளனர். ராஜஸ்தானிய நாட்டார் கலாசாரம் தொடர்ந்து ஆதரிக்கப்பட்டு வருவது கிராம

மக்களால்தானே தவிர, பண்ணை நிலங்களின் பிரபுக்களால் அல்ல என்ற உண்மையை சிபாகிகளைக் கொண்டு உணரலாம்.

இருந்தபோதிலும், லங்காக்கள் மற்றும் மங்கானியர்களின் இசை இன்று பிரபலமாகி வருவதால், ஒரு புதிய புரவலர் அமைப்பும் உருவாகியிருக்கிறது. இந்தப் புதிய புரவலர்களின் ஆதரவு, பாரம்பரிய உரிமையின்படி, இசை நிகழ்த்துதலை அடிப்படையாகக் கொள்ளாமல் இசைக் கலைஞர்களின் மிகச் சிறந்த திறமையை அடிப்படையாகக் கொண்டிருக்கிறது. இப்போது, லங்காக்களில் அதிகத் தேர்ச்சி பெற்ற பாடகர்களும், சாரங்கி இசை வாசிப்பவர்களும், பலதரப்பட்ட அனைத்துலக விழாக்களில் இந்தியாவைக் காட்சிப்படுத்த வெளிநாடுகளுக்குச் செல்வது வழக்கமாகியுள்ளது. பாலைவனத்தின் உயிர்ப்புள்ள நாட்டார் இசையைப் பிரபலப்படுத்தியவாறு, நாட்டிற்கு உள்ளேயே ஒரு நகரத்திலிருந்து மற்றொரு நகரத்திற்குப் பயணம் செய்கின்றனர். புகழ்பெற்ற, நிலைபெற்ற இசைப் பதிவு நிறுவனங்கள், இவர்களோடு இசைப் பதிவு ஒப்பந்தங்கள் செய்துகொள்கின்றன. இதன் மூலம், லங்காக்கள் மற்றும் மங்கானியர்களின் உயர்தரமான இசைப் பதிவுகள் உலகிற்குக் கொணரப்படுகின்றன.

இன்று மூவாயிரத்திற்கும் குறைவான மக்கள் தொகை கொண்ட சிறிய சமூகமாக லங்காக்கள் உள்ளனர். சிந்தி சாரங்கி அல்லது குஜராத் சாரங்கி என்ற இரு வகை சாரங்கிகளை அவர்கள் இசைக்கின்றனர். இந்த இரு இசைக் கருவிகளில் எதுவுமே எளிதாகக் கிடைப்பதில்லை. அவர்களது பாடல்கள் தந்தையிடமிருந்து மகனுக்கு வழிவழியாக வந்திருப்பதைப் போல, விலைமதிப்பற்ற தங்கள் சாரங்கிகளை, ஒரு தலைமுறையிலிருந்து அடுத்த தலைமுறைக்குத் தொடர்ந்து அளிப்பதன் மூலம், தங்கள் கலையை அவர்கள் பாதுகாத்து வருகின்றனர். பெண்கள் பாடுவதோ இசை நிகழ்ச்சி செய்வதோ இல்லை.

லங்காக்களின் இசை, புகழ்பெற்று வருகிறது. இந்தக் கலை அழியாமல் பாதுகாப்பாக இருப்பதற்கு இந்தப் பிரபல்யம் முக்கியப் பங்களிப்பு செய்திருக்கிறது. லங்காக்களை இன்றுவரை ராஜஸ்தான் மக்களால் ஆதரித்துக் காத்துவர முடிந்திருக்கிறது. (அவர்களின் இசை புகழ் பெற்று வருவதால் பாடுவதற்கான வாய்ப்புகளும் அதிகரித்து வருகின்றன) இதன் காரணமாக இப்போது அவர்களின் வாழ்வில் வந்த திடீர் வளமை மட்டும் இல்லாதிருந்திருந்தால், அவர்களின் வாழ்க்கை முறை இன்னும் நீடித்திருப்பதற்குச் சாத்தியமில்லை. ஜோத்பூரில் உள்ள 'லங்கா காலனி' என்னும் சிறிய நகரில் இப்போது இச் சமூகத்தின்

குடியிருப்பு உள்ளது. இதன் குடியிருப்பாளர்கள் இசைப் பதிவுகளின் மூலமும், நேரடி இசை நிகழ்ச்சிகளின் மூலமும் தங்களின் வாழ்க்கையை நடத்துகின்றனர். கோத்தாரி என்னிடம் சொன்னது நினைவிருக்கிறது: ஒரு ஒலிவாங்கி முன்னால் லங்காக்களை முதன் முதலாகப் பாடச் சொன்னபோது, அவர்களின் இசையை அந்தக் கருவி திருடிக்கொண்டு போய் விடுமெனப் பயந்தார்களாம். இன்று பலர் உலகியலுக்குத் தக்கவாறு நடக்கும் நவீன இசை நிகழ்த்துநர்களாக மாறி, இசைக் கச்சேரிச் சுற்றுக்களால் களைத்துப் போயுள்ளனர்.

பாலைவனத்தில் வாழும் அவர்கள், தங்கள் இசையாலும் வாழ்க்கை முறையாலும், வாழ்வின் நிலைத்த சின்னமாகவும் கூட்டுப் பாரம்பரியத்தின் மாட்சிமையாகவும் உள்ளனர்.

ஒரு வழிபாட்டு மரபு சாதியை வெல்கிறது

போக்ரான், ராஜஸ்தான்

பார்ப்பன உயர் கடவுளரை விடவும் நாட்டார் தெய்வங்களைப் பின்பற்றுவோர் மிக அதிகமாக உள்ள ஒரு பகுதி ராஜஸ்தானாகும். தேஜாஜி, பாபுஜி, மேஹாஜி, கோகாஜி, ராம்தேவ்ஜி ஆகியோர் மாநிலத்தின் ஐந்து முக்கியத் தெய்வங்கள். இந்த ஐந்தில், கடைசி இரண்டு தெய்வங்களான கோகாஜியும் ராம்தேவ் பாபாவும் முஸ்லிம்களாலும் வணங்கப்படுகிறார்கள். இவ்விதம் இந்து முஸ்லிம் கூட்டிணைவு என்ற நமது வரையறைக்கு உதாரணமாக ராஜஸ்தானிய நாட்டார் சமயம் உள்ளது.

குறிப்பாக, ராம்தேவ் பாபாவின் வித்தியாசமான வழிபாட்டு மரபு, வாய்வழிச் செய்தியாய் வழிவழி வந்த மரபுகளின் ஈர்ப்புமிக்க கலவையாகும். ராம்தேவ் பாபா, இந்து – முஸ்லிம் இரண்டு மதங்களையும் சார்ந்த கீழ்ச் சாதியினர் அனைவரின் தெய்வமுமாவார். அவரை விஷ்ணுவின் அவதாரமாக இந்துக்கள் கருதுகின்றனர். முஸ்லிம்களோ, புனித ஞானியான சமஸ் பீரின் மறுபிறவி என நம்புகின்றனர். சீக்கியருள் சிறிய ஒரு பிரிவும், சீக்கிய பத்தாவது குருவின் மறு அவதாரமாக பாபாவை வழிபடுகின்றனர். இவ்விதமாக, இந்து, முஸ்லிம், சீக்கியர் என மூன்று மதத்தைச் சார்ந்தோரின் வணக்கத்திற்குரிய அரிய தெய்வங்களுள் ஒருவராக ராம்தேவ் பாபா இருக்கிறார்.

வங்காளத்தின் பால்கள் *(Bauls)* 'ஏக்தாரா' என்னும் ஒற்றை நாண் கருவியை இசைத்தவாறு, உலகு யாவினுக்குமான ஓர் இறைவனைப் பாடியவாறு கிராமத்திற்கும் நகரத்திற்குமாய் அலைகிறார்கள்.

முஸ்லிம் பெண் தெய்வமான போன் பீபியின் கோயில்கள், தற்காலிக கட்டடங்களாய் சுந்தர்பான் காடுகளில் வரிசையாய் நிற்கின்றன.

ஹைதராபாதில் ஆலம்கள் வழிபடப்படுகின்றன.

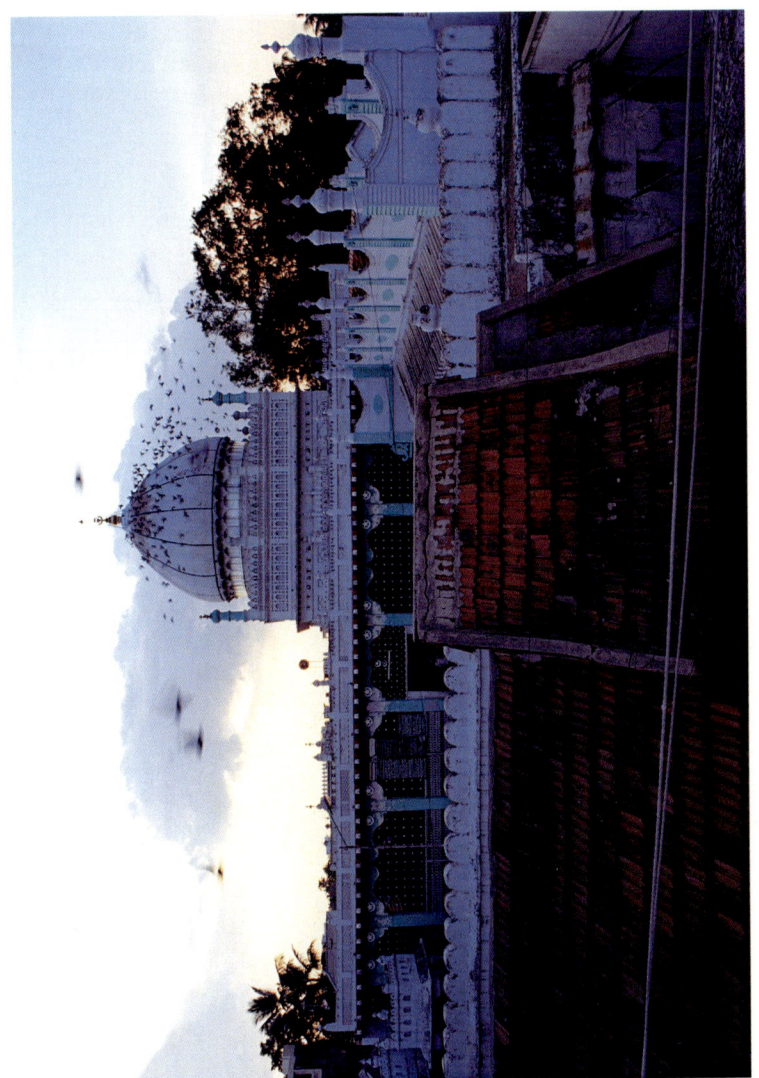

நாகூர் தர்கா தமிழ்நாட்டின் முக்கிய சூஃபி மையங்களில் ஒன்று.

அஹமத் நகரிலுள்ள 'கனீஃப்நாத் கனோபா' புனித ஆலயம், ஒரு மஸாராகவே தொடக்கத்தில் இருந்தது.

ஆடல், பாடல், கொட்டுமேள முழக்கம், பக்தர்கள் பரவசம் என பெருங் குழப்பங்களுக்கிடையே பூரிஜகந்நாதரின் ரத யாத்திரை நகர்கிறது.

தேவா ஷரீஃப் எனப்படும் வாரீஸ் ஷாவின் கம்பீரமான
சலவைக்கல் அடக்கத்தலம்.

வங்காளத்தின் படச்சித்ரா ஓவியர்கள் இரு மதங்களின் விளிம்பில் வாழ்கிறார்கள். இஸ்லாம் – இந்து இரண்டு மதங்களின் மிகச் சிறந்தவைகளே அனுசரிக்கின்றனர்.

மகா விஷ்ணு தனது நாயகியரில் ஒருவளான 'துலுக்க நாச்சியா'ருடன் உறைந்துள்ள திருச்சிராப்பள்ளியின் ஸ்ரீரங்கம் கோயில்.

ராம் தியோபாபாவின் வித்தியாசமான வழிபாட்டு மரபைச் சார்ந்த புனிதப் பயணிகளின் முக்கியப் புனித ஆலயம் ஃபைசல்மர் மாவட்டத்தில் உள்ளது.
கீழ்சாதி மற்றும் தலித் மக்களிடம் இந்த ஆலயம் மிகவும் புகழ்பெற்றது.

ஒவ்வொரு வருடமும் சுமார் 20 லட்சம் புனிதப் பயணிகளை ஈர்க்கும் வேளாங்கண்ணி கிறிஸ்துவத் தேவாலயம்.

ராஜஸ்தானின் இசைப்பாடகர்களான மங்கானியர்கள் இஸ்லாத்தை வெளிப்படையாகப் புலப்படுத்தினாலும் வாழ்க்கை முறையில் இந்துக்களுடன் குறிப்பிடும்படியான ஒப்புமை கொண்டுள்ளனர்.

இது ஒன்றும் இருண்மையான வழிபாட்டு மரபு அல்ல. ராஜஸ்தானின் மிகவும் புகழ்பெற்ற சமய மரபுகளில் ஒன்றாகும். மாநிலம் நெடுகிலும், நூற்றுக்கணக்கான கிராமங்களில் ராம்தேவ் பாபாவின் புனிதத்தலங்கள் காணப்படுகின்றன. போக்ரானிலிருந்து சுமார் 13 கிலோ மீட்டர் தொலைவில், ராம்தேவ்ரா கிராமத்தில் (ஜெய்சல்மர் மாவட்டம்) பாபாவின் முக்கியக் கோயில் அமைந்துள்ளது. பாதோன் சூதி 2லிருந்து 11 வரை (ஆகஸ்ட் – செப்டம்பர்) பத்து நாட்கள் நடத்தப்படும் வருடாந்திரத் திருவிழாவில், இச்சிறிய கிராமத்தில் ஆயிரக்கணக்கில் மக்கள் கூடுகின்றனர். புகழ்பெற்ற ராஜஸ்தானிய நாட்டியமான 'தேரா தால்' இப் பண்டிகையின்போது நிகழ்த்தப்படுகிறது.

சாதிய அமைப்பை எதிர்த்தும் ஏழைகள் வாழ்வு மேம்பட வும் தனது வாழ்வை அர்ப்பணித்த ராம்தேவ் பாபா ஒரு தோமார் ராஜபுத்திரர் என நம்பப்படுகிறார். வறட்சியின்போதும், நெருக்கடிகளின்போதும் ஆதரவற்றோருக்கு உதவியாக வரும், வெல்ல முடியாத நாயகனாக இன்று அவர் கருதப்படுகிறார். வெண் புரவியில் பவனி வருபவராக அவர் சித்திரிக்கப்படுகிறார். தாலி பாய் என்னும் கீழ்சாதி இளம்பெண், அவரது மிக அணுக்கமான சீடர் ஆவார். தாலி பாயின் சமாதி, ராம்தேவ் பாபாவின் நினைவிடம் உள்ள கட்டடத்திற்கு எதிரே உள்ளது. ஆதலால் இந்த வழிபாட்டு முறை, குறிப்பாகக் கீழ்ச்சாதியினரிட மும் தலித்களிடமும் பிரபலமாக உள்ளது. கிராமங்களில் உள்ள ராம்தேவ் பாபா புனித ஆலயங்களில் தற்காலிகப் பூசாரிகள்கூட கீழ்ச்சாதியிலிருந்து வந்தவர்கள்தாம். ஆயினும், ராம்தியோரா முக்கியப் புனிதத்தலத்தில், பாபாவின் தோமார் ராஜபுத்திரர் வழிவந்தோரே ஆதிக்கத்தில் உள்ளனர். பூசாரிகளாக அவர்களே பணிபுரிகின்றனர். ஏப்ரல் மாத ஒரு வெயில் நாளில், ராம்தியோராவிற்குச் சென்றபோது, உள்ளூர் வழிகாட்டியான பெல்தார் என்ற தலித் என்னைப் புனிதத்தலத்திற்கு அழைத்துச் சென்றார். புனிதத்தலத்தின் காப்பாளர்களான ராஜபுத்திரர் களுக்கும் புனிதப்பயணிகளுக்குப் பாரம்பரியமாகப் பணிவிடை செய்து சீவனம் கழிக்கும் கீழ்சாதியினருக்கும் பகைமை இருந்ததாக, வழிகாட்டியுடன் பேசியதிலிருந்து அறிந்து கொண்டேன். ஆலய வருமானத்தின் உரிய பங்கு கீழ்சாதியினருக்குக் கிடைத்துவிடாமல் ராஜபுத்திரர்கள் தடுத்துவருவதாக வழிகாட்டி பெல்தாரும், புனிதத்தலத்தைப் பெருக்கிச் சுத்தம் செய்யும் தலித்தான பாதாமியும் என்னிடம் தெரிவித்தனர். புனிதத்தலத்திலிருந்து வரும் லட்சக்கணக்கான ரூபாயின் பெரும்பகுதி, தோமர் ராஜபுத்திரர்களுக்கே எப்போதும் சென்றுகொண்டிருக்க, கீழ்சாதி யினர், பாரம்பரியமான காணிக்கைப் பங்கினைப் பெற்றுக்

வாழும் நல்லிணக்கம்

கொள்வர். இதுபற்றிய சச்சரவு அங்கிருந்தது. எனினும் தாங்கள் விளிம்புக்குத் தள்ளப்படுவதாகவும், லாபம் அனைத்தையும் ராஜபுத்திரர்கள் தங்களுக்கே ஒதுக்கிக்கொள்வதாகவும் கடந்த சில வருடங்களாகக் கீழ்ச்சாதியினர் கூறத் தொடங்கியுள்ளனர். புனிதத் தலத்தில் கண்ட மற்றொரு சுவாரசியமான விஷயம் பாபா வழிபாட்டு மரபுடன் முஸ்லிம் தொடர்பின் முக்கியத்துவத்தைக் குறைப்பதற்கும், இந்து பல தெய்வ அமைப்பில் பிராமணக் கடவுளர்களோடு, பாபா ராம்தேவை இணைப்பதான முயற்சி இருந்தது என்பதாகும். பாபா ராம்தேவின் வழக்கமான ஒரு ராஜபுத்திர பக்தர் என்னிடம் “பாபா ராம்தேவ், ராமபிரானின் அவதாரமாகும். ராமபிரானைப் போலவே பதினான்கு ஆண்டுகள் அவர் வனவாசம் சென்றிருந்தார். இந்து மதத்தைப் பற்றி ஒன்றுமே தெரியாத பாமரர்கள்தான், பாபா ஒரு பீர் எனப் பரப்பி வருகின்றனர்” என்றார்.

நாட்டார் நாயகனான பாபா ராம்தேவை, பீரின் அவதாரமாகப் புராணம் சித்திரிக்கிறது என்ற உண்மையை இந்துத் தூய்மைவாதிகள் வெகு சிலரின் முயற்சிகளால் மாற்ற முடியாது. ராம்தியோரா கிராமத்தைப் பற்றிய ஜைசல்மர் கெஸட்டியரில் கீழ்க்காணும் குறிப்பு உள்ளது: ‘கிராமத்தின் தோற்றம் பற்றி எழுத்துப்பூர்வமான பதிவுகள் எதுவுமில்லை. ஆனால் ராம்தேவ்ஜி, இங்கே 1458இல் சமாதியடைந்தார் எனக் குறிப்பிடும் ஒரு கதை இருக்கிறது. ராம்தேவ்ஜி, இந்துக்களாலும் முஸ்லிம்களாலும் ஒன்றுபோல வணங்கப்பட்டார். ஓர் இறைஞானியாக மார்வாரில் கீர்த்தி அடைந்தார். அவர் புகழ் விரிந்து பரவிற்று. அவரது சக்தியைச் சோதித்துப் பார்க்க ஐந்து பீர்கள் மக்காவிலிருந்து வந்ததாகச் சொல்லப்படுகிறது. ராம்தேவ்ஜி அவர்களுக்கு உணவும் பாலும் வழங்க வந்தபோது, அவர்களிடம் பாத்திரங்கள் இல்லாததைக் கண்டார். உடனே, தனது அபூர்வ சக்தியால், மக்காவிலிருந்து பாத்திரங்களை அவர்களுக்குத் தருவித்தார். அவரது சக்தியின் மீது நம்பிக்கை கொண்ட பீர்கள், ராம்தேவ்ஜிக்கு தங்கள் மரியாதையைச் செலுத்தினர். அப்போதிருந்து அவர், ராம்சா பீர் என முஸ்லிம் களால் வழிபடப்படுகிறார்.’

நாட்டாரியலாளரான கோமல் கோத்தாரி, இந்தப் புராணத்தின் விரிவான வடிவத்தினை என்னிடம் விவரித்தார். இதன்படி, குழந்தையில்லாத ஓர் இந்து அரசன் பற்பல இந்து சாதுக்களிடம் சென்றார். ஆனால் அவர்களால் அரசனுக்குக் குழந்தை பாக்கியம் கிட்டவில்லை. பனாரசில் உள்ள (இப்போது வாரணாசி) அற்புதங்கள் நிகழ்த்தக்கூடிய, சமஸ் பீர் என அழைக்கப்படும் ஒரு பெரிய பீரைப் பற்றி இந்த சாதுக்கள்

அரசரிடம் தெரிவித்தனர். அந்த ராஜபுத்திர அரசன், சமஸ் பீரிடம் சென்று தனக்குக் குழந்தை வரம் அளிக்குமாறும், பீராகிய அவரே தனக்கு மகனாக மறுபிறப்பெய்தி அருள் புரியும்படியும் வேண்டினார். இவ்விதமாக, சமஸ் பீர் ஒரு தோமர் ராஜபுத்திர வீட்டில் ராம்தேவ்ஜியாக மறுபிறப்பெய்தினார். ராம்தேவ்ஜி உண்மையில் சமஸ் பீர் தானா என்று அறிவதற்கு, மக்காவிலிருந்து வந்த ஐந்து பீர்களும் அவர் நிகழ்த்திக் காட்டிய அற்புதங்களைக் கண்ட பின்னர், நம்பிக்கை கொண்டனர். பின்னர், அவர்கள் ராம்தேவ்ஜி முன்னால் தலைவணங்கி மரியாதை செலுத்தினர்.

ஒரு வாரம் சென்றபின், ஜைசல்மரின் புகழ்பெற்ற மணல் குன்றிலிருந்து, வெகு தொலைவு இல்லாத, கன்ஹோய் என்ற பாலைவனக் கிராமத்தின் முராத் மங்கானியர் என்ற முஸ்லிம் இசைக் கலைஞனிடமிருந்து இக்கதையின் இன்னுமொரு விரிவான, ரசனையான வடிவத்தினைக் கேட்டறிந்தேன். சமஸ் பீரைப் பற்றியும் பாபா ராம்தேவ் பற்றியும் சுற்றிச் சுற்றிச் செல்லும் நீளமான ஒரு கதையை அவர் சொன்னார். ராம்தேவ்ஜியை, முஸ்லிம்கள் ராம்ஸா பீர் என அழைப்பர். ‘ராம்’, சமஸோடு இணைய ‘ராம்ஸா பீர்’ என்ற பெயர் எதேச்சையாக வந்திருக்கிறது.

புனிதத்தலத்தில் எங்களின் அனுபவங்களை பின்னர் கோத்தாரியிடம் நான் தெரிவித்தபோது அவர், ராம்தேவ்ஜி மரபினை பிராமணமயமாக்கும் முயற்சி சில ஆண்டுகளாய் நடப்பதாயும், இம்மரபின் ‘பீர்’ பண்புக்கூறு, குறைவான அளவே முக்கியத்துவம் பெற்று வருவதாயும் ஒத்துக்கொண்டார். அவர் ‘பாபா ராம்தேவின் சமய வழிபாட்டு மரபுகளின், மிகச் சிறந்த கருணை மற்றும் மனிதத்தன்மையை, வைதீக இந்து மரபாக மாற்றுவது சாத்தியமே இல்லை எனத் தான் நம்புவதாக’ மேலும் சொன்னார். சாதிய சமயப் பிரிவினைகளுக்கு எதிராக உறுதியாக நின்றதற்காகவே, ராம்தேவ் பாபா மாநிலம் முழுவதும் போற்றி வணங்கப்படுகிறார். சமூகத்தின் அடித்தள மக்கள்தான் இந்த மரபினை வாழ வைத்திருக்கின்றனர்; உயர் சாதியினர் அல்ல. சாதி மதத் தடைகளை எழுப்புவதன் மூலம், இந்த அடித்தள மக்கள் பெறுவதற்கு ஒன்றுமில்லை.

அர்ச்சுனனின் முஸ்லிம் வழித்தோன்றல்கள்

அல்வர், ராஜஸ்தான்

உலகின் எல்லாத் தலைநகர்களையும் போலவே, டெல்லியும் தன்னைத்தானே பீடித்திருக்கும் ஒரு நகரம்தான். எப்போதும் விரிந்துகொண்டே போகும் தலைநகரின் செல்வாக்கு மிக்க அறிவுஜீவிகள் குழு, நகர எல்லைகளுக்கு வெளியே அடியெடுத்து வைக்காமல், பெரும்பாலும் தலைமைப் பீடத்திலேயே அமர்ந்து தேசத்தின் அரசு இயக்கத்தினைத் திட்டமிடுகிறது. சென்ற பத்தாண்டுகளில் பேசுபொருளாக முஸ்லிம் சமூகத்தைப்போல, வேறு எதுவும் அவ்வளவு கவனத்தைப் பெற்றதில்லை எனலாம். முஸ்லிம் மனம், இந்து வலதுசாரி எழுச்சிக்கு சமூகத்தின் எதிர்வினை, சமூகத்தின் மீது வைதீகத்தின் பிடிமானம், பயங்கரவாதிகள் பல்கிப்பெருகுவது, மனநோயாய்க் கழுத்தை இறுக்கி யிருக்கும் பயமும் அதன் மறுபக்கமும் என்பன பற்றியெல்லாம் கட்டுக் கட்டாகக் காகிதங்கள் எழுதித் தள்ளப்பட்டிருக்கின்றன. தேர்தல் காலத்தில் ஒவ்வொரு பத்திரிகையும், 'முஸ்லிம் வாக்கு' என்ற கட்டுக்கதை பற்றி ஊகம் செய்வதில் விலைமதிப்பற்ற பத்திரிகைக் காகிதங்களைத் தியாகம் செய்கின்றன. நகரின் புகழ்பெற்ற ஒவ்வொரு பத்தி எழுத்தாளரும் ஏதாவது ஒரு சமயம் முஸ்லிம் சமூகம் பற்றிய ஒரு கருத்தை வெளியிட்டிருப்பார்.

ஆனால் இவ்விதமாய்க் கருத்து உருவாக்குவோர் அனைவரும் – அவர்கள் முற்போக்கான இடதுசாரிகளாகட்டும் அல்லது வலதுசாரிகளாகட்டும் – முஸ்லிம் சமூகத்தை, ஒரு 'வரையறுக்கப்பட்ட முழுமை' என்பதாகவே விவரிக்க முனைகின்றனர். இந்து சமூகம் பன்முகமானது; ஆனால் முஸ்லிம்களை ஒருமுகப்பட்ட பெரிய மக்கள் கூட்டம் என நம்புகின்றனர். ஆனால் கண்கூடாகக் காணும் உண்மை நிகழ்வுகளோ இக்கருத்தைப் பொய்யாக்குகின்றன. இந்திய முஸ்லிம்கள் அனைவருக்கும் பொதுவான தன்மை ஒன்று உண்டெனில் அவர்கள் வெவ்வேறான கலாச்சார மண்டலங்களாக இருக்கிறார்கள் என்பதே. இந்திய முஸ்லிம்கள் பின்பற்றும் இஸ்லாம்கூட, ஒவ்வோர் பிராந்தியத்திலும் ஒவ்வொரு வகையாக இருக்கிறது. இஸ்லாத்தினை வெளிப்படையாக ஏற்றுக்கொண்டு, உள்ளூர் இந்து சமுதாயப் பண்பிலேயே மூழ்கி இருக்கும் எண்ணற்ற முஸ்லிம் சமூகங்கள் கணக்கில் வராமல் எஞ்சி இருக்கின்றன என்பதை ஒரு சிலரே உணர்ந்துள்ளதாகத் தெரிகிறது.

உதாரணமாக, நகர எல்லைகளுக்கு சற்று வெளியே மியோ முஸ்லிம்கள் வாழும் பெரிய பகுதி ஆரம்பிக்கிறது. இந்த முஸ்லிம்கள் இஸ்லாத்தினை வெளிப்படையாக ஏற்றுக்கொண்டோராயினும், பல இந்து சடங்கு சம்பிரதாயங்களுக்கும் இடம் கொடுக்கும் ஒரு கலப்புக் கலாச்சாரத்தினையே பின்பற்றுகிறார்கள். ராமன், கிருஷ்ணன், அர்ச்சுனன் போன்ற இந்து உருவங்களில் தங்களின் தோற்றத் தடயங்களைக் காண்கின்றனர். தீபாவளி, தசரா, ஹோலி போன்ற பல இந்துப் பண்டிகைகளைக் கொண்டாடுகின்றனர்.

மியோக்கள் ஒன்றும் இருண்மையான சிறிய பிரிவினர் அல்ல. ராஜஸ்தான், ஹரியானா, உத்தரப் பிரதேசம் என்ற மூன்று மாநிலங்களின் எல்லையோரப் பகுதிகளில் பரவிக்கிடக்கும் மேவாத் நிலப்பரப்பில் காணப்படும் நான்கு லட்சம் மக்கள் தொகை கொண்ட வலிமையான சமூகமாகும். உத்தரப் பிரதேசத்தில் சாத்தா தாலுகாவிலும், ஹரியானா மாநிலத்தில் குர்காவ்ன் மாவட்டத்திலுள்ள நுஹ், ஃபெரோஸ்பூர் தாலுகாக்களிலும் மியோக்கள் காணப்படுகின்றனர். டெல்லியிலிருந்து இரண்டு மணி நேரப் பயணத்திலுள்ள அல்வர் மாவட்டத்தில் (ராஜஸ்தான்) மியோக்கள் அதிக அளவில் உள்ளனர். தங்கள் தனித்தன்மையுள்ள கலாச்சாரத்தை இங்கு அவர்கள் பேணிப் பாதுகாப்பாக வைத்துக்கொள்ள முடிகிறது.

மேவாத் நகரைச் சுற்றியுள்ள பகுதிகளில், நாட்டார் இதிகாசங்கள் மற்றும் நாட்டார் பாடல்கள் பற்றிய கதையாடல்களுக்கு மியோக்கள் புகழ் பெற்றவர்களாவர். மியோக்கள்

சமூகத்தின் வரலாற்றைப் புரிந்துகொள்ளவும், ஆய்வு மேற்கொள்ளவும் முக்கியமான ஆவணம் அவர்களின் வாய்வழி மரபாகும். மியோக்களால் பாடப்படும் இந்து மரபுத் தொகுதியி லிருந்து பெறப்பட்ட இதிகாசங்களிலும் நாட்டார் பாடல்களிலும் மிகவும் புகழ்பெற்றது, மகாபாரதத்தின் மேவாத்திய வடிவமான 'பாண்டவர்களின் கதை'யாகும். அர்ச்சுனனின் வழிவந்தோராக மியோக்களை விவரிக்கும் இந்த இதிகாசத்தில், தங்களின் மூலச் சுவடுகளை மியோக்கள் தேடிக் காண்கின்றனர்.

இந்து–முஸ்லிம் இரண்டு சமூகங்களின் மைய நீரோட்டத்தி லிருந்து விலகி வேறுபட்ட, தனித்த ஓர் அடையாளத்தினை மியோக்கள் கொண்டுள்ளனர். இஸ்லாமிய 'நிக்காஹ்' சமயச் சடங்குடன், பல இந்து சடங்குச் சம்பிரதாயங்களும் இணைந்ததாக அவர்களின் திருமணங்கள் உள்ளன. உதாரணமாக, கோத்திரங்கள் முதலானவற்றைப் பராமரித்துப் பேணிவருவது அவர்களிடம் உள்ள தெளிவான இந்துப் பழக்கமாகும். ஜக்காக்கள் எனப்படும் 'இந்து மூதாதையர் மரபு வரலாற்று ஆய்வாளர்' மூலமாகத் தங்களின் வம்சாவழிச் சுவடுகளைத் தேடுவது, மியோக்கள் இன்னும் பேணிக்காத்துவரும் ஒரு சுவாரசியமான மரபாகும். மியோ சமூகத்திலுள்ளோரின் பிறப்பு, இறப்பு போன்ற வாழ்க்கைச் சுழற்சி தொடர்பான எந்தச் சடங்கிற்கும் ஜக்காக்களின் தேவை அவசியமாகும்.

பன்னிரண்டு, பதினாறாம் நூற்றாண்டுகளுக்கு இடையே, மியோக்கள் இஸ்லாத்திற்குப் படிப்படியாக மதம் மாறியதாக நம்பப்படுகிறது. அவர்களின் பெயர்களே அவர்களின் இந்து அடையாளத்தை வெளிப்படையாக உணர்த்துகின்றன. பெரும்பாலான மியோக்கள் தங்களின் பெயர்களோடு 'சிங்' என்ற பட்டப் பெயரையும் இன்னும் சேர்த்து வைத்துக் கொள்வதிலிருந்து, அச்சமூகத்தின் மத நல்லிணக்கத் தன்மை வெளிப்படுகிறது. ராம் சிங், தில் சிங், ஃபதே சிங் என்பவை வழக்கமான மியோ பெயர்களாகும். ஆல்வாரின் புறநகர்ப் பகுதியில் உள்ள ஒரு கிராமத்தில் நாட்டார்ப் பாடகனான ஃபதே சிங்கைச் சந்தித்தேன். பாண்டவர்களின் கதையைப் பாடிய பின்னர், மியோ சமூகத்தின் மூலச்சுவடுகளென அவன் நம்புவதை விரிவாகக் கூறினான்.

தாங்கள் அர்ச்சுனன் வழிவந்த க்ஷத்திரியர்கள் எனவும், சூஃபி ஞானியரின் தாக்கத்தினால் பின்னர் படிப்படியாக இஸ்லாத்திற்கு மாறியதாகவும், ஃபதே சிங்கும் அவனது கிராம சகாக்களும் உறுதியாக நம்புகின்றனர். அவர்கள் என்னிடம் 'இந்துப் பண்டிகைகள் கொண்டாடுவதை, மியோக்கள் மெல்ல

விட்டுவருகின்றனர். உட்பகுதியிலுள்ள கிராமங்களுக்குச் சென்றால், மியோக்கள் இந்துக்களைப் போலவே இருப்பதை நீங்கள் காண்பீர்கள். இந்து – முஸ்லிம் கிராமவாசிகளுக்கிடையே, எந்த வித்தியாசத்தையும் உங்களால் காணமுடியாது. நகரங்களுக்கு அருகேயுள்ள மக்கள், இந்துப் பழக்கவழக்கங்களையும் சடங்கு களையும் விட்டுவிடுவதைத் தொடர்ந்தவாறுள்ளனர்' என்றனர்.

இதற்கான காரணத்தைத் தேடிக் காண்பது கடினமல்ல. அயோத்திக் கலவரமும், அதன் பின்விளைவுகளும் அமைதியான மேவாத் நகரின் சுற்றுப் பகுதிகளில்கூட, வகுப்புவாத விஷக் கிருமிகளைப் பரப்புவதில் வெற்றி பெற்றுள்ளன. பாபர் மசூதியை இடித்ததின் விளைவாக இப்பகுதியில் வன்முறை வெடித்தது. அப்போதிருந்து, அரசியல் ஒழுங்கமைவும், அணிசேர்தல்களும் மத ரீதியான கோட்டிலேயே இருந்து வருகின்றன. 2011–12இல் மேவாத்தில் நிகழ்ந்த கொடூரமான மதக்கலவரத்தின்போது துப்பாக்கிச் சூட்டில் ஒரு கிராமத்தில் பத்துப்பேர் மாண்டனர். மாநில அரசு, தங்களைக் குறிவைத்து இத் துப்பாக்கிச்சூட்டை நடத்தியதாக அங்குள்ள முஸ்லிம் சமூகம் குற்றம் சாட்டுகிறது.

ஆதலால், இந்தச் சிக்கலான மாறிவரும் பின்னணியில் அடையாளம் குறித்த கேள்வி மேவாத்தினைச் சுற்றியுள்ள பகுதிகளில் எழுப்பப்படுகிறது. 2011இல் அங்கு சென்றபோது ஒரு மியோ கிராமவாசி என்னிடம் 'ஆர்.எஸ்.எஸ்ஸும் பா.ஜ.க.வும் இந்த மாநிலத்தில் வலுவான அரசியல் சக்தியாக வந்ததிலிருந்து, மேலும் மேலும் பற்பல மியோக்கள் தங்களை முஸ்லிம்களாக அடையாளம் காணத் தொடங்கியுள்ளனர்' என்றார். இவ்விதமாகத் தூய்மைவாத முஸ்லிம்கள் தாங்கள் சரி எனக் காணும் ஒரு பாதையை ஏனைய இஸ்லாமிய நம்பிக்கையாளர்களுக்குக் காட்டும் வாய்ப்பு இயற்கையாகவே உண்டாகியிருக்கிறது. ஆதலால் 'நான் ஒரு முஸ்லீமாக இருக்கிறேன்' என்ற சுய உணர்வு, மிகப் பெரிய அளவில் அங்கே இருக்கிறது. இது குறித்துக் கூறும் பள்ளி ஆசிரியரான சந்தன் சிங், "முல்லாக்கள் மியோக்களிடம், அவர்கள் கெட்ட முஸ்லிம்கள் எனவும், முஸ்லிம் சமூகத்தால் ஏற்றுக்கொள்ளப்பட வேண்டுமானால், இந்துப் பண்டிகைகள் கொண்டாடுவதை அவர்கள் கட்டாயம் விட்டுவிட வேண்டும் எனவும் சொல்வது அதிகரித்து வருகிறது. கடந்த பத்தாண்டுகளில், பற்பல பள்ளிவாசல்கள் புதிதுபுதிதாக முளைத்து வருகின்றன. மியோக்கள் முழு இஸ்லாமியமயமாதலுக்கு மெல்ல ஆளாகி வருவதற்கான சான்றாக இதனைக் காணலாம். முன்னர் பெரும்பாலான மியோக்கள், ஒருபோதும் பள்ளிவாசல்களுக்குச் செல்வதில்லை. இப்போது, பள்ளிவாசல்கள் கட்டுவதற்கான பெருமளவு பணம், வளைகுடா நாடுகளின் நிதியால் நடத்தப்படும்

மத நிறுவனங்களிலிருந்து வருகின்றன. ஆதலால், மியோக்கள் இஸ்லாமிய வழிமுறைக்குத் திரும்புவது அதிகரித்துவருகிறது" என்றார்.

பாண்டவர்களின் கதையை ஆதாரமாகக்கொண்டு, அர்ச்சுனனிடமிருந்து தாங்கள் தோன்றியதாக, அனைத்து மியோக்களும் தங்களின் தோற்ற மூலத்தை முன்னர் தேடிக் கண்டனர். ஆனால், வேண்டுமென்றே செய்யப்பட்ட இப்போதைய இஸ்லாமியமயமாதலுக்குப் பின்னர், தாங்கள் அரேபியாவி லிருந்து இந்தியா வந்ததாக மியோக்கள் நம்புகின்றனர். இதனைக் குறிப்பாகத் தெரிவிக்கும் 'ஷாம்ஷெர் பதான்', 'பெஹ்ரம் பாதுஷா' போன்ற காப்பியங்கள் இதனால் புகழ்பெற்று வருகின்றன. ஒருபுறம் இந்து அடிப்படைவாதம் என்னும் இடுக்கிப்பொறி; மறுபுறம் இஸ்லாமியத் தூய்மைவாதம் – இந்த இரண்டிற்குமிடையே ஆட்பட்டு, இந்தியாவின் பெரும்பாலான மத நல்லிணக்கச் சமூகங்கள் படிப்படியான மாற்றத்திற்கு ஆளாகி வருகின்றன. இதற்கு மியோக்கள் விதிவிலக்கு அல்ல. ஆனால் குறிப்பிடத்தக்க ஒன்று என்னவெனில், தங்களின் பழைய வாழ்க்கை முறைகளின் பெரும்பகுதியை மியோக்கள் இன்னும் தக்கவைத்துக்கொண்டுள்ளனர் என்பதே. தசரா கொண்டாடும், பாண்டவர்களின் கதையைப்பாடும் ஒரு மியோவைத் தேடிக்காண்பது அதிகச் சிரமமில்லை. இத் துணைக்கண்டத்தின் பகிர்ந்த வரலாறு, பகிர்ந்த கலாச்சாரம் என்பதற்கான ஓர் இறுதிச் சாசனமாக அவர்கள் இன்னும் உள்ளனர்.

சதி தேவியின் முஸ்லிம் நாட்டுப்பாடகர்கள்

ஜெய்சல்மர், ராஜஸ்தான்

நமது நாட்டில், வெகு சில பகுதிகளே ராஜஸ்தானுக்கு இணையான வளமான நாட்டார் மரபுகொண்டவை. இசையிலாகட்டும், நாட்டார் புராணங்களிலாகட்டும், ராஜஸ்தான் எப்போதுமே நம்மை வியப்படையச் செய்கிறது. உண்மையாக இருக்கவோ, நடக்கவோ முடியாதவை, நம்பவே முடியாதவை என அவை அந்த மாநிலம் முழுவதுமே நிறைந்திருக்கின்றன. உதாரணமாக, மாநிலத்தின் மிகப் புகழ்பெற்ற வித்தியாசமான மரபுகளில் ஒன்றான சதி என்னும் உடன்கட்டை ஏறும் மரபு, முஸ்லிம் இசைப் பாடகர்களால் பேணிக்காக்கப் பட்டும் பரப்பப்பட்டும் வருகிறது. திகைக்கவைக்கும் உண்மை என்னவெனில், குறிப்பிட்ட இந்த சதி (பதிவிரதை) தன் உயிரை மாய்த்துக் கொண்டது தனது கணவனின் சிதையில் அல்ல; இளைய கொழுந்தனின் சிதையில். அவளது காதலனாக கொழுந்தன் இருந்திருக்கிறான் என நம்பப்படுகிறது. உணர்ச்சிகரமான இச் செயலுக்காக தெய்வ நிலைக்கு அவள் உடனடியாக உயர்த்தப்பட்டாள். பாலைவன மாவட்டமான ஜெய்சல்மர் முழுவதிலும் இன்று அவள் 'தேவி'யாக வணங்கப்படுகிறாள்.

பாட்டியானி சதி ராணி என அறியப்படும் அவளது புராணக்கதையின் ஒரு வடிவம் கிட்டத்

தட்ட இவ்விதமாக இருக்கிறது: ஜெய்சல்மரில் பாட்டி என்ற குலக்குழுவைச்சார்ந்த ராஜபுத்திரியான அவள், பார்மர் மாவட்டத்தில் ஜாலோரில் உள்ள ஒரு சக்திவாய்ந்த ராத்தோர் ராஜபுத்திரருக்கு மண முடிக்கப்பட்டாள். ஒழுக்க நியதிக்குட்பட்ட அவளது புராணக்கதையின் ஒரு வடிவம் இவ்விதம் தெரிவிக்கிறது: அவள் உடன்கட்டை ஏறியது கொழுந்தன் சிதையின் மேல்தான். ஆனால் அவர்கள் இருவரும் காதலர்கள் என்பதால் அல்ல; யுத்தத்தில் மரித்தது அவளது கணவன் எனத் தவறுதலாகத் தெரிவிக்கப்பட்டிருந்தது. ஆனால் உண்மையில் இறந்திருந்ததோ, அவளது கொழுந்தன். புராணக்கதையின் மற்றொரு வடிவமோ இன்னும் புகழ்பெற்றது, ரசமானது. நமது பெண்மணி, தனது கொழுந்தனைக் காதலனாகக் கொண்டிருந்தாள். காதலனை இழந்த துக்கம் தாளாது, அவனது சிதையின் மேல் உடன்கட்டை ஏறினாள்.

அவப்பெயரிலிருந்து புனிதத்திற்கான மாற்றம் இன்னும் அதிக விசித்திரமானது. பாட்டியானி ராணி உயிரை மாய்த்துக் கொண்ட பின்னர், அவளது ஈமச்சடங்குகளைச் செய்து முடிப்பதற்குக்கூட, அவள் கணவன் வீட்டாருக்கு அக்கறை இல்லை. இறந்துபோன அவளது ஆவி வீட்டில் உலவ ஆரம்பித்தது. துரதிருஷ்டம் பிடித்த யாராவது குறுக்கே வந்தால் அவரைப் பழிவாங்கத் தொடங்கியது. அந்தச் சமயத்தில் அவளது குடும்பம் தப்பி ஓடிவிட்டது. அப்போது அவள், ரத்த தாகம் கொண்ட காளி வடிவம் எடுத்து தாகம் தணிக்க அலைந்தாள்.

புராணக்கதையின் இந்தக்கட்டத்தில் வித்தியாசமான பாட்டியானி உடன்கட்டை ஏறும் நிகழ்வில் முஸ்லிம் நாட்டுப்புறப் பாடகர்கள் இணைக்கப்படுகின்றனர். ஒருநாள் ஒரு முஸ்லிம் இசைக்கலைஞன் பயங்கரமான சதி தேவியின் முன்னால் வர நேர்ந்தது. தேவியின் கோபத்திற்கு ஆளாகாமல் தன்னைக் காத்துக்கொள்ள, அடக்கத்தலம் ஒன்றினை அவளுக்குக் கட்டித்தருவதாக வாக்களித்தான். தனது பாடல்கள் மூலம் அவளது புராணத்தை நிரந்தரமாக நிலைத்திருக்கச் செய்தான். அப்போதிருந்து, ஜெய்சல்மர் மாவட்டத்தின் மங்கானியர் எனப்படும் முஸ்லிம் நாட்டுப்புறப் பாடகர்கள் இந்தச் சதி தேவியின் புகழைப் பாடியவாறிருக்கிறார்கள்.

மங்கானியர்கள் மத நல்லிணக்கம் சார்ந்த முஸ்லிம் சமூகமாகும். இந்த உண்மையை இணைத்தும், சதி தேவி மரபோடு மங்கானியர்களின் தொடர்பினை விளங்கிக்கொள்ள முடியும். பாலைவனச் சுற்றுப் பகுதிகளில் உள்ள நாட்டார் இசைக் கலைஞர்களில் எண்பது விழுக்காடு முஸ்லிம்களாவர். இவர்களில்,

பாரம்பரிய இசைக்கலைஞர் குழுவான மங்கானியர்கள் இசையில் தேர்ச்சி பெற்ற சாதனையாளர்கள். இவர்களை ஆதரிக்கும் புரவலர் அனைவருமே இந்துக் கிராமவாசிகள் என்பதால், மங்கானியர்களின் பெரும்பாலான பாடல்கள் இந்துக்களின் திருமணங்கள், பிறப்பு, பண்டிகைகள் தொடர்பானவையாகவும் பக்திப் பாடல்களாகவும் உள்ளன. ஆதலால், தங்களின் மொத்தப் பாடல் தொகுதியோடு சதி தேவி பற்றிய பாடல்களையும் மங்கானியர்கள் சேர்த்துக்கொண்டிருப்பது அசாதாரணமான ஒன்றல்ல.

பாட்டியானி சதி மரபின் தொடக்கச் சுவடுகளுடன் விடுபடவே முடியாதபடி மங்கானியர்கள் இணைக்கப்பட்டுள்ளபடியால், அவளது புனிதத்தலம் ஒவ்வொன்றிலும் பாடுவதற்கும், காணிக்கையின் ஒரு பகுதியைப் பெற்றுக் கொள்வதற்கும் அவர்கள் உரிமை பெற்றுள்ளனர். பல்வேறு சதிதேவி புனிதத்தலங்கள் ராஜஸ்தான் முழுவதும் நிறைந்துள்ளன. மாநிலத்தின் மிக முக்கியமான சதிதேவி மரபுகளில் ஜெய்சல்மர் மாவட்டம் பாட்டியானி ராணிமரபும் ஒன்று. பற்பல கிராமங்களில் அவளுக்குச் சமர்ப்பிக்கப்பட்ட சிறிய புனிதத்தலங்கள் பல உள்ளன. சதிதேவி மரபுகளில் பாட்டியானி ராணிக்கு உள்ளது போன்ற ஈடுபாடு கொண்டதோர் அடியார் மரபு மிகச் சில புனிதத் தலங்களுக்கு மட்டுமே உண்டு.

பாட்டியானி சதி தேவியின் இரண்டு மிகப்பெரிய புனிதத்தலங்களில் ஒன்று பார்மர் மாவட்டத்தில் அவளது கணவனின் சொந்த நகரான ஜாலோரிலும், மற்றொன்று ஜெய்சல்மர் நகரிலும் உள்ளன. ஜெய்சல்மர் நகரின் மத்தியில் ரயில் நிலையத்திலிருந்து சிறிது தூரத்தில், பாட்டியானி சதி தேவியின் முக்கியக் கோயில்களில் ஒன்று உள்ளது. நடுத்தர உயரத்தில் அமைந்த இக்கோயில் கட்டடத்தைச் சுற்றிலும் திறந்தவெளி உள்ளது. நகரின் இரண்டு மிகப் பெரிய சமய விழாக்கள் நடைபெறுவது இந்த இடத்தில்தான். சதி தேவியின் தரிசனத்திற்காக ஆண்டிற்கு இருமுறை, ஆயிரக்கணக்கில் மக்கள் இக்கோயிலில் கூடுகின்றனர்.

மங்கானியர்கள் வழக்கமாகக் கோயிலில் பாடும் சிறந்த காலகட்டம் இதுதான். ஏப்ரல் மாதத்தில் மந்தமான ஒரு மதிய வேளையில் கோயிலுக்குச் சென்றபோது, கமருதீன், ஃபக்கீர்சந்த், ஃபிரோஸ் கல் என மூன்று மங்கானியர் அங்கிருந்தனர். அனைவருமே சாதனை படைத்த, தேர்ந்த இசைக்கலைஞர்கள். சதி தேவியின் மேல் உள்ள உறுதியான நம்பிக்கையினால் தான் கோயிலில் பாடுவதாகவும், பணத்திற்காக அல்ல எனவும்

அவர்கள் கூறினர். சொல்லப்போனால், கமருதீன் ஒரு சிறிய பிரமுகர். அகில இந்திய வானொலியில் வழக்கமாக நிகழ்ச்சி நடத்துவதாகவும், 'ருடாலி' என்னும் பரிசு பெற்ற சினிமா படத்திற்குச் சில நாட்டுப் பாடல்கள் பாடியதாகவும் அவர் சொன்னார். இதனை நிரூபிக்கும் விதமாக, படத்தின் நடிகை டிம்பிள் கபாடியாவுடன் அவர் இருக்கும் புகைப்படத்தைப் பெருமையாகக் காட்டினார்.

ஃபக்கீர்சந்தோ முழுக்கவும் வேறான கருத்துகொண்டவன். தீய அறிகுறிக்கான அச்சுறுத்தும் தொனியில் அவன் 'சதி தேவிக்குத் தக்க மரியாதை செலுத்தத் தவறினால், மர்மமான நோயினால் நீங்கள் தாக்கப்படலாம்' என எங்களை எச்சரித்தான். அவனுடைய எச்சரிக்கையை நாங்கள் தவற விட்டு விடக்கூடாது என்பதற்காகக் கோபிபாயை எங்களுக்கு அறிமுகப்படுத்தினான். குடியிருப்புப் பகுதியின் ஒரு வகை தெய்வ வாக்குச் சொல்பவள் கோபி பாய். அருள்வந்து சாமியாடும்போது, சதி தேவியே தன்னை ஆட்கொண்டு, தன் மூலம் பேசுவதாகச் சொல்லும் அவள், வழக்கமாக நினைவிழந்த நிலைக்குச் செல்வதுண்டு. எங்களைப் பார்த்துப் பயங்கரமான சொற்களைச் சீற்றத்துடன் வீசினாள் அவள். எங்களைப் போன்ற வெட்கம் கெட்ட நம்பிக்கையற்றவர்களைப் பாய்ந்து தாக்கப் போவதாகப் பயமுறுத்தினாள். ஏதாயினும் அசம்பாவிதம் நடந்துவிடுமோவென நாங்கள் பயந்து பின்வாங்கினோம்.

வாசலில் எங்களை மறித்தவாறு, புனிதத் தலத்தின் பாதுகாப்பாளரான பால் தேவ் வியாஸ், 'முக்கியக் கோயிலின் உள்ளே தாழ்த்தப்பட்ட இனப் பக்தர்களை அனுமதிப்பதில்லை' எனப் பெருமையுடன் சொன்னார். 'அவர்கள் வெளியே இருந்து வழிபடலாம்' எனப் பெருந்தன்மையோடு சேர்த்துக் கொண்டார். தலித் அதிகாரமளிப்பு பற்றி அவர் ஏதும் அறிந்திருக்கவில்லை.

இந்தக் குறிப்புடன், வினோதமான அந்தச் சிறிய சதி தேவி கோயிலை விட்டு வெளிவந்தோம். புனிதக் கருவறையுள் முஸ்லிம்களை அனுமதிக்கும் இக்கோயில், கீழ்ச்சாதி இந்துக்களை கோயிலுக்குள் காலடி எடுத்து வைக்க அனுமதிப்பதில்லை.

கோயிலுள்ளே ஒரு மக்கா
அயோத்தியா, உத்தரப் பிரதேசம்

அயோத்தியில் ஒரு கும்பலால் பாபர் மசூதி இடித்தழிக்கப்பட்ட நான்கு நாட்களுக்குப் பின்னர், இந்தக் கட்டுரை எழுதப்பட்டது. இந்திய மதச்சார்பின்மைப் பணித்திட்டம் அகற்றப்பட்டதன் தொடக்கமாக, இந்த நாள் குறிக்கப்படும் என நாங்கள் நம்பினோம். டெல்லியில் நான் இருந்தபோது புழுதிப் புகையாக அந்தப் பள்ளிவாசல் மறைந்ததை பி.பி.சி.யில் பார்த்தேன். நான் அழுதேன்; எனது குடும்பமும் பல நண்பர்களும்தான். மறு நாள், எனது குடும்பத்தைக் காண லக்னோ பயணமானேன். அதன் பின்னர் ஃபைசாபாதுக்கும் அயோத்திக்கும் சென்றேன்.

பாபர் மசூதி இடித்தழிக்கப்பட்டு நான்கு நாட்கள் ஆகியிருக்கின்றன. அயோத்தியுடன் இணைக்கப்பட்ட இரட்டை நகரான ஃபைசாபாதில் மாவட்டத் தலைமை அலுவலகம் உள்ளது. அங்கே செல்வச் செழிப்பு மிக்க ஒரு முஸ்லிம் குடும்பத்துடன் தங்கியிருக்கிறேன். மாவட்ட ஆட்சியரின் வசிப்பிடத்திற்கு நேரெதிரே நான் தங்கி இருந்த வீடு இருந்தது. ஆனால் எங்களுக்கு விருந்தளிப்பவர் தானும் தனது குடும்பமும் எங்கே தாக்கப்பட்டுவிடுவோமோ என்ற உயிர் போகும் அச்சத்தில் இருக்கிறார். அவர் தனது பெயர்ப் பலகையை அகற்றி இருந்தார். நாம்

முஸ்லிம்கள்போலத் தெரிவதை நிறுத்தவேண்டும் எனத் தனது குடும்பத்தினரை எச்சரித்தார். ராம ஜென்ம பூமி கிளர்ச்சி தொடங்கியதிலிருந்து, சில கிலோ மீட்டர் தொலைவே இருந்த அயோத்திக்கு அவர் சென்றதில்லை. "பாபர் மசூதி இடிக்கப்பட்டு அது கல் மண் குவியலாக ஆகிவிட்டது. கலவரக் கும்பலும் போய்விட்டது: ஆதலால், இப்போது நீங்கள் என்னுடன் அயோத்திக்கு வரலாம்" என அவரிடம் கேட்கிறேன். இருந்தும், "அயோத்திக்குப் போவது ஒரு முஸ்லிமிற்கு பாதுகாப்பில்லை" என்கிறார் அவர். "நீங்கள் ஒரு முஸ்லிம் என்பது யாருக்குத் தெரியப்போகிறது . . ?" என நான் கேட்டதற்கு, 'அவர்களுக்குத் தெரியும். அவர்களுக்கு எப்போதும் தெரியும்' என்றார்.

மசூதி இடித்தழிக்கப்படுவதற்கு ஒரு மாதத்திற்கு முன்னரான எனது முந்தையப் பயணத்தில், அயோத்தியில் பல விசித்திர மனிதர்களைக் காண நேர்ந்தது. பெரிய அளவு போலீஸ் இருந்தும், அந்த நகர் இந்துத் தீவிரவாதிகளின் பிடியிலேயே இருந்தது என்பது தெளிவாகவே தெரிந்தது. ராமபிரான் அவதரித்த இடத்தின் சின்னமாக விளங்கிய ஒரு இந்துக் கோயிலின் இடிபாடுகளின் மீதே மத்திய காலத்தைச் சேர்ந்த அந்தப் பள்ளிவாசல் கட்டப்பட்டதாக அவர்கள் நம்பினர். இறுக்கமான அந்தச் சூழலில் ஓர் எதிர்பார்ப்பு இருந்தது. ராம பக்த கோடிகளின் மத்தியில் குழந்தைத்தனமான ஒரு கிளர்ச்சி இருந்தது. இளவயது தன்னார்வத் தொண்டர்கள் அடிக்கடி உற்சாகமாகச் சிரித்தவாறிருந்தனர். அவர்கள் செய்யப் போவதாக நம்பும் ஆண்மைமிக்க செயலை நினைத்து அவர்களின் கண்கள் ஒளிர்ந்தவாறிருந்தன. மசூதி இடிக்கப்பட்ட பின்னர், பா.ஜ.க தலைவர்கள் குற்றச்சாட்டுகளுக்குப் பதிலாக அழுத்தமான விளங்கங்களைத் தந்தனர். இருந்தபோதிலும், அங்கே அப்போதிருந்த கட்டுப்பாடற்ற கூட்டம் சொந்தத் திட்டங்கள் வைத்திருந்தது என்பது தெளிவாகத் தெரிந்தது. நவம்பர் 1992இல் அயோத்தியைப் பார்வையிடும் ஒருவர், மோசமான நிகழ்வு ஒன்று மிக விரைவில் வர இருப்பதை ஊகமாய் உணர்ந்திருக்க முடியும்.

அயோத்தி நகரில் பாபர் மசூதி விவகாரமே மேலோங்கி இருந்த அந்த நவம்பர் மாதத்தில் 87 வயதிலும், மனதளவில் விழிப்புடன் இருந்த அன்சர் ஹுஸைனைச் சந்தித்தேன். முன்னு பாபா என நன்கறியப்பட்ட ஹுஸைன், அயோத்தியில் உள்ள பல ராமர் கோயில்களில் ஒன்றான சுந்தர் பவன் என்னும் கோயிலின் காப்பாளர் – மேலாளராக, கடந்த 47 வருடங்களாக இருந்து வந்திருக்கிறார். இக்கோயில், மசூதி இருந்த இடத்திலிருந்து ஒரு

கிலோ மீட்டர் தூரத்தில்தான் உள்ளது. மதக் கொள்கைகளை நடைமுறையில் பேணும் முஸ்லிம் ஒருவர், இந்து புனித யாத்திரை நகரின் கோயில் ஒன்றில் காப்பாளராக நியமிக்கப்படுவது விந்தையான ஏற்பாடுதான். அடுத்துள்ள மாவட்டமான பாஸ்தரில் உள்ள, ஒரு சிறிய பண்ணை நில உரிமையாளரின் விசித்திரமான தனித்த போக்கு, இத்தகைய ஏற்பாட்டிற்கு வழி வகுத்தது. பிரிவினை நடந்த வருடமான 1947இல், சுந்தர் பவன் கோயில் கட்டப்பட்டிருந்தபோதிலும், அதன் இந்து உரிமையாளர்கள், கோயில் நிர்வாகத்தினை ஒரு முஸ்லீமிடம் கொடுக்கத் தயங்கவில்லை. அப்போதிருந்து, ஹுஸைன் தனது கடமைகளை ஒப்பந்தப்படி நிறைவேற்றிவந்தார். பிரிவினையின் கொந்தளிப்பையே சமாளித்து உயிர்வாழ முடிந்த அவரால், அயோத்தியில் அந்தக் குளிர் காலத்தில், தனது வாழ்விற்கோ அல்லது வயிற்றுப் பிழைப்பிற்கோ அச்சுறுத்தல் வருமென நினைத்துக்கூடப் பார்த்ததில்லை. 'இந்துக்கள் அமைதி விரும்பும் மக்கள். இவை எல்லாம் போலிப் பயமுறுத்தல்கள். எல்லாம் அரசியல். பாபர் மசூதியை ஒருவரும் தொடமாட்டார்கள்' என்றார்.

மசூதி இடிக்கப்பட்டு நான்கு நாட்கள் ஆகிய பின்னர் அயோத்தி திரும்பினேன். ஹுஸைன் பற்றிய அறிகுறி ஏதுமில்லை. அவர் வீட்டுக் கதவில் பெரிய பூட்டு ஒன்று தொங்கியது. அவரது முஸ்லிம் அண்டை வீட்டாரையும் காணவில்லை. பல ஆண்டுகள் அக்கறையுடன் அவர் கட்டிக் காத்த கோயில் வாசலில், காவித் துண்டைத் தலையில் சுற்றிக் கட்டிய, இளைஞன் ஒருவன் நின்றிருந்தான். அவன் "ஹுஸைன் எங்கு போனார் என எனக்கு எதுவும் தெரியாது. ஆனால் அவர் அயோத்தியை விட்டுச் சென்றது எல்லோருக்குமே நல்லது. ஏனெனில், அவர் கடவுளரை மாசு படுத்திக் கொண்டிருந்தார். பிடிவாதம் பிடித்த ஒரு வயதான முட்டாள் அவர்' என்றான்.

ஹுஸைன் முன்பு என்னிடம் சொல்லியிருந்தார். இரண்டாண்டுகளுக்கு முன்னர், கடுமையான உடல் நலக்குறைவால் படுத்திருந்தபோது, அவருக்கு ரத்தம் தேவைப் பட்டது. அயோத்தியில் முதன்மைக் கோயிலான ஹனுமான் கார்ஹி கோயிலில் உள்ள இரண்டு சாதுக்கள் அவருக்கு ரத்த தானம் அளித்தனராம். இகழ்ச்சிக்குரிய டிசம்பர் 6 கும்பலின் நோக்கமான முஸ்லிம்களைப் பழிவாங்குதல், ஹுஸைனை விட்டுவைத்ததா? ஒரு சமயம் ரத்த தானம் செய்த சாதுக்களையும், அக்கணத்தின் கோபம் தூக்கி வீசிப் போட்டுவிட்டதா? இப்போது அவர்கள் ரத்தம் உறிஞ்ச விரும்பினரா?

வாழும் நல்லிணக்கம்

ஹுஸைனைச் சந்திக்க முடியாததைச் சரிக்கட்டும் விதமாகவோ என்னவோ, பிடிவாதமான மற்றொரு வயதான முட்டாளை அன்று மதியம் பார்க்க நேர்ந்தது. இவர் பாபர் மசூதி இருந்த இடத்திலிருந்து அரை கிலோமீட்டருக்கும் குறைவான தூரத்திலேயே வசிப்பவர். லால்ஜிபாய் சத்யஸ்னேகா என்ற பெயருடைய அவர், ஒரு காந்தியவாதி. சத்தியபக்தர் (உண்மை பக்தர்) எனப்படும் ஒரு சாதுவை பின்பற்றுபவர். நகரின் மத்தியில், லால்ஜிபாய் விசித்திரமான ஒரு கோயிலை உருவாக்கியிருந்தார். அது க்ஷத்திரிய அரசனான ராமனையும் அனுமனையும் வழிபடுவதற்காக அமைக்கப்பட்ட கோயில். ஏறத்தாழ பிரத்தியேகமானதாக இருந்தது. அந்தக் கோயிலில் கடவுளர் சிலைகளான ராமனும் கிருஷ்ணனும், ஏசு, புத்தர் மற்றும் சமண மதத்தைத் தோற்றுவித்தவரான மகாவீரர் ஆகியோரின் சிலைகளுக்கு அருகே இருந்தன. சிலைகளின் இரு புறமும் மக்கா மதீனா படங்களும் வைக்கப்பட்டிருந்தன. நவ யுக ராம பக்தர்கள் மீது லால்ஜிபாய் வைத்த குற்றச்சாட்டில், கடுமையான வெறுப்பிருந்தது. “அவர்கள் இந்து மதத்தை நடைமுறையில் பேணுவதில்லை. வன்முறையற்ற சாத்வீகமான நம்பிக்கையை, அசிங்கமானதாக, அழிவுக்குரியதாக ஆக்கிவிட்டார்கள். வரலாறு அவர்களை மன்னிக்காது” என்றார்.

ஆனால், அவர் சொன்ன இன்னொரு விஷயம் சிந்தனைக் குரியது. அரசியல் அதிகாரத்திற்கான வேட்கையில், புதிய அடாவடி இந்துமதத்தின் பக்தர்கள், தாங்கள் வெறுக்கும் அதே முஸ்லிம்களிடமிருந்து பல விஷயங்களைத் தாராளமாகக் கடன் வாங்கியுள்ளனர் என்பது முரணான ஒன்றாகும் என்றார். யோசித்துப்பார்த்தால் இந்துமதத்தை ‘செமிட்டிக்’ (மத்திய–ஆசிய மொழிக் குடும்பம்) மயப்படுத்துவதான இந்துத்துவா பட்டாளத்தின் முயற்சியை எளிதாகக் காணலாம். கீழ்க்காணும் உதாரணங்கள் பொருத்தமானவை: ஒரு குறிப்பிட்ட நாளில், எல்லா ராம பக்தர்களையும் அயோத்தி இருக்கும் திசை நோக்கித் திரும்பிப் பிரார்த்தனை செய்யுமாறு சொல்லப்பட்டது. இது, முஸ்லிம்கள் மக்கா இருக்கும் திசை திரும்பி இறைவனை வழிபாடு செய்வது போன்றதாகும். ராம பக்தர்கள் ஊர்வலங்களாக அணிதிரண்டு, கோயிலுக்காக உயிரையும் கொடுக்கச் சித்தமாக இருப்பதாகத் தெரிவித்தனர். உயிர்த் தியாகம், புனிதமான கருத்தாக்கமாக இருப்பது இஸ்லாத்தில் – இந்துமதத்தில் அல்ல. அவர்கள் வாட்களைச் சுழற்றினர்; சிலர் ஜெய் ஸ்ரீராம் என தங்களின் மார்பில் பதித்திருந்தனர். இது ஷியா முஸ்லிம்களின் முஹர்ரம் ஊர்வலக் காட்சியிலிருந்து பெரிய அளவு வித்தியாசமானது அல்ல. இறுதியாக, கோயிலுக்கான

நாட்டத்தில், வேறு வேறு பிரிவுகளைச் சார்ந்த சாதுக்களும் புனிதர்களும் கூட்டங்கூட்டமாகத் திடீரென ஒன்று கூடினர். இது ஓர் இந்துக் குருமார் குழுவை உருவாக்கும் முயற்சியா? முல்லாக்கள், முஸ்லிம் சமுதாயத்தின் மீது தங்களுக்கு அதிகாரம் இருப்பதாக உரிமை கொண்டாடுவது போல இந்துக் குருமார் இந்துக்களின் மீதான அதிகாரம் தமக்கிருப்பதாக உரிமை கொண்டாடும் முயற்சியா இது? அத்தகைய அதிகாரத்தை அவர்கள் பெறமுடியுமா?

அதனால்தான் லால்ஜிபாய், இந்த இந்துக்களுக்கு எதிராகச் சண்டையிட்டு வெல்லவேண்டுமென வற்புறுத்துகிறார். இந்திய முஸ்லிம்களைக் காக்க அல்ல, இந்துமதத்தை அதன் கடத்தல் காரர்களிடமிருந்து மீட்பதற்காக. அயோத்தியில் அக்கால கட்டத்தில், லால்ஜிபாய் சகசமயத்தினரால் தொடர்ந்து அச்சுறுத்தப்பட்டார்; அவர்கள் அவரைக் கேள்விகளால் துளைத்தெடுத்தனர். துயர் நிறைந்த, கேலிக்குரிய விந்தை மனிதராக ஆனார். மதச்சார்பின்மை பற்றி சில நல்ல சொற்கள் சொன்னார். ஆனால் அவர் காலத்தோடு ஒட்டமுடியாமல் தொடர்பற்றுப் போனது துயரமானது. பாபர் மசூதியை இடித்தழிக்கும் பரபரப்பான உரத்த கூச்சல்கள் மத்தியில் அமைதி நிறைந்த அவர் வார்த்தைகளை யார் செவிமடுப்பர்? ஆவேச வெறுப்புக் கும்பல்களின் இரைச்சலில், அவரது எதிர்ப்புக் குரல் அந்தக் குளிர் காலத்தில் மூழ்கிவிட்டது.

> ஜனவரி 2012இல், அயோத்தி திரும்பினேன். லால்ஜிபாய் மூன்று ஆண்டுகளுக்கு முன்னரே காலமாகி விட்டிருந்தார். இருந்தபோதிலும் அவர் எழுப்பியிருந்த சத்யர் கோயில், குஜராத் பவன் என்னும் ஒரு கட்டடத்தில், இன்னும் அழியாதிருப்பதாகச் சொன்னார்கள். லால்ஜிபாய், குஜராத்தின் வார்தாவிலிருந்து வந்தவரெனவும், இது போன்ற ஒரு கோயில் அங்குமிருப்பதாகவும், அதில் கார்ல் மார்க்ஸின் படம் புதிதாகச் சேர்த்து வைக்கப்பட்டுள்ளதெனவும் கோயில் நகரின் பழைய கால ஆட்கள் என்னிடம் சொன்னார்கள். பாபர் மசூதி இடிக்கப்பட்டு சில மாதங்கள் சென்ற பின்னர், அன்சர் ஹுஸைனும் அவரது குடும்பமும் அயோத்தி திரும்பியதாக அறிந்தேன். சில ஆண்டுகளுக்குப் பின்னர் அவர் காலமானார். இறக்கும்வரை அவர் சீதை – ராமர் கோயிலைப் பாதுகாக்கும் பணியைத் தொடர்ந்து கவனித்து வந்தார்.

சலோனின் இறைஞானி
ரே பரேலி, உத்தரப் பிரதேசம்

உத்தரப் பிரதேசத்தில் மொழி, கலாசாரம், இசை, அடையாள அரசியல் சின்னங்கள் போன்றவை உருக்கொள்ளும் வார்ப்பிடம் மிகவும் சிக்கலானது. இந்த மாநிலம் ராம ஜென்ம பூமி இயக்கத்தின் தொட்டிலாகும். இந்த மாநிலத்தில் உள்ள மீரட், மொராதாபாத், கான்பூர், வாரணாசி, அலிகர், கோண்டா முதலான நகரங்களில்தான் சுதந்திர இந்தியாவின் மிக மோசமான மதக்கலவரங்கள் சில நிகழ்ந்தன.

இன்னொரு புறம், இந்து–முஸ்லிம் ஒருங்கிணைவின் மிக நெருக்கமான சில பரிமாற்றங்களையும் இப்பகுதி அறிந்திருக்கிறது. மொழி, இலக்கியம், இசை, கட்டடக்கலை (அதாவது: இந்து – இஸ்லாமியக் கட்டடக்கலைப் பாணிகள் இரண்டும் சேர்ந்த ஒரு கலவையாகும். இக்கலவையான பாணியில் எழுப்பப்பட்ட கட்டடங்கள் ஃபதேபூர் சிக்ரியில் காணப்படுகின்றன), உருது மொழியின் மூலச்சுவடுகள் என இப்பகுதியின் கலாசாரம் மற்றும் வாழ்வின் ஒவ்வொரு தன்மையிலும், மத ஒருங்கிணைவின் தாக்கம் உள்ளது.

முஸ்லிம்கள் மிக அதிக அளவு பங்களிப்பு செய்த இரு தளங்களாக இசையையும் மொழியையும் சொல்லலாம். மிகச்சிறந்த கவிஞர்களாக, எழுத்தாளர்களாக மற்றும் வட இந்தியச் செவ்வியல் இசை

வரலாற்றின் ஆளுமைகளாக முஸ்லிம்களில் சிலர் இருந்து வந்திருக்கின்றனர். நாட்டார் இசையின் மேம்பாட்டிற்கும், 'ப்ரஜ் பாஷா', 'அவதி' போன்ற அப் பகுதியின் வட்டார வழக்கு மொழிகளின் மேம்பாட்டிற்கும் முஸ்லிம்களின் பங்களிப்பிற்குக் குறைந்த அளவு அங்கீகாரமே கிடைத்திருக்கிறது. கிழக்கு உத்தரப் பிரதேசத்தில் மிகப் பெரும்பான்மையான கிராம மக்கள் பேசும் மொழி உருதுவோ இந்தியோ அல்ல. அவதிதான். ரே பரேலி மாவட்டத்திலுள்ள இந்து முஸ்லிம் இரண்டு குடும்பங்களிலும் பாடப்பட்டு வரும் மிகப் புகழ் பெற்ற சில அவதி பாடல்கள் ஷா நயீம் அட்டா என்ற சூஃபி ஞானியால் இயற்றப்பட்டவை.

ரே பரேலி மாவட்டத்தில் சலோன் என்னும் சிறிய நகர்ப்பகுதியில் நிலைபெற்றுள்ள சிஸ்தியா அமைப்பின் புகழ் பெற்ற சூஃபி ஞானிகளின் வழியில் வருபவர் ஷா நயிம் அட்டா (சிஸ்தியா = இஸ்லாமிய சூஃபி மறைஞான மரபிற்குள் வரும் ஓர் அமைப்பாகும். இது அன்பு, சகிப்புத்தன்மை, வெளிப்படையாகயிருத்தல் ஆகிய தன்மைகளுக்கு அழுத்தம் தருகிறது. ஏழை, அநாதை, விதவை ஆகியோருக்கு இரங்கி உதவ வேண்டும் என்பதையும் இறைவனைத் தவிர வேறு எவரிடமும் உதவி, ஆதரவு, தர்மம் வேண்டி நிற்கக் கூடாது என்பதையும் வலியுறுத்துகிறது. இந்தியாவில் அஜ்மீரில் அடங்கியுள்ள மொய்நுதீன் சிஸ்தி மிகப் புகழ்பெற்ற சிஸ்தி ஆவார்.) பதினேழாம் நூற்றாண்டில் கான்காவின் (கான்கா = சூஃபி ஞானிகள் தங்கும் தனியிடம்) நிறுவனரான ஷெய்க் பீர் முகம்மது தனது உறைவிடத்தை சலோனில் ஓர் இந்து சந்நியாசியுடன் சேர்ந்து எழுப்பினார். 1687இல் அவர் மறைந்த பின்னர், அவரது மகன் முகம்மது அஷ்ரஃப் தர்காவின் முதல் சஜ்ஜாதா நஷின் (பாரம்பரியப் பாதுகாவலர்) ஆனார். ஆனால் மிக நன்கு அறியப்பட்டவர் தர்காவின் எட்டாவது சஜ்ஜாதா நஷினான ஷா முகம்மது நயீம் அட்டா தான். 66 ஆண்டுகள் தர்காவின் தலைவராக இருந்த அவர் 1966இல் காலமானார்.

இப்பகுதியின் வட்டார மொழிக்கும் இசை மரபுகளுக்கும் ஷா நயீம் அட்டாவின் பங்களிப்பு கணக்கிலடங்காதது. இசைக் காதலரான அவர் செவ்வியல் ராகப் பாடல்களையும் நாட்டார் பாடல்களையும் இயற்றியுள்ளார். சலோனைச் சுற்றியுள்ள எண்ணற்ற கிராமங்களிலும் நகரங்களிலும் நிகழும் பிறப்பு, இறப்பு மற்றும் மகிழ்ச்சிக் கொண்டாட்டங்களின்போது பாடப்படும் பல பாடல்களை இயற்றி இசையமைத்தவர் ஷா நயீம் அட்டா ஆவார். அவரிடம் பயிற்சிபெற்ற எண்ணற்ற கவ்வாலி பாடகர்களும், நாட்டுப்பாடல் பாடுவோர் குழுக்களும் 'மிராசின்கள்' என அறியப்படுகிறார்கள். பல நிலஉடைமையாளர் குடும்பங்களும்,

தாலுகாதார் (முகலாயர், ஆங்கிலேயர் ஆட்சியின்போது வரி வசூலிக்கும் உரிமை பெற்ற நிலஉடைமையாளர்கள்/அவர்களின் வம்சம்) குடும்பங்களும் இந்த மிராசின்களைத் தங்களின் குடும்பப் பாடகர்களாகத் தொடர்ந்து வைத்துக் கொண்டுள்ளனர். எனது குழந்தைப்பருவத்தின்போது லக்னோவிற்கும் முஸ்தஃபாபாத் கிராமத்திற்கும் பயணம் செய்வதுண்டு. அப்போது அங்கு நிகழும் ஒவ்வொரு சடங்கு அல்லது பண்டிகையின் ஒரு பகுதியாக இது போன்ற மிராசினான அசீமுன் இருந்தார். இப்புத்தகத்தை எழுதத் தொடங்கியபோது, வயதாகிவிட்ட அசீமுன், எனது பெற்றோரின் வீட்டிற்கு வந்து சில நாட்கள் தங்கினார். (தனது கடைசி வருடங்களில் உதவி கேட்டு தான் தொடர்பு கொண்டிருந்த குடும்பங்களைத் தேடி அசீமுன் பயணம் செய்தார்.) அவர் என்னிடம் தெரிவித்ததை ஒரு பழைய நோட்டுப் புத்தகத்தில் எழுதி வைத்திருக்கிறேன்: 'ஷா நயீம் இசையமைத்த பாடல்கள் மக்களுக்காக இருந்தன. மதத்தைப் பொருட்படுத்துவதில்லை. முஸ்லீமோ இந்துவோ அங்கில்லை.'

ஷா நயீம் அட்டாவின் பாடல்களின் மொழியும் ராகங்களும் அப்பகுதி மண்ணிலேயே முழுவதும் வேர்கொண்டுள்ளன. அவதியின் காட்சிகளையும் ஓசைகளையும் அவை தெளிவாக விவரிக்கின்றன. பல தர்காக்கள் முஸ்லிம் அல்லாதவர்களிடையே புகழ்பெற்றமைக்குக் காரணம் அங்குள்ள இறைஞானியரின் அடக்கத்தலங்கள் நோய் நொடிகளைக் குணமாக்கும் சக்தி கொண்டவை என்ற அவர்களது நம்பிக்கையே. ஆனால் இது போன்ற எந்த மூடநம்பிக்கைகளும் சலோனில் உள்ள புனித அடக்கத்தலத்தோடு இணைக்கப்படவில்லை. ஆனால் இந்த தர்கா இப்பகுதியின் கலாசாரத்திற்கு அளித்த பங்களிப்பிற்காகவே புகழ் பெற்றுள்ளது. ஷா நயீம் அட்டாவின் பேரனான சயீத் சாகிர் ஹுஸைன் ஜாஃப்ரி ஒரு வரலாற்றாசிரியர். "சூஃபி நிறுவனத்தின் நிலஉடைமை – பதினேழாம் மற்றும் பத்தொன்பதாம் நூற்றாண்டு அவதியிலுள்ள சலோனிலிருந்து ஆவணங்கள்" என்ற ஆய்வுக்கட்டுரை ஒன்றை, இந்திய வரலாற்றுப் பேரவைக்கு அவர் சமர்ப்பித்துள்ளார். அதில் தூய்மைவாத வஹாபி முஸ்லிம்களிடமிருந்து தனது மூதாதையர் விலகி இருந்தது பற்றியும், தன்னைப் பின்பற்றும் முஸ்லிம் அல்லாதவர்களிடம் அவர்கள் கொண்டிருந்த நெருங்கிய தொடர்புகள் பற்றியும் அவர் இவ்வாறு எழுதுகிறார்: "ரே பரேலியில் உள்ள சயீத் அஹமதின் தலைமையின் கீழ் வரும் வஹாபியர்களின் கட்டற்ற மத உணர்ச்சியின்மீது நிறுவனக் காப்பாளர்களுக்கு எந்தப் பரிவுமில்லை. புனிதப்போரில் ஈடுபடுவதைக் காட்டிலும் ஏழைகளுக்கு உதவுவது பக்தியுடையதாகும் என சயீத்

அஹமதிடமே அப்பகுதியின் பண்ணையாரும் சஜ்ஜாதா நசீனும் தெரிவித்தார்கள்.”

இந்துக்களுக்கும் முஸ்லிம்களுக்கும் இடையேயான இணைப்புகளை வெகுமக்கள் தளத்தில் உறுதியாக வார்ப்பதில் சலோன் புனித அடக்கத்தலம் போன்ற நிறுவனங்கள்தாம் முக்கியப் பங்களிப்பு செய்கின்றன. 1990களில் இந்துத்துவச் சக்திகளால் களமிறக்கப்பட்ட கடுமையான வகுப்புவாதத் தாக்குதலை இப்பகுதி கண்டிருந்தபோதிலும், இந்த தர்காக்கள் அமைதித் தீவுகளாகவே தொடர்ந்து இருந்து வருகின்றன. உத்தரப் பிரதேசம் நெடுகிலும் உள்ள சலோன் தர்காவைப் போன்ற எண்ணற்ற பிற சூஃபி புனித அடக்கத்தலங்கள், உள்ளூர் நாட்டார் இலக்கியம், இசை போன்றவை உருவாகி வளர முக்கியப் பங்களிப்பு செய்துள்ளன. இப்பங்களிப்பு, அடிப்படைவாதச் சக்திகளை இறுதியில் புறந்தள்ளத் தேவையான கடின முயற்சியை உள்ளூர்க் கலாச்சாரத்திற்கு வழங்கும் என நான் நம்புகிறேன். இந்துவோ முஸ்லிமோ அல்லாத இந்த மரபுகள், மத எல்லைகளைத் கடந்து மேம்பட்டவை. செழுமையான கலாசாரச் சூழலை இவை சுருக்கமாக உரைக்கின்றன.

மனிதர்களும் கால்நடைகளும்

உத்தரப் பிரதேசம்

அவதி என்னும் வட்டார வழக்கு மொழியில் சூஃபி ஞானி ஹாஜி வாரிஸ் அலி ஷா அவர்களை வாழ்த்திப் பாடும் ஒரு கவ்வாலி பாடல் உள்ளது. அது சூஃபி ஞானியின் தொடக்க கால வாழ்க்கை ஸ்ரீகிருஷ்ணனின் குழந்தைப் பருவத்தோடு ஒத்திருப்பதை விவரிக்கிறது.

தேவதாசிகள் அவனைச் சுற்றிச்
சூழ்ந்திருக்கிறார்கள்
அவன் கை புல்லாங்குழலை ஏந்தியிருக்கிறது
அரசனாகவே பிறந்தவன் அவன்
கண்ணைக் கவரும் அழகோடும் மிடுக்கோடும்
காட்சி அளிக்கிறான்

சூஃபி ஞானி வாரிஸ் ஷாவின், கம்பீரமான அழகிய சலவைக்கல் சமாதியில் இந்த கவ்வாலியைக் கேட்கிறேன். லக்னோ புறநகரின் சிறிய நகர்ப் பகுதியான தேவாவில் வாரிஸ் ஷாவின் சமாதி உள்ளது. வித்தியாசமான வாரிஸ் ஷா மரபு இந்திய இஸ்லாத்தின் இயற்கைத் தன்மைக்கு ஓர் ஆவணமாக உள்ளது. வாரிஸ் ஷா மிகப் புகழ்பெற்ற சூஃபி ஞானி ஆவார். 1905இல் அவர் காலமானார். எல்லா மத நம்பிக்கைகளும் சமமானவை என்பதை அவர் வெளிப்படையாகவே அறிவித்தார். 'மத, இன எல்லைகளைத் தாண்டி மேலே எழுவீர்களாக: ஏனெனில் ரப் யாரோ அவனே ராமனுமாக இருக்கிறான்' என்றார். (ரப் என்ற அரபுச்சொல்லின் பொருள் 'அனைத்து உலகங்களையும் படைத்துப்

பரிபாலிப்பவன் அல்லாஹ்' என்பதாகும்.) அவரது போதனையில் ஆயிரக்கணக்கில் இந்துக்கள் ஈர்க்கப்பட்டனர். இன்றும்கூட, தேவா ஷரிஃபை (வாரிஸ் அலி ஷா) வழிபடுவோர் முஸ்லிம் அல்லாதவர்களே. ஏதோ ஒரு சமயம் வாரிஸ் அலி ஷா, சாய் பாபாவைச் சந்தித்தாரெனவும், அவரை ஆழமாகப் பாதித்தாரெனவும் ஒரு நம்பிக்கை இருந்தது. வாரீஸ் அலி ஷா, சாய் பாபா இருவரின் இருப்பிடங்களுக்கும் இடையேயான தூரமோ பூகோள ரீதியாக மிகவும் அதிகம். ஆதலால், இந்தச் சந்திப்பு நிகழ்ந்திருக்கச் சாத்தியமில்லை என்றாலும், பழங்கதை இன்னும் தொடர்ந்து வாழ்கிறது.

வாரிஸ் ஷா போன்ற சூஃபி ஞானியர்தாம், இஸ்லாத்தை வெகுஜனங்களிடம் சேர்த்ததாக வரலாற்றாசிரியர்கள் நமக்குத் தெரிவிக்கின்றனர். இஸ்லாத்தின் மனிதம் சார்ந்த தன்மைகளுக்கு இஸ்லாமிய மறைஞானிகள் அழுத்தம் தந்தனர். ஆதலால் அவர்களின் மந்திர ஈர்ப்பின்கீழ் தனிமனிதர்களும் சமூகங்களும் வந்தன. அவர்களின் மதச் செய்தி எளிமையானது. 'ஓரிறைவன் மீது நம்பிக்கை; எல்லா மனித உயிர்களும் சமம்' என்பதே அது. சாதி ஒடுக்குமுறை மிகுந்த சமூகத்தை இச்செய்தி பெருமளவு ஈர்த்தது. சாதி தீர்மானிக்கும் சமூகப் படிநிலையிலிருந்து தப்பிப்பதற்காக, ஒரு குறிப்பிட்ட இறைஞானியின் செல்வாக்கினால் சமூகங்களும் கிராமங்களும் முழுவதுமாகவே இஸ்லாத்திற்கு மாறிய எண்ணற்ற உதாரணங்கள் உண்டு.

சூஃபி ஞானிகள் போதித்த இஸ்லாம் ஒரு தாராள சமய நம்பிக்கையாக இருந்தது. மதம் மாறியவர்களின் முந்தைய நம்பிக்கைகள் மற்றும் மூட நம்பிக்கைகளுக்கும் அது இடம் கொடுத்தது. ஆதலால்தான், தனி மனிதர்களான சாய் பாபாவும், வாரிஸ் அலியும் முஸ்லிம் அல்லாதவர்களையும் ஈர்க்கின்றனர். இப்போது சாய் பாபா ஒரு மரபாக ஆகி இருக்கிறார். இம்மரபினை நிர்வகிப்பதும் கட்டுப்படுத்துவதும் முஸ்லிம் அல்லாதவர்கள்தாம். இரு சமய நம்பிக்கையாளர்களிடமும் தேவா ஷரிஃப் புகழ் பெற்றவராக உள்ளார். இந்திய சூஃபி ஞானியரின் தர்காக்களில் நடைமுறையில் உள்ள பல சடங்குகளின் மூலச் சுவடுகள் இந்து மதத்தில் உள்ளன என்பது தெளிவான ஒன்றாகும். இவை முஸ்லிம் உலகில் வேறெங்கிலும் காணப்பெறாதவை. இறைஞானிகளின் புனித அடக்கத்தலங்களுக்குப் புனிதப்பயணம் செல்வது, காணிக்கை செலுத்துவது, நேமிதம் செய்வது, சாம்பிராணி போடுவது மற்றும் ஊதுபத்தி கொளுத்தி வைப்பது, அங்கே காணிக்கையாக அளிக்கப்பட்ட உணவையும் இனிப்பையும் பகிர்ந்து சாப்பிடுவது, புனித அடக்கத்தலத்தைச் சுற்றி வருவது, இறந்துபோன புனித இறைஞானி விட்டுச்சென்ற

உடைமைகளைத் தொட்டுக் கண்களில் ஒற்றிக்கொள்வது நோய் நொடிகளைக் குணமாக்கும் சக்தி அவர்களுக்கு உண்டு எனப் பொதுவாக நம்பிக்கை கொள்வது போன்றவை அனைத்துமே இஸ்லாத்திற்கு உரியவை அல்ல. இவை உள்ளூர்ச் சமய நம்பிக்கை அமைப்பின் விளைவே ஆகும். இறைஞானியருக்குப் புனிதப் பதவி அளித்து அவர்களை வழிபடும் பழக்கவழக்கமும், அவர்களின் அடக்கத்தலங்களுக்கு அதிசய சக்திகளை ஏற்றிவைப்பதும் இந்துப் பக்தியின் தாக்கம் என்பது தெளிவான ஒன்றாகும்.

இக்காரணத்திற்காகவே, சூஃபியிசத்தில் உள்ள 'களங்கங்' களை (தூய்மைவாத முஸ்லிம்களின் கருத்துப்படி, அவை களங்கங்கள்) அகற்றி, அதனைச் சுத்தப்படுத்துவதற்காக, தூய்மைவாத முஸ்லிம்கள் பற்பல பிரச்சாரங்களை முடுக்கி விட்டிருந்தனர். வித்தியாசமான சூஃபியிச மரபுகளைச் சீர்திருத்த வாதிகள் மறுத்து ஒதுக்குவதற்கான பெரிய ஒரு காரணம், இந்துக்களின் பழக்க வழக்கமான சிலை வணக்கத்தினை அது ஒத்திருப்பதாலாகும். அஸீஸ் அஹமது எழுதிய, 'இந்தியச் சூழலில் இஸ்லாமியக் கலாசாரம் பற்றிய ஆய்வு' என்னும் நன்கறியப்பட்ட நூல், இக்கருத்தை உறுதி செய்கிறது. இக்கல்வியாளர், 'புதிதாக மதம் மாறியவர்கள் – குறிப்பாக இந்தியாவில் – இஸ்லாமிய நம்பிக்கைகளின் மீதும், நடைமுறைகளின் மீதும் அறிமுகப்படுத்திய பொதுவான பலவீனம் இது... இந்தியாவில் இந்துக்களின் தொடர்பால் முஸ்லிம்களால் கடன் வாங்கப்பட்ட சமாதி வணக்கம், இந்துச் சிலை வணக்கத்திற்கு ஒப்பான தீமை ஆகும்' என சூஃபி மரபைத் தாக்குகிறார்.

புனித சூஃபி ஞானிகளுக்கும் அவர்களின் அடக்கத்தலங் களுக்கும் ஆழ்ந்த மரியாதை செலுத்தும் மரபுகள் இருந்து வந்திருக்கின்றன. இந்துக்களுக்கும் முஸ்லிம்களுக்கும் இடையே யான மிக வலுவான சமய – கலாச்சாரப் பிணைப்புகளில் இந்த மரபுகளும் அடங்கும். ஆதலால், இந்த மரபுகளை இழிவு செய்யும் எந்த இயக்கமும் அவற்றின் (மரபுகளின்) ஒன்று படுத்தும் செயல்முறை மீது அழுத்தம் தரவே செய்யும்; சில சமயங்களில் இந்தச் செயல்முறையைச் சிறுமைப்படுத்தவும் செய்யும். இத்தகைய சீர்திருத்தத் தூய்மைப்படுத்தல்கள், மத நடைமுறைகளை அனுசரிக்க வேண்டும் என்ற சுய உணர்வினை முஸ்லிம்களிடம் உருவாக்குவதில் வெற்றிபெற்றுள்ளன. இருந்தபோதிலும், இவற்றால் மதநல்லிணக்க மரபுகளையும், ஒன்றுபடுத்தும் செயல்முறைகளையும் இந்திய இஸ்லாத்திலிருந்து முழுவதுமாக அகற்ற முடியவில்லை. நாட்டின் பல பகுதிகளில் உள்ள முஸ்லிம்களிடம் மிக அதிகஅளவு செல்வாக்கை இன்னும்

தொடர்ந்து செலுத்தி வருபவை தர்காக்கள்தாம்; தொழுகைப் பள்ளிகள் அல்ல. பத்தாண்டுகளுக்கு மேலான சீர்திருத்தப் பிரச்சாரங்களுக்குப் பிறகும், இந்தத் தர்கா மரபுகள் தொடர்ந்து வாழ்ந்து வருகின்றன என்ற உண்மை, அம்மரபுகளின் பலத்தையும் சக்தியையும் தெளிவாகக் கோடிட்டுக் காட்டுகின்றன. மக்களை சூஃபி மரபுகளிடமிருந்து தூய்மைவாத முஸ்லிம்களால் வெளியே விலக்கிவைக்க முடியவில்லை எனில், அதற்கான பெருமளவு காரணம் இத்துணைக்கண்டத்தின் மத மாற்றத்திற்கான முக்கிய சாதனமாக சூஃபிகள் இருந்தனர் என்பதுதான்.

ஆயிரக்கணக்கான இந்துக்களையும் சூஃபி ஞானிகளின் அடக்கத்தலங்கள் ஈர்ப்பதற்கான முக்கிய காரணம், அவை அதிசய சக்திகள் கொண்டுள்ளதாக அவர்கள் நம்புவதுதான். இந்து ஆதரவினால் தர்காக்கள் புகழும் வளமும் பெற்றன என்பதற்குப் பல எடுத்துக்காட்டுக்கள் உள்ளன. உதாரணம்: தேவா ஷரிஃபிற்கு நிறைய நன்கொடை வழங்குபவர் அஜ்மீரில் வாழ்ந்து வரும் ஓர் இந்து ராஜபுத்திரப் பெண்மணியாவார். ஒவ்வொரு இரண்டாம் மாதமும் அவர் தர்காவிற்கு வருகை தருகிறார். வாரிஸ் ஷா நிறுவிய அமைப்பில் சேர்ந்துள்ள இந்து – முஸ்லிம் இரண்டு மதத்தினரும் தர்கா வளாகத்தில் ஒன்றுசேர்ந்து வாழ்கின்றனர். மஞ்சள் ஆடை அணியும் அவர்கள் பிரமசரிய வாழ்க்கை நடத்துகின்றனர். வாரிஸ் ஷாவைப் பின்பற்றும் நரேஷ் சிங் ஷா பீகாரின் பூமிகார் சாதியைச் சார்ந்தவர். பத்தாண்டு களுக்கு முன்னர், முறையாக அமைப்பில் தங்கி வசிப்பதெனத் தீர்மானித்து, பிரமச்சரிய விரதம் மேற்கொண்டார். அவர், "எனது வாழ்வை இறைஞானிக்கு அர்ப்பணித்திருக்கிறேன் என்பதாலேயே நான் இந்து அல்ல என்பதாகி விடாது. எல்லா மதங்களும் சமமானவையே என்றும், மற்றவரை விடத் தான் உயர்ந்தவர் என ஒருவரும் உரிமை கோரமுடியாது என்றும் வாரிஸ் ஷா வழக்கமாகச் சொல்வதுண்டு. வாரிஸ் ஷா முஸ்லிமாக இருந்தாலும், தீபாவளி போன்ற இந்துப் பண்டிகைகளில் கலந்து கொள்வதுண்டு. அவர் உதாரணத்தையே நான் பின்பற்றுகிறேன்" என்றார். ஒவ்வோர் ஆண்டும் தேவா ஷரீஃபில் மிகப் பெரிய கிராமியக் கண்காட்சி நடக்கிறது. இந்து – முஸ்லிம் இரு மதங்களையும் சார்ந்த நிகழ்கலை நிகழ்த்துவோர் அனைவரையும் அது ஈர்க்கிறது. நடனமாடல், நாட்டார் பாடல் பாடுதல், கவிஞர் அவை, கவ்வாலிகள், கிராமிய நாடகக்கூடங்கள், கவிதைக் கருத்தரங்கு எனக் கலவையான நாட்டார் வடிவங்களின் கூட்டமாக அக்கண்காட்சி திகழ்கிறது. வெண்ணிறச் சலவைக்கல்லில் வடிவமைக்கப்பட்ட தேவா ஷரிஃபின் அமைப்பு உள்ளங்கவரும் விதமாக உள்ளது.

இதுபோலவே, மிகப்பெரிய கால்நடைக் கண்காட்சி, கான்பூர் மாவட்டத்தில் மக்கான்பூர் கிராமத்தில் ஷா மதார் என்ற தர்காவில் நடத்தப்படுகிறது. ஆடுமாடு வளர்ப்போர், ஒட்டகச் சொந்தக்காரர்கள், குதிரைப் பயிற்சியாளர்கள் எனக் கண்காட்சியில் கூடுவோர்களில் பெரும்பாலோர் இந்துக்களே. தங்களை ஆதரித்துக் காப்பவராக சூஃபி ஞானி ஷா மதாரை அவர்கள் கருதுகின்றனர். இறைஞானியின் அருளாசி பெறும் நாட்டத்தோடு, ஒவ்வொரு வருடமும் நூற்றுக்கணக்கான மைல்கள் பயணம் செய்து வட இந்தியாவில் உள்ள தூசுபடிந்த இந்தச் சிறிய நகருக்கு அவர்கள் வருகின்றனர். அப்போது ஆடு மாடுகள் மற்றும் கால்நடைகளை மொத்த வியாபாரிகளுக்கு விற்பனை செய்கின்றனர். இவ்விதமாக, சுறுசுறுப்பான ஒரு வியாபாரம் நடத்துவதற்கான சந்தர்ப்பமாயும் அது அமைகிறது. மனிதர்களும் கால்நடைகளும் நிறைந்த மிகப்பெரிய கூட்டத்தில், ஒழுங்கின்மைக்கும் குளறுபடிகளுக்கும் மத்தியில், சமய நம்பிக்கையும் வியாபாரமும் மகிழ்ச்சியாய்ச் சங்கமம் ஆகின்றன. ஜெய்சல்மரிலிருந்து வரும் ஒட்டக வியாபாரியான நாத் ராம், “ஆண்டிற்கு ஒரு முறையேனும் இறைஞானியின் அருளைப் பெறுவது மங்களகரமானதாகும். எனது சமூகம் பல தலைமுறைகளாக ஷா மதாரை வழிபட்டு வருகிறது. என்னைப் பொறுத்தவரை, ஸ்ரீகிருஷ்ணன், ராமபிரானைப் போலவே சூஃபி ஞானியும் முக்கியமானவராவார்” என்றார்.

மக்கான்பூர், தேவா ஷரிஃப் இரண்டுமே வெகுஜன இஸ்லாத்தின் முக்கிய மையங்களாகும். அவர்கள் ஆதரித்துப் பரிந்துரை செய்யும் மதம் இந்த நாட்டு முஸ்லிம்களின் உள்ளூர் வேர்களைக் கோடிட்டுக் காட்டுகிறது.

நடைமேடைப் பீர்கள்

உத்தரப் பிரதேசம்

லக்னோ, அலிகர் இரண்டுமே வலுவான முஸ்லிம் பிணைப்புகளைக் கொண்ட நகரங்களாகும். சிதைந்துகொண்டிருக்கின்ற ஆனால் பழம்பெருமை வாய்ந்த லக்னோவின் நினைவுச் சின்னங்கள் நகரின் நவாப் வம்சத்தின் ஆவணங்களாகத் திகழ்கின்றன. அலிகர் முஸ்லிம் பல்கலைக்கழகம், அந்நகரின் கவனம் ஈர்க்கும் மையப்பொருளாய் இன்னும் இருக்கிறது. லக்னோவின் நினைவுச் சின்னங்களைப் பார்வையிட எப்போதாவது சில சுற்றுலாப் பயணிகள் வருவதுண்டு. அலிகர் முஸ்லிம் பல்கலைக்கழகமோ மதிய வேளைக்குப் பின் காலியாகிவிடும். ஆனால் இந்த இரண்டு நகரங்களிலும் உள்ள முன்பின் தெரியாத இரண்டு ஞானியரின் அடக்கத்தலங்களில் ஒவ்வொரு வியாழன் இரவும் வழிபடுபவர்களின் நீண்டவரிசைகளைப் பார்க்கலாம். அவர்களில் முஸ்லிம்களை விட இந்துக்கள்தாம் அதிகம்.

அந்த அடக்கத்தலங்கள் நடைமேடைப் பீர்கள் வாழும் இல்லங்களாகும். லக்னோவில் வாழ்ந்த கம்மன் பீர் என்பவர் இவர்களில் ஒருவர். நடுத்தர உயரமுள்ள அவரது தர்கா, கூட்டநெரிசல் மிகுந்த சார் பாக் ரயில் நிலையத்தின் இரண்டு நடைமேடைகளுக்கு இடையே உள்ளது. இருபத்தைந்து ஆண்டுகளுக்கு முன்புதான் அவரது புனித அடக்கத்தலம் கட்டப்பட்டது. அது கட்டப்படுவதற்கு முன்னால், அடையாளம் குறிப்பிடப்படாத கல்லறையே அங்கிருந்தது.

அலிகரில் ‘பாபா பார்ச்சி பகதூர்’ என்பவர் நடைமேடை பீர் என அறியப்படுகிறார். ரயில் நிலைய நுழைவு வாசலுக்கு அருகே ரயில்பாதையை ஒட்டி அவரது தர்கா அமைந்துள்ளது. 1960வரை ஒரு வேப்பமரத்தின்கீழ் மிகச் சிறிதாக இருந்த இதுவே 25 ஆண்டுகளுக்குள் அலிகர் நகரிலேயே மிகப் புகழ்பெற்ற தர்காவாக உருவாகியிருக்கிறது.

கம்மன் பீர் மற்றும் பார்ச்சி பகதூர் இருவரின் வரலாறுகளும் உண்மையானவை என்பதை விடவும், வெகுஜன வாய்வழி மரபிற்குரிய விஷயமாகவே இருக்கின்றன. இரண்டு பீர்களும் இருந்தனர் என்பதற்கு ஆதரவான வரலாற்றுச் சான்று எதுவு மில்லை. இருந்தபோதிலும் அவர்களின் தர்காக்களில் உள்ள காப்பாளர்களும் பின்பற்றுவோரும் பீர்களின் வாழ்வையும் அவர்களின் அதிசயங்களையும் பற்றிய வண்ணமயமான கதைகளை விவரித்துச் சொல்கின்றனர்.

கம்மன் பீரைப்பற்றிய புகழ்பெற்ற பழங்கதை லக்னோவில் ஆங்கிலேயர் முதன் முதலாக ரயில்பாதை அமைத்த கால கட்டத்தைச் சார்ந்தது. சமாதியின் மேலே ரயில் தண்டவாளம் பதிக்க ஆங்கிலேயர் முயன்றபோது, இறந்த பீரின் கடுங்கோபத்திற்கு ஆளானதாகப் பழங்கதை சொல்கிறது. பகலில் ஆங்கிலேயர் ரயில் தண்டவாளம் பதித்தால், இரவில் அது பிடுங்கி எறியப்பட்டு விடும். பல நாட்கள் இந்த விதமாக நடந்தது. அதன் பின்னர் ஆங்கிலேயர் பணிந்து, சமாதியில் மன்னிப்பு கோரினர். பின்னர் சமாதி இருந்த இடத்தைத் தவிர்த்து, சிறிது தூரம் தள்ளித் தண்டவாளத்தைப் பதித்தனர்.

அலிகரில் பார்ச்சி பகதூரைப் பின்பற்றுவோரும் இதே போல ஒரு பழங்கதையை விவரிக்கின்றனர். பார்ச்சி பகதூரின் புகழ் மேலோங்கியதற்குக் காரணம் ஹசரத் ஸோரார் ஹுஸைன் என்பவருடன் அவர் வைத்திருந்த அன்பும் பிணைப்பும் என்பதாகச் சொல்லப்படுகிறது. பார்ச்சி பகதூரின் புனித அடக்கத்தலத்தைக் கட்ட ஆரம்பித்தவர் ஹுஸைன் ஆவார். 1973இல் ஹுஸைன் காலமானபோது பார்ச்சி பகதூரின் அருகிலேயே அவரும் அடக்கம் செய்யப்பட்டார். இருபது ஆண்டுகளில் ஹுஸைனும் புனிதத்துவம் எய்திவிட்டதாகத் தோன்றுகிறது. அவரது உர்ஸ் வைபவமும் கொண்டாடப்படுகிறது.

இந்த விதமாக வெகுஜன மதம் தனது சூஃபி ஞானியரையும் அவர்களின் வித்தியாசமான மரபுகளையும் தொடர்ந்து உருவாக்கி வருகிறது. கம்மன் பீரின் குறிப்பிடத்தக்க நிகழ்வினை எடுத்துக்கொள்ளலாம். கடந்த பத்தாண்டுகளாகப் புனித அடக்கத்தலம் படிப்படியாகப் புகழடைந்து வந்திருப்பதைப்பற்றி

லக்னோவின் ரயில்நிலையப் பகுதியிலுள்ள குடியிருப்பாளர்கள் தெரிவிக்கின்றனர். இந்தப் புகழுக்கு இந்துக்களின் வருகையே பெருமளவு காரணமாகும். வழிபடுவோரில் முஸ்லிம்கள் எண்ணிக்கை மிகவும் குறைவு. பிரதி வியாழக்கிழமை மாலைதோறும் தர்காவிற்குச் செல்லும் ஒருவர் பக்தர்களின் நீண்ட வரிசையைக் காணமுடியும். சமாதிக்குக் காணிக்கை செலுத்துவதற்காகக் குறைந்தது ஒருமணி நேரமாவது அவர்கள் காத்திருக்கின்றனர். அவர்களில் முஸ்லிம்கள் ஐந்து விழுக்காட்டிற்கும் குறைவானவர்களே.

லக்னோவில் கூலிகள், நடைமேடை வியாபாரிகள், கைவண்டி இழுப்போர், டெம்போ ஓட்டுநர்கள், ரயில் ஓட்டுநர் போன்றோரை ஆதரித்துக் காப்பவராக இறைஞானியான கம்மன் பீர் கருதப்படுகிறார். புனித அடக்கத்தலங்களின் அருகே வரும்போது ரயில்களின் வேகம் குறைய, ரயில் ஓட்டுநர்கள் தலைதாழ்த்தி அவருக்கு மரியாதை செய்கின்றனர். பாதுகாப்பான பயணத்திற்கு கம்மன் பீர் உத்திரவாதம் தருவதாக அவர்கள் கூறுகின்றனர். ‘அவருக்கு மரியாதை செலுத்தாவிடின் விபத்தினைச் சந்திப்பதற்கான சந்தர்ப்பங்களை அதிகமாக்கிக் கொள்கிறேன்’ என ஒரு ரயில் ஓட்டுநர் சொன்னார்.

நோய்களைக் குணப்படுத்தும் சக்தி புனிதத்தலத்திற்கு உண்டு என்பதாக ஏற்றுக்கொள்ளப்பட்டிருப்பது எல்லாவற்றையும்விட முக்கியமானதாகும். பீரின் அருளாசி வேண்டுவோர் படிக்காத பாமரர்கள் மட்டுமல்ல. மாநில அரசின் முதுநிலைப் புள்ளியல் மேலாளரான ஸ்ரீவத்சா கடந்த மூன்று வருடங்களாக தர்காவிற்குப் போகிறார். காரணம்: பீர் தனது முதுகெலும்புத் தேய்மான நோயைக் குணப்படுத்தியதாக அவர் நம்புவதுதான். தர்காவிற்குச் செல்வதற்கான காரணங்களை ரத்தினச் சுருக்கமாக தொகுத்துச் சொன்னது ராம் அவதார் என்னும் தினக்கூலி. “மருத்துவரிடம் செல்ல யாரிடம் இருக்கிறது பணம்? நான் அரசு மருத்துவமனைக்குச் சென்றால், அங்கே நாள் முழுக்க கழிக்க வேண்டியது வரும்; ஒரு நாள் கூலியை இழந்துவிடுவேன்; அதனால் எனது குடும்பம் பட்டினி கிடக்கும்; மேலும் பலர் நோயில் விழுந்துவிடுவர். ஆதலால் நோய் வரும்போதெல்லாம் இங்குதான் நாங்கள் வருகிறோம்; கம்மன் பீரை வழிபடுகிறோம்; அமைதியை உணர்கிறோம்; எங்கள் நோய் விரைவில் குணமாகிவிடுமென நம்புகிறோம்” என்றார்.

கம்மன் பீரின் குறிப்பிடத்தக்க நிகழ்வு வெகுஜன வகை சூஃபி பக்தியைப் பிரதிபலிக்கிறது. விருப்ப நிறைவேற்றம் மற்றும் வாழ்வின் கடினங்களிலிருந்து கொஞ்சம் ஆறுதல் அடைதல்

என்ற மக்களின் தேவைகளுக்காக இந்த சூஃபி பக்தி தொடர்ந்து வாழ்கிறது. இந்த வகை சூஃபி பக்தி ஒரு மத ஒழுங்கமைப்பின் ஊடே நெய்யப்பட்டிருப்பதல்ல; மொழியின் ஊடேயுமல்ல; இசையின், இலக்கியத்தின், உயர்ஞானச் சிந்தனையின் ஊடேயும் அல்ல. ஆறுதலுக்கான ஒரு பொதுவான தேவை, அத்தேவைக்காக ஓர் இடத்தை நாடிச்செல்லல் ஆகியவற்றின் ஊடேதான் இந்த வகை சூஃபி பக்தி ஊடுபாவாக நெய்யப்பட்டிருக்கிறது.

நடைமேடை பீர்கள், சாலையோர பீர்கள் மற்றும் சில இடங்களில் கோயில்கள் போன்ற அதிசய திடீர் நிகழ்வுகளுக்கு இன்னொரு பக்கம் உள்ளது. வேறு எதையும்விட மிக எளிதான சுரண்டலுக்கு உதவுபவை மூட நம்பிக்கைகள்தாம். ஆதலால் ஏமாற்றிப் பணம் பறிப்போர், கைவிடப்பட்ட பழைய கல்லறை களில் தற்காலிகத் தர்காக்களைக் கட்டி அந்த நிலத்தை அபகரித்துக்கொள்வதன் மூலம் வருவாயைப் பெருக்கிக் கொள்கின்றனர். ஒரு பீர் பாபாவின் சமாதி இருந்ததாக உரிமை கொண்டாடி லக்னோவில் மத்திய வகுப்பினர் வாழும் நிராலா நகர்ப் பகுதியில் ஒரு துண்டு நிலத்தை ஒரு காய்கறிச் சில்லறை வியாபாரி அபகரித்துக்கொண்டான். ஐந்து வருடங்களுக்கு முன்னர் அங்கே கவ்வாலி நிகழ்ச்சிகள் நடத்தத் தொடங்கி அந்த இடத்திற்கான உரிமையை வலுப்படுத்திக் கொண்டதாக அப்பகுதியில் வசிப்போர் தெரிவிக்கின்றனர். அப்போதிருந்து அந்த இடத்தில் சிறிய கூட்டங்கள் சேர்ந்தவாறுள்ளன; காணிக்கையையும் செலுத்துகின்றன. வீடு, மனை போன்றவற்றைக் கட்டுப்பாட்டுக்குள் கொண்டுவருவதற்காக நடைமேடை பீர் பழங்கதை உருவாக்கப்பட்டிருக்கிறது என்பதும் முற்றிலும் சாத்தியமான ஒன்றுதான்.

இப்போதெல்லாம் சில்லறை வியாபாரி காய்கறிகள் ஏதும் விற்பதில்லை. மத வியாபாரம்தான் அதிக லாபகரமானதாக நிரூபிக்கப்பட்டிருக்கிறது.

விழாக்களின் காட்சி

மீரட், உத்தரப் பிரதேசம்

1987இல் கொடூரமான மதக்கலவரங்களால் விழுங்கப்பட்ட ஒரு நகரமாகவே மீரட் பெரும்பாலும் நினைவுகூரப்படுகிறது. அப்போதிருந்து வட இந்தியாவில் மிக மோசமான வகுப்புவாதப் பதற்றத்திற்கு உள்ளாகும் ஒரு நகரமாக அது பட்டியலிடப்பட்டிருக்கிறது. மிகச் சிறிய தூண்டலி லும் ஊரடங்கு இங்கே அமல்படுத்தப்படுகிறது. டெல்லியிலிருந்து 60 கி.மீ. தொலைவில் உள்ள மேற்கு உத்தரப் பிரதேசத்தின் பரபரப்பான தொழில் சார்ந்த குடியிருப்புப் பகுதி மீரட் ஆகும். இந்த நகருக்குச் சென்றால், அங்குள்ள பழைய குடியிருப்பாளர்களான இந்துக்களும் முஸ்லிம்களும், '1987 மதக்கலவரங்கள் மீரட்டின் அவமானம் என்றால், நகரின் பெருமை இப்போது நடந்து கொண்டிருக்கும் நவசண்டித் திருவிழாவாகும்' என்று சொல்வார்கள். பரபரப்பான சிறிய ஒரு நகரத்தின் திருவிழா, ஆண்டுகள் செல்லச்செல்ல மிகப்பெரிய ஒரு வணிக நிகழ்வாகப் படிப்படியாக உருவாகி வளர்ந்திருக்கிறது. இதற்கான மூல காரணங்கள் மதக் குழுவினர்களுக்கு இடையேயான மிகப்பெரிய கூட்டுறவுச் செயல்பாட்டில் உள்ளன.

சண்டி தேவி கோயிலின் நவராத்திரி கொண்டாட்டம் மற்றும் பலே மியான் மஸார் எனக் கூறப்படும் ஒரு தர்காவின் உர்ஸ் பண்டிகை என இரண்டின் நினைவுச் சின்னமாகவும் இத்திருவிழா

உள்ளது. ஒவ்வொரு வருடமும் ஹோலிக்குப் பின்பு, இரண்டாம் ஞாயிற்றுக் கிழமை அன்று, ஒருமாத காலத் திருவிழாக் கண்காட்சி தொடங்குகிறது. பலே மியான் உர்ஸைப் போல நவராத்திரியும் இந்தச் சமயத்தில்தான் வருகிறது. வட இந்தியாவின் மிகப்பெரிய கண்காட்சிகளில் ஒன்றான இந்த நவசண்டித் திருவிழா, வழக்கமாக மாவட்ட நீதிபதியால் தொடங்கி வைக்கப்படுகிறது. அவர் கோயிலில் பூசை செய்வார்; பின்னர் தர்காவிற்கு ஒரு சாதரை (தர்கா சமாதியின் மேல் போர்த்துவதற்கான ஒரு சால்வை) அளிப்பார். கோயிலும் தர்காவும் எதிரெதிரே அமைந்துள்ளன.

இந்தச் சடங்கு முடிவுற்றதும், சர்க்கஸ், சவாரிகள், இசை நிகழ்ச்சிகள், ஆடல்–பாடல், கிராமிய நாடகங்கள், சினிமா காட்சிகள், பொருட்காட்சிகள் மற்றும் பல்வகை விளையாட்டுகள் போன்ற மனங்கவரும் கேளிக்கை வடிவம் ஒவ்வொன்றையும் இத்திருவிழா வழங்குகிறது. மீரட்டின் வரலாற்றையும் அமைவிடத்தையும் பார்க்கும்போது, திருவிழாவிற்கு மிகக் குறைவான அளவு பார்வையாளர்கள் வந்தால், அந்த வருடம் வழக்கத்திற்கு மாறான ஒரு வருடமாகவே இருந்திருக்கிறது. திருவிழா நிர்வாகக் குழுவில் உள்ள அப்பகுதியின் வழக்குரைஞரான சர்மா, "மதக் கலவரத்தால் பதற்றமுற்றிருந்த 1980களின் கடைசியிலும், 1990களின் தொடக்கத்திலும் வியாபாரம் மந்தமாக இருந்தது" என்றார். 1993இல் முதல்முறையாக நான் திருவிழாவிற்குச் சென்றபோது, வழக்கமாக வரும் கூட்டத்தில் சற்றேறக்குறைய பாதியே இருந்தது. சர்மா என்னிடம், "சில கடைகள் காலியாக இருப்பதை நீங்கள் காணலாம். பல வியாபாரிகளும் கைவினைக் கலைஞர்களும் விலகி இருந்தனர். பாபர் மசூதி இடிக்கப்பட்ட பின்னர், நாட்டில் நிலவும் பதற்றமான சூழ்நிலையால் மக்கள் இங்கே வருவதற்குப் பயப்படுகின்றனர். பெரும்பாலான வருடங்களில் வடஇந்தியாவின் எல்லாப் பகுதிகளிலிருந்தும் திருவிழாவிற்கு மக்கள் வருவதை நீங்கள் காணலாம்" என்றார்.

2012இல் மீண்டும் நான் மீரட் வந்தபோது, வணிக நிறுவனங்களின் ஆதரவால் பல கடைகள் நடத்தப்பட்டு, திருவிழா வெறும் வணிகக் கண்காட்சியாக ஆகியிருந்தது. வெறிமிகுந்த வெறுப்பினை மீரட் சற்று மறந்தாற் போலத் தோன்றியது. பலே மியான் தர்காவில் பாடப்படும் கவ்வாலி, சண்டி தேவி கோயிலின் ஓயாத மணியோசையுடன் ஒன்று கலந்தது. இரண்டு புனித ஆலயங்களின் பிரதிநிதிகளும் ஒருவர் மற்றொருவரின் பண்டிகையில் கலந்துகொண்டனர். தர்காவின் காணிக்கை கோயிலுக்குச் சென்றது. அதுபோல கோயிலிலிருந்தும் தர்காவிற்கு வந்தது. தர்காவில் வழிபாடு செய்யும் ஒருவர் என்னிடம் "தர்காவின் ஒவ்வொரு நிகழ்ச்சிக்கும் கோயிலிலிருந்து ஆட்களை

வரவேற்போம். மீரட்டின் இந்துக்களுக்கும் முஸ்லிம்களுக்கும் இடையேயான நீண்ட கால நட்பை இந்த இரு புனித ஆலயங்களும் பிரதிநிதித்துவப்படுத்துகின்றன” என்றார்.

நவராத்திரிக் கொண்டாட்டம் என்பதால் சண்டி கோயில் விழா ‘நவசண்டித் திருவிழா’ எனப்பெயர் பெற்றது. தர்காவின் மிக முக்கியமான ஒரு பண்டிகை தினம் ‘நவசண்டி ஜுமெராத்’ எனக் கூறப்படுவதும் குறிப்பிடத்தக்க ஒன்றாகும். நாடு முழுவதிலும் உள்ள தர்காக்களில் வியாழக்கிழமை மாலை அல்லது ஜுமெராத், மங்களகரமானதாகக் கருதப்படுகிறது. வியாழன் இரவு தொடங்கும் பலே மியான் தர்கா உர்ஸ் கொண்டாட்டம் நவசண்டி ஜுமெராத் ஆகும். உத்தரப் பிரதேசம் முழுவதிலுமுள்ள முஸ்லிம்கள் நவசண்டி ஜுமெராத்திற்கு முக்கியத்துவம் அளிக்கின்றனர். மாநிலம் முழுவதிலுமுள்ள தர்காக்கள் இந்த நாளில் சிறப்புக் கொண்டாட்டங்களை ஏற்பாடு செய்கின்றன. ‘நவசண்டி ஜுமெராத்’ என்னும் சொற்றொடர் பெண் தெய்வம் ‘சண்டி’யிலிருந்து உருவானது என்பதையும், இந்த நாளை மங்களகரமானதாகக் கருதும் மரபின் மூலச்சுவடுகள் மீரட்டில் உள்ள மிகச் சிறிய பலே மியான் தர்காவில் உள்ளன என்பதையும் மிகச் சில முஸ்லிம்களே அறிந்துள்ளனர்.

உத்தரப் பிரதேசத்தில் மிகவும் புகழ்பெற்ற சூஃபி ஞானியான பலே மியானின் இயற்பெயர் செய்யது சாலார் மசூது காசி என்பதாகும். இவரது அடக்கத்தலம் லக்னோவிலிருந்து 120 கி.மீ. தூரத்திலுள்ள பஹ்ராயிச் என்னும் ஊரில் உள்ளது. உள்ளூர் சாலார் மசூது காசி அல்லது காசி மியானின் பழங்கதை நிஜமும் புனைவும் கொண்ட கலவையாகும். பஹ்ராயிச் புனித அடக்கத்தலம் பற்றிய ஒரு கட்டுரையில், மிகவும் பரவலாக நம்பப்படும் காசி மியானின் வாழ்க்கை வரலாற்றினை டாக்டர் தாகிர் மஹ்மூது எழுதுகிறார்: சுல்தான் மஹ்மூது கஸ்னவியின் மருமகன் காசி மியான் ஆவார். அவர் பதினோராம் நூற்றாண்டின் தொடக்கத்தில் ஒரு ராணுவ நடவடிக்கையின்போது, தனது மாமாவுடன் இந்தியா வந்தார். சோமநாதர் ஆலயத்தில் நடந்த விரும்பத்தகாத கொள்ளைக்குப் பிறகு போர் என்னும் மாயையிலிருந்து அவர் விடுபட்டதாக நம்பப்படுகிறது. அதன் பின்னர், உலக சகோதரத்துவம் பற்றிய செய்தியைப் பரப்புவதற்கும், இறைவனுக்கும் மனித குலத்திற்கும் பணி செய்வதற்கும் தனது வாழ்வை அர்ப்பணிப்பதெனத் தீர்மானித்தார். டெல்லியை வெற்றிகொண்ட பின்னர், டெல்லி அரியணை ஏற மறுத்துவிட்டாரென நம்பப்படுகிறது. அதன் பின்னர், மீரட், கனோஜ், மாலிஹாபாத், சாத்ரிக் வழியாகச் சென்று பஹ்ராயிச்சைச் சுற்றியுள்ள காடுகளில் காசி மியான்

குடியேறி, பெருமளவு மக்கள் கூட்டத்தினைக் கவர்ந்தார். குறுகிய காலத்திலேயே பெரிதும் விரும்பப்படும் ஓர் ஆன்மிக ஆசிரியராக உருவானார். உள்ளூர்க் கோயில்களில் மனித உயிர்ப்பலி கொடுக்கும் பழக்கத்தை நிறுத்த முயன்றார். ஆட்சியாளர்கள் ஏழைகளைச் சுரண்டுவதை எதிர்த்தார். இது உள்ளூர் ஆட்சியாளர்களுடன் நேரடி மோதலில் முடிந்தது. இந்த ஆட்சியாளர்கள் ஒன்றுசேர்ந்து காசி மியானை அகற்ற ஒரு படையை நிறுத்தினர். பல யுத்தங்களுக்குப் பின்னர், காசி மியான் தனது நம்பிக்கைகளுக்காகப் போராடியவராகக் கடைசியில் வீழ்ந்தார்.

வழக்கமாகப் போதனை செய்து வந்த மாவா மரத்தடியிலேயே அவர் புதைக்கப்பட்டார். இந்துக்களும் முஸ்லிம்களுமாக ஊர் மக்கள் அனைவரும் அவர் புதைக்கப்பட்ட இடத்தை வழிபடத் தொடங்கினர். காசி மியானை வழிபட்டதால் குழந்தை பாக்கியம் பெற்ற பால்காரரான இந்து ஒருவர், அவருடைய சமாதியை திருப்பிக்கட்டினார். இழந்த கண்பார்வையை, அவரை வணங்கியதால் திரும்பப் பெற்ற ஊர் ஆட்சியாளரின் மகளான ஸஹ்ரா பீபி, இறைஞானி இறந்து முப்பது ஆண்டுகளுக்குப் பிறகு அவரது சமாதியின் மேல் மிகச்சிறந்த நினைவுச்சின்னம் ஒன்றை எழுப்பினார்.

காசி மியானைப்பற்றிய பழங்கதை மேலும் சொல்வது: மீரட்டைக் கடந்து செல்லும்போது, காயமடைந்த காசி மியானின் உடலின் ஒரு பகுதி கீழே விழுந்தது. அந்த இடத்தில்தான், பலே மியான் மஸார் இப்போது இருக்கிறது. (இந்த அத்தியாயத்தின் இரண்டாம் பாராவில் குறிப்பிடப்பட்ட பலே மியான் மஸார்– மொ.ர்) இந்த தர்காவைச் சக்கரவர்த்தி குத்புத்தீன் ஐபக் கட்டியதாக நம்பப்படுகிறது. உள்ளூர் அதிகாரிகளிடமிருந்தும் ஆவணங்களிலிருந்தும் பெற்ற தகவல்களை ஒருசேரப் பார்க்கையில், தர்கா கட்டுவதற்கு முன்னரே நவசண்டித் திருவிழா தொடங்கிவிட்டதென அறிய முடிகிறது. சண்டி தேவி கோயில் நவராத்திரியை ஒட்டி இத்திருவிழா ஒன்பது நாட்கள் நடைபெறுவது வழக்கம். ஆனால் தர்கா கட்டப்பட்ட பிறகு, உர்ஸும் கிட்டத்தட்ட அதேசமயத்தில் தொடங்கப்பட்டதால் திருவிழாவும் படிப்படியாக ஒரு மாத காலம் நீட்டிக்கப்பட்டது.

இன்று மீரட்டிலுள்ள மக்கள் திருவிழாவைப் பற்றிய நியாயமானப் பெருமித உணர்வு கொண்டுள்ளனர். கோயில்–தர்கா வளாகத்தில் ஓர் உணவுக் கடை வைத்துள்ள சபீர் அஹமது, "கடந்த காலத்தில் மீரட்டில் உள்ள இந்துக்களும் முஸ்லிம்களும் அற்புதமான உறவு கொண்டிருந்ததை இது நிரூபிக்கிறது.

இப்போதும்கூட சமாதானத்திற்காக நாங்கள் ஒன்றாகச் சேர்ந்து செயல்படுகிறோம். மீரட்டிலுள்ள இந்துக்களும் முஸ்லிம்களும் முழுமையாகப் பிரிந்திருப்பதாக வெளியே உள்ள ஆட்கள் நினைக்கலாம். ஆனால் உண்மை என்னவெனில், அரசியல் வாதிகளும் குண்டர்களும் தொந்தரவு உருவாக்காதவரை உறவுகள் இயல்பாகவே உள்ளன" என்றார். இளைஞரான வழக்குரைஞர் சந்தோஷ் மேத்தா, "இந்தத் திருவிழா மீரட்டின் காட்சிப்பொருள் ஆகும். திருவிழாவைப் பற்றிய முழுதான வெளியீடு ஒன்றை மீரட் நகரசபை கொண்டுவந்துள்ளது. நாங்கள் நினைவுகூரப்பட வேண்டும் என விரும்புகிறோம். மதக்கலவரத்தால் ரத்தம் சிந்தப்படுவதற்காக அல்ல; ஒற்றுமையை மேம்படுத்துவதற்காக" என இதே உணர்வுகளையே எதிரொலித்தார்.

'நகரின் பெருமை நவசண்டி' என்ற தலைப்பில் திருவிழா பற்றிய ஒரு ஹிந்திக் கவிதையை இளம் கவிஞரான ஆன்கர் குல்ஷன் எழுதியிருக்கிறார். அக்கவிதையிலிருந்து சில வரிகள்:

> பலே மியான், பகவதி கோயில் புனித ஆலயங்கள்
> சமயங்களின் சமநிலையைப் பிரதிபலிக்கிறது
> நவசண்டி சமூகங்களுக்கிடையே வித்தியாசம் பார்ப்பதில்லை
> நவசண்டியில் அனைவரும் சமமே

'இந்தத் திருவிழா வெறும் காட்சிப்பொருள்தான். கண்முன் நிகழும் நடைமுறை உண்மையை இது பொய்யாக்குகிறது. உண்மையை மறைக்கும் ஒன்றுமேயில்லாத வெற்று அடையாளம் இது' என எதிலும் குறைகாணுவோர் இதனை ஒதுக்கித் தள்ளலாம். வெற்று அடையாளமாகவே இது இருந்துவிட்டுப் போகட்டும். ஆனால் மத நல்லிணக்கத்திற்கான அடையாளம்தான் நவசண்டித் திருவிழா என்பது மட்டும் நிச்சயம்.

பிரிவுகளும் கவிஞர்களும்
உத்தரப் பிரதேசம்

உத்தரப் பிரதேச மாநிலம் முழுவதுமே எண்ணற்ற புனிதத்தலங்கள், நினைவுச் சின்னங்கள், நாட்டார் பாடல்கள், மரபுகள் என நிரம்பிக் கிடக்கின்றன. பல சாதிகளையும் சமூகங்களையும் சார்ந்த இங்குள்ள மக்கள் ஒரு பொதுவான கலாச்சாரம் உருவாகி வளரப் பங்களிப்பு செய்திருக்கின்றனர். உதாரணமாக, அயோத்தியிலேயே உள்ள சத்யர் கோயிலை எடுத்துக்கொள்ளலாம். புத்தர், மகாவீரர், ஏசு கிறிஸ்து, ஜரதுஷ்ட்ரர் முதலானோருக்கு அருகே ராமர் சிலையும் கிருஷ்ணன் சிலையும் நிற்கின்றன. இரு புறமும் மக்கா-மதினா படங்கள் வைக்கப்பட்டுள்ளன. இவ்விதமாக, மதஒற்றுமைக்காக இக்கோயில் அர்ப்பணிக்கப்பட்டுள்ளது. (இப் புத்தகத்தில் 'கோயிலுள்ளே ஒரு மக்கா' என்னும் இருபதாவது அத்தியாயத்தில், ஆறாவது பாராவில் இக்கோயில் பற்றிய விபரம் உள்ளது. மொ.ர்) பரேலியில் 'சுன்னு மியான் மந்திர்' என அறியப்படும் கோயில் உள்ளது. இதனைக் கட்டியவர் சுன்னு மியான் என்ற ஒரு முஸ்லிம் ஆவார். லக்னோவிற்கு அருகே தேவாவில் வாரிஸ் அலி ஷா (தேவா ஷரீஃப்), லக்னோவில் கம்மன் பீர், மக்கான்பூரில் ஷா மதார், பஹராயிச்சில் செய்யது சாலார் மசூது காசி தர்கா, ஆக்ராவில் சலீம் சிஸ்தி என மாநிலம் நெடுக விரவிக்கிடக்கும் எண்ணற்ற தர்காக்கள் இந்துக்களாலும், முஸ்லிம்களாலும் புனிதமாகக் கருதப்படுகின்றன. பல நாடுகளை

சபா நக்வி

விடவும் பெரியதாக உள்ள ஒரு மாநிலத்தின் ஒவ்வொரு சிறிய நகரிலும், கிராமத்திலும் உள்ள இந்த தர்காக்களின் பட்டியல் நீளமானது.

ஆங்கிலேயர் ஆட்சியின்போது, கங்கையின் சுற்றுப்பகுதிகளில் வகுப்புவாத மோதலின் தொடக்கங்கள் தென்பட்டன. இதற்கான காரணங்கள் எண்ணற்றவை. இந்துக்கள் மற்றும் முஸ்லிம்களின் மத மறுமலர்ச்சி இயக்கங்களால் வலுவான தாக்கம் கொண்ட சில பகுதிகள் இன்று உத்தரப் பிரதேசத்தில் அடங்கியுள்ளன. பத்தொன்பதாம் நூற்றாண்டின் இறுதியில் ஆரிய சமாஜம் வலுவான சக்தியாக எழுந்தது. பசு பாதுகாப்பு இயக்கம், நாகரி எழுத்து வடிவம் பயன்படுத்தப்பட வேண்டும் என்ற பிரசாரம் போன்றவை புதிய இந்து உணர்வின் அறிகுறிகளாகத் தென்படலாயின.

இதே போன்ற உணர்வு முஸ்லிம் சமூகத்திலும் காணப்பட்டது. இந்தியத் துணைக்கண்டத்தில் முஸ்லிம் மதமாற்றம் பல வடிவங்களில் நிகழ்ந்துள்ளது. மதம் மாறியவர்களில் சிலர் 'தூய' நம்பிக்கைகளை ஏற்றுக்கொண்டனர். ஆனால் பெரும்பாலோர் இஸ்லாத்தை ஏற்றுக்கொள்வதற்கு முன்னர் அனுசரித்த பழக்கவழக்கங்களையும் இஸ்லாத்திற்குள் கொண்டுவந்தனர். 'சரி'யானவையாகக் கருதப்பட்ட மதப்பழக்க வழக்கங்கள் பற்றித் தொடர்ந்து அவர்களுக்கு உணர்த்தப்பட்டது. டெல்லியின் ஷா வலியுல்லாஹ் (1703–1763), செய்யது அஹமது பாரெல்வி (1782–1832) போன்றோரின் செல்வாக்கினால், பல முஸ்லிம் தலைவர்களும், உத்தரப் பிரதேசத்தில் முஸாஃபர்நகர் மாவட்டத்திலுள்ள புகழ்பெற்ற இஸ்லாமியக் கல்விச்சாலையான தியோபந்தில் பயின்றோரும் 'புத்தூட்டம் பெற்ற முஸ்லிம் அடையாளம்', 'இஸ்லாத்தின் தூய்மை' போன்றவற்றிற்கு அழுத்தம் தரத் தொடங்கினர். இது மொத்தத்தில் நல்லிணக்கம் சார்ந்த மதப் பழக்கவழக்கங்களின் மீதும், இஸ்லாத்தின் உள்ளூர் வேர்களின் மீதும் இயற்கையான தாக்குதலாக அமைந்தது.

மத மறுமலர்ச்சி இயக்கங்கள் மதச்சார்பற்ற மரபுகளைப் பலவீனப்படுத்தினவெனில், பின் தொடர்ந்த அரசியல் நிகழ்வுகள் அப்பகுதியின் வகுப்புவாதத்திற்கு எரியூட்டின. உத்தரப் பிரதேசத்தின் நிகழ்வுகள் எப்போதுமே நாடு முழுவதுமான எதிர் விளைவுகளை உருவாக்க வல்லவை. உதாரணமாக, 1857க்குப் பிறகு முஸ்லிம் அரசியல் அதிகாரத்தின் கடைசிச் சுவடுகளும் ஆங்கிலேயர் முன்னால் நொறுங்கிப்போயின. இதன் பின்னரும் கூட, ஐக்கிய மாகாணங்களின் முஸ்லிம்கள், செல்வ வளமிக்க சமூகமாகவே தொடர்ந்து இருந்து வந்துள்ளனர். அரசாங்க

வேலைகளைத் தமக்கென ஒதுக்கிக்கொண்டது மட்டுமல்லாமல், அளவுக்கு அதிகமான நிலங்களையும் அவர்கள் சொந்தமாக வைத்திருந்தனர். இறுதியாக அப்பகுதியின் நிலங்களுக்குச் சொந்தமான மேற்குடியினர், பாகிஸ்தானிற்கான கோரிக்கையை முன்வைத்து வழிநடத்தினர். முஸ்லிம் லீகின் முன்னணித் தலைமையை உருவாக்கினர். இது, துணைக்கண்டத்தின் தலைவிதியை வடிக்கும் மாநிலத்தின் முக்கியத்துவத்தை அடிக்கோடிட்டுக் காட்டியது.

இந்த வரலாற்றினால், சமகால நிகழ்வுகள் மிகப்பெரிய அளவு பாதிக்கப்பட்டிருக்கின்றன. பிரிவினைக்குப் பிறகு மாநில முஸ்லிம்களின் நிலை தொடர்ந்து சீர்குலைவுக்கு உள்ளாகி வருகிறது. துணைக் கண்டத்தின் பிரிவினையால், தொழில் வல்லுநர்களும், உயர்நிலையினரும் பெரிய அளவில் பாகிஸ்தானுக்கு இடம்பெயர்ந்தனர். இதனைத் தொடர்ந்து, இந்தியாவில் ஜமீன்தாரி முறை ஒழிக்கப்பட்டது. இதனால், உயர்நிலையினரும் மத்திய தர முஸ்லிம்களும் வறுமைவாய்ப்பட்டனர். இன்று முஸ்லிம்களில் பலர் வேலையின்மையும் குற்றங்களும் பெருகியுள்ள நகரின் நெரிசலான பகுதிகளில் வாழ்கின்றனர். முரணாக, 1980களின் கடைசியிலும், 1990களிலும் இருந்த அரசியல், மாநிலத்தில் ஏற்படுத்திய திருப்பம் என்னவெனில், வறுமையால் தொடர்ந்து வாடிக்கொண்டிருக்கும் இச்சமூகம் 'அதிகச் சலுகை காட்டப்படுகிறது', 'திருப்தி செய்யப்படுகிறது' என்ற குற்றச்சாட்டிற்கு உட்படுத்தப்பட்டதேயாகும். இந்திய அரசியல் சூழலை அயோத்தி இயக்கம் மாற்றியபோது, மதக்கலவரத்தின் மிகக் கடுமையான விளைவுகளைத் தாங்கிக்கொண்டோர் உத்தரப் பிரதேசத்தில் உள்ள முஸ்லிம்கள்தாம்.

சாதியை ஆதாரமாகக்கொண்ட கட்சிகளால் இந்துத்துவ சக்திகளின் அரசியல் அதிகாரம் தடுக்கப்பட்டிருக்கிறதெனினும், பிரிவுகளும் மனக் குறுகல்களும்தாம் தற்போது தொடர்ந்து நடந்து கொண்டிருக்கும் வழிமுறைகளாகும். எல்லா நிதர்சனங்களும் மாநிலத்தில் உள்ளன. உத்தரப் பிரதேசம் என இன்று அழைக்கப்படும் ஒரு பகுதியில் கலப்புப்பண்பாடு வளர்ந்து செழித்திருக்கிறதுதான். ஆனால், அதே மாநிலம்தான் மத மறுமலர்ச்சியின், மதவாதத்தின் விளைநிலமாகவும் இருக்கிறது. கலாச்சார ரீதியாக உத்தரப் பிரதேசத்துடன் அதிக அளவு ஒத்த தன்மை கொண்டிருப்பவை கேரளா, தமிழ்நாடு, மேற்கு வங்காளம் போன்ற மாநிலங்களாகும். மத நல்லிணக்கம் மற்றும் வகுப்புவாதம் தொடர்பான முழுப் பிரச்சினையுமே இந்த மாநிலங்களை விடவும் உத்தரப் பிரதேசத்தில் மிகவும் சிக்கலானது. மேற்கு வங்காளத்தில் இந்துக்களையும் முஸ்லிம்களையும் மொழி

சபா நக்வி

பிணைக்கிறதெனில் (இந்தியாவிற்கும் வங்க தேசத்திற்கும் நாட்டு வாழ்த்தை எழுதிய ரவீந்திரநாத தாகூர்), உத்தரப் பிரதேசத்திலோ இரண்டு சமூகங்களைப் பிரிப்பதற்காக இந்தி – உருது பிரச்சினை வரலாற்று ரீதியாக வலுவாக உபயோகிக்கப்பட்டிருக்கிறது.

இந்த மாநிலத்தின் யதார்த்தத்தை விளக்குவதற்கு வரலாற்றிற்குத் திரும்புதல் அவசியமாகும். டெல்லிக்கு வெளியே நான் மிக நன்றாக அறிந்துள்ள பகுதி உத்தரப் பிரதேசமாகும். இப்பகுதி பத்திரிகையாளரின் வேதனையாகவே இன்னும் இருக்கிறது. உத்தரப் பிரதேசச் சமவெளிப் பகுதிகள் வேத கால நாகரிகத்தின் தொட்டிலாக இருந்தன. மதுரா, வாரணாசி, அயோத்தி, கேதர்நாத், பத்ரிநாத், ரிஷிகேஷ், ஹரித்வார் போன்ற மிகப்புனிதமான இந்து யாத்ரிக மையங்கள் இங்குள்ளன. குன்றுகள் செதுக்கப்பட்டு உத்திரகண்டம் என்ற தனி மாநிலம் ஒன்று இப்போது உருவாக்கப்பட்டிருக்கிறது. முஸ்லிம் அரசியல் அதிகாரம் அதன் உச்சத்தை அடைந்தது உத்தரப் பிரதேசத்தில்தான். குறிப்பாக அவதி நவாபுகள் 1857வரை செல்வாக்குமிக்கோராக இருந்தனர். வெகு சில பெயர்களைச் சொல்வதெனில் ஆக்ரா, லக்னோ, ஜான்பூர், ஃபைஸாபாத் போன்ற மாநிலத்தின் மிகப் பெரிய நகரங்கள் முஸ்லிம் ஆதரவினால் மேலெழுந்தென. இப்பகுதியின் மொழி, இலக்கியம், நாட்டார் மரபுகள், கட்டடக்கலை, மதப் பழக்கவழக்கங்கள் என நாகரிகத்தின் ஒவ்வொரு தன்மையும் இஸ்லாத்துடனான பரிமாற்றத்தினால் தாக்கமுற்றுள்ளன.

முஸ்லிம்கள் தனிப்பட்ட 'அந்நியத்தன்மை' கொண்ட கூட்டமாக ஒருபோதும் உருவாகவில்லை. அவர்களின் சொந்த சமூக, கலாச்சார, மதப் பழக்கவழக்கங்கள்தாம் அவர்கள் வாழ்நிலத்தின் வார்ப்பிலேயே வடிவமைக்கப்பட்டன. இதன் நல்ல உதாரணமாக, மிகவும் திறமைவாய்ந்த ஆளுமைகள் சிலர் இருந்தனர். உதாரணமாக, பதினாறாம் நூற்றாண்டுக் கவிஞரான ராஸ்கானை எடுத்துக்கொள்ளலாம். கிருஷ்ணபிரானின் பக்தரான அவர், ப்ராஜ் மொழியின் ஒரு தலைசிறந்த ஆசானாகக் கருதப்படுகிறார். இந்தி மொழிக்கு முன்னரே மிகச் செழுமையான இலக்கிய மரபினை உடைய ஒரு மொழி ப்ராஜ் ஆகும். ராஸ்கானின் புனை பெயர் 'ராசா' என்பதாகும். ஒரு கல்வியாளர் ப்ராஜ் மொழியை ராசாவின் சுரங்கம் ('ப்ராஜ் பாஷா பன்') என அழைக்கிறார். ஒரு சிறிய ஜாகிர்தாரரின் மகனாய் 'செய்யது இபுராகீமாக'ப் பிறந்த அவர், கிருஷ்ணபிரானின் பக்தராக ஆன பின்னால் பிருந்தாவனத்தில் குடியேறினார். கிருஷ்ணனின் அழகு பற்றியும் ராதாவின் மேல் கிருஷ்ணன் கொண்ட காதல் பற்றியும் விவரித்து வளமான பக்திப் பாடல் திரட்டு ஒன்றை

அவர் இயற்றியுள்ளார். கிருஷ்ணனின் மீதான அவரது பக்திப் பாடல்கள் இன்னும் புகழ்பெற்றவையாக உள்ளன. ப்ராஜ் மற்றும் இந்தி உருவாகி வளர்ந்தமை பற்றி அறிந்த எவருக்கும் ராஸ்கானின் புத்தகங்களில் பரிச்சயமிருக்கும். அவருடைய 'ராஸ்கான் ரச்னாவளி' என்ற புத்தகம் சாதாரணமாக இன்றும் கிடைக்கிறது. மதுராவில் மஹாவன் என்னும் இடத்தில் உள்ள அவரது சமாதி புனிதப்பயணம் மேற்கொள்ளும் இடமாகப் புகழ் பெற்றதாகும்.

ப்ராஜ் மொழி, ராஸ்கானால் பேணி வளர்க்கப்பட்டதெனில், அவத் பகுதியில் இந்தி வட்டார வழக்கு மொழியில் எழுதப்பட்ட மிகப்பெரிய படைப்பு சந்தேகத்திற்கிடமின்றி மாலிக் முகம்மது ஜாய்சியின் காப்பியமான 'பத்மாவத்' ஆகும். ஜாய்ஸ் என்னும் இடத்தில் (இப்போதைய ரே பரேலி) அவர் பிறந்தார். 1542இல் காலமான அவர் அமேதிக்கு அருகே உள்ள ராம் நகரில் அடக்கம் செய்யப்பட்டுள்ளார். கவிஞரின் சொந்த வாழ்வு சுவாரஸ்யமானதென நம்பப்படுகிறது. அவரது தனிப்பட்ட இழப்புகளும் நிகழ்வுகளும் அலைந்து திரியும் சூஃபிகளுடன் சேரும் உச்சநிலையை அவருள் உருவாக்கின. பத்மாவத் காப்பியம் பௌதீக, ஆன்மிக அன்பின் தன்மையை ஆராயும் ஓர் அசாதாரணமான படைப்பாகும். அழகிய பத்மாவதி மற்றும் நாகமதி என்ற திடசித்தமுடைய இரு பெண்களின் ஆளுமையை அக்காப்பியம் செதுக்குகிறது. அலாவுதீன் கில்ஜியின் சித்தூர் முற்றுகையையும் அது விவரிக்கிறது. புனித அன்பு பற்றிய கவிதை எனப் பெரும்பாலும் விவரிக்கப்படும் அது, காதலால் ஏற்படும் மனிதத் துயரம் பற்றியும் ஆன்மிகத்தின், உண்மையின் தேடல் பற்றியும் ஆராய்கிறது. ஒப்புவமையற்ற எழுத்தெனவும் இந்தி வட்டார வழக்கு மொழியில் எழுதப்பட்ட முதல் காப்பியம் எனவும் அதனைப் பலரும் கருதுகின்றனர். இதே காலகட்டத்தில் அவதியிலிருந்து வந்த மற்றொரு மிகமுக்கியமான படைப்பு துளசிதாசரின் 'ராமசரிதமானஸ்' ஆகும்.

ராஸ்கான், ஜாய்சி இருவருக்கும் பின்புள்ள சகாப்தத்தில் வந்தவர் பதினெட்டாம் நூற்றாண்டுக் கவி நஸீர் அக்பர் அபதி ஆவார். அவர் ஒரு முழுமையான மக்கள் கவியாவார். வாழ்வின் புனிதமற்ற, வேடிக்கையான விஷயங்கள் பற்றியும், உயிரற்ற பொருட்கள் பற்றியும் எழுதிய அவர், வறுமை, மனித நிலைமை குறித்து உள்ளார்ந்த அக்கறையுடன் கவிதைகள் எழுதியுள்ளார். இந்துக் கடவுளர், பண்டிகைகள் குறித்தும் எழுதியுள்ளார். அவரும், அவர் போன்ற பல உருதுக் கவிகளும், அப்பகுதி வரலாற்றின் பல்வேறு கட்டங்களில் நடந்த குறிப்பிடத்தக்க மதங்களுக்கு இடையேயான கலப்பிற்கு ஆவணமாக நிற்கின்றனர்.

கோபமூட்டும் ஒரு விசயத்தை முன்வைக்கிறேன். இந்துத்துவக் கிளர்ச்சியின் காரணகர்த்தாக்கள்கூட உத்தரப் பிரதேச இஸ்லாமிய முன்மாதிரிகளில் உள்ள கூறுகளை எடுத்துக் கொண்டுள்ளனர். அயோத்திக் கிளர்ச்சியில் தெளிவாகத் தெரியும் வடிவங்களான, ஊர்வலங்களில் அணிவகுத்துச் செல்லல், கோயிலுக்காக 'உயிரையும் தர' விருப்பம் தெரிவித்தல், குறிப்பிட்ட நேரத்தில் அயோத்தியை நோக்கித் திரும்புமாறு மக்களைக் கேட்டுக்கொள்ளல் போன்றவை அனைத்தும் இஸ்லாமியப் பழக்கவழக்கங்களிலிருந்து கடன் வாங்கப்பட்டிருக்கின்றன. சமய வகைகளையும், சடங்குகளையும் நான் ஆராய்ந்தபோது ஒரு விஷயம் எனக்குத் தெளிவாகப் புலப்பட்டது. அதாவது: இந்துத்துவத்தின் உண்மை பக்தர்கள், தங்கள் மத அடையாளத்தின் வலியத் தாக்கும் தன்மையை மேலும் கூர்மைப்படுத்துவதற்காக, இஸ்லாமிய அமைப்புகளின் வடிவங்களிலிருந்து தாராளமாகவே கடன் வாங்கியுள்ளனர் என்பதுதான் அது. இப்பகுதியின் ஒன்று கலந்த கலாச்சார அடையாளங்களைப் பொறுத்தவரை, மத ஒழுங்குகளில் தூய்மையைப் பரிந்துரை செய்யும் இரு அணிகளைச் சார்ந்தோரும் வறண்ட ஒரு சூழ்நிலையையே விரும்புகின்றனர்.

பிரம்மபுத்திராவின் தாள லயம்

ஹாஜோ, அசாம்

நான் ஒரு வித்தியாசமும் பார்ப்பதில்லை
ஒரு இந்துவுக்கும் ஒரு முஸ்லிமுக்கும் இடையே,
ஓ அல்லாஹ்,
இறந்தால் ஒரு இந்து நெருப்பால் எரிக்கப்படுவான்
ஒரு முஸ்லிம் அந்த மண்ணிற்கடியே
புதைக்கப்படுகிறான்.

பதினேழாம் நூற்றாண்டு அசாமிய சூஃபி ஞானி
அஸான் ஃபக்கீர் இயற்றிய ஸிகிர்.

நாட்டின் பிற பகுதிகளைப் போலவே, இந்துக்களுக்கும் முஸ்லிம்களுக்குமான இடைவெளி அசாமிலும் விரிந்தவாறு செல்வதாகவே தோன்றுகிறது. இரு சமூகங்களுக்கு இடையேயான இடைவெளி அசாமில் உருவானதற்கான காரணம் வங்காளத்திலிருந்து மிகப்பெரிய அளவில் முஸ்லிம்கள் இடம் பெயர்ந்ததுதான். பாபர் மசூதி இடிக்கப்பட்டதோ அதனைத் தொடர்ந்த அடையாள அரசியலோ காரணம் அல்ல. அங்கே இந்து – முஸ்லிம் பிரச்சினை இருந்த இடத்தை வேறு இரண்டு பிரச்சினைகள் பிடித்துக்கொண்டன. அவை: 1. அசாமியர் – பெங்காலியர் பிளவு. 2. பலதரப்பட்ட பழங்குடியினர் குழுக்கள் தங்கள் இனத்தின் தனித்தன்மையை வலியுறுத்துவது.

மாநிலத்தின் செல்வாக்கு மிகுந்த இரண்டு மதங்களையும் நீடித்து நிலைத்து வைத்திருப்பதற்கான மரபுகள் இங்கே உள்ளன. இரு சமூகங்களுக்கு

இடையேயான நெருங்கிய உறவுகளைக் கொண்ட நீண்டகால மரபுகள் குறிப்பாக அசாமியர்களுக்கு உண்டு. இம்மரபுகள் சமூகப் பதற்றங்களையும், அரசியல் செயல் திட்டங்களையும் எதிர்த்து நிற்பவை. மொழி, உடை, உணவுப் பழக்கவழக்கம் போன்றவை அசாமிய இந்துக்களுக்கும் முஸ்லிம்களுக்கும் ஒரே மாதிரியானவை. பொதுவான பண்டிகையான 'பிகு'வை இருவருமே கொண்டாடுகின்றனர். ஆனால், மாநிலத்தின் இந்து–முஸ்லிம் ஒருங்கிணைவின் சின்னங்களாக நிலைத்திருப்பவை அஸான் ஃபக்கீரால் அசாமிய மொழியில் இயற்றப்பட்ட ஸிகிர்கள் (சிறிய பக்திப் பாடல்கள்) எனலாம். ஷா மிலான் என்பவரே பின்னர் அஸான் ஃபக்கீர் என அழைக்கப்பட்டார். இவர் பாக்தாதிலிருந்து இந்தியாவிற்கு வந்தவரென நம்பப்படுகிறது. டெல்லியிலும் அஜ்மீரிலும் சிறிது தங்கி, சிஸ்தியா என்ற சமய அமைப்பினுள் இணைந்தார். அதன் பின்னர் அசாமிற்குச் சென்றார். அசாமில் அவரது முதல் நிறுத்தம் கவுஹாத்திக்கு அருகே ஹஜோ என்ற இடத்தில் உள்ள கியாசுத்தீன் அவுலியா சமாதியாகும். அசாமிய மொழியில் தேர்ச்சி பெற அங்கே அவர் கொஞ்ச காலம் தங்கியிருந்திருக்க வேண்டும். ஹஜோவிலிருந்து ஆகோம் அரசின் தலைநகரான கார்காவ்னிற்குச் சென்றார். ஆகோம் மன்னர் அவருக்கு மனப்பூர்வமாய் வரவேற்பளித்து சிப்சாகருக்கு அருகே கொஞ்சம் நிலம் அளித்ததாகவும் பின்னர், அவர் உள்ளூர் அசாமியப் பெண்ணை மணந்து கடைசியில் அங்கேயே குடியேறி விட்டதாகவும் நம்பப்படுகிறது. சிப்சாகர் மாவட்டத்தில் சரகூரி சபாரி கிராமத்தில் இரண்டு ஆறுகள் சங்கமமாகும் இடத்தில் அவரது தர்கா இப்போது இருக்கிறது.

அஸான் ஃபக்கீர் நூற்றுக்கணக்கான 'ஸிகிர்'களை இயற்றி யுள்ளார். 'ஸ்க்ர்' என்னும் அரபுச் சொல்லிலிருந்து, ஸிகிர் பெறப்பட்டிருக்கிறது. அசாமிய மொழியில் இச்சொல்லின் பொருள் 'அல்லாஹ்வின் பெயரை நினைவுகூர்தல்' என்பதாகும். ஸிகிர்களின் முக்கிய நோக்கம் இஸ்லாத்தின் செய்தியைப் பரப்புவதே. இருந்தபோதிலும் இந்த இசைப்பாடல்கள் பற்றிய குறிப்பிடத்தக்க ஒன்று என்னவெனில், அவை அப்பகுதியின் 'தேஹ் பிகாரர் கீத்' என்ற நாட்டார் பாடல்களையும், இந்து வைணவப் பக்திப் பாடல்களையும் நெருக்கமான முன்மாதிரியாகக் கொண்டு இயற்றப்பட்டவை என்பதாகும். மேலும் அஸான் ஃபக்கீர் பயபக்தியுள்ள முஸ்லீமாக இருந்தபோதிலும் எல்லா மதங்களையும் மதித்தார். அவரது பல ஸிகிர்கள், மதச்சார்பற்றத் தன்மை கொண்டவை, கீழே காணும் இசைப்பாடலை எடுத்துக்கொள்ளலாம்.

குர்ஆனும் புராணங்களும் ஒன்றையே போதிக்கின்றன
ஓ மகாத்மாவே புரிந்து கொள்வாயாக
அறிவுள்ள மனிதனுக்கு வேறுபட்ட புனித நூல்கள்
ஒரே உண்மையையே உபதேசிக்கின்றன

இறைவனின் பெயரை மந்திரமாக உச்சரிக்க அஸான் ஃபக்கீர் ஊக்குவித்தார் என்பதை இந்த வரிகள் வெளிப்படுத்துகின்றன. அசாமின் மிகப் பெரிய பக்தி சீர்திருத்தவாதியான ஷங்கர் தேவா போதித்த வைணவத்தின் அடிப்படையும் இவ்வித மந்திர உச்சரிப்பே ஆகும். ஷங்கர் தேவா பரப்பிய நாம்தர்மா, இன்று அசாம் மாநிலத்தின் செல்வாக்குமிக்க இந்து மரபாகும். இஸ்லாத்தினைப் போலவே இந்த மரபும் சிலை வணக்கத்திற்கு எதிரானது. ஷங்கர் தேவாவின் நாம்தர்மா இறைவனின் பெயரை உச்சரிப்பதற்கு அழுத்தம் தந்தது. அதனால்தான் அஸான் ஃபக்கீர் உபதேசித்த இஸ்லாம் இப்பகுதியின் செல்வாக்கு மிக்க வைணவ நம்பிக்கையுடன் இணக்கமான உடன்பாடு கொண்டிருந்ததாக சில கல்வியாளர்கள் கருதுகின்றனர். முஸ்லிம்களுக்கு நடனம் ஒரு தடைக்கட்டு எனப் பொதுவாகக் கருதப்படுகிறது. இருந்தபோதிலும், நடனம் தடுக்கப்பட்டால், ஸிகிர்கள் தமது தாள லயத்தின் வேகத்தையும் கவர்ச்சியையும் இழந்துவிடுமென்பது அஸான் ஃபக்கீருக்குத் தெரியும். ஏனெனில் அப்பகுதியிலுள்ளோர் நடனத்திற்கும் இசைக்கும் மிகவும் பழக்கமானவர்கள். ஆதலால், ஸிகிர்களுக்கு அசாமியர்கள் நடனமாடுவது சாதாரணமாகக் காணப்படுகிறது.

இஸ்லாம் மற்றும் இந்து லட்சியங்களின் முக்கியக் கருத்துகளின் கூட்டிணைவின் முயற்சியே ஸிகிர்கள் ஆகும். பக்தி இயக்கத்தின் பெரிய சீர்திருத்தவாதிகளான ஷங்கர் தேவாவையும் மகா தேவாவையும் குறிக்கும் பல ஸ்கிர் இசைப் பாடல்கள் இந்து படிமங்களைப் பயன்படுத்துகின்றன. பின் வந்த காலத்தில் வேறுசிலர் இயற்றிய ஸிகிர்களில் அஸான் பீர் கூட அஸான் தேவா ஃபக்கீர் என்பதாகக் குறிப்பிடப்படுகிறார்.

செய்யது அப்துல் மாலிக் நன்கு அறியப்பட்ட அசாமிய எழுத்தாளராவார். அசாமிய மொழிக்கு அவரது பங்களிப்பிற்காக பத்மஸ்ரீ விருதும் பத்ம பூஷண் விருதும் வென்றவர். அவர் அஸான் ஃபக்கீரைப் பற்றி நிறையவே எழுதியுள்ளார். அஸான் ஃபக்கீரைப்பற்றி ஆராய்ச்சி செய்யுமாறும் அவரது ஸிகிர்கள் அனைத்தையும் சேகரிக்குமாறும் 1952இல் கவுஹாத்தி பல்கலைக்கழகம் மாலிக்கைக் கேட்டுக்கொண்டது. அதன்படி அவர் ஸிகிர்கள் தொகுப்பை அசாமிய மொழியில் பிரசுரித்தார். 1993இல் மாலிக்கைச் சந்திக்க அவரது ஜோர்ஹார் வீட்டிற்குச் சென்றபோது அவர், 'ஸிகிர்கள் இஸ்லாமிய –

இந்து லட்சியங்களின் துல்லியமான கலவையாகும். இந்து–முஸ்லிம் ஒற்றுமை மற்றும் கூட்டிணைவின் சின்னமாகக் கருதப்படுவதால், இன்று அவை உயிர்ப்பூட்டப்படுகின்றன. ஸிகிர்களின் ராகங்களும் அமைப்பும் வைணவக் காவியங்களை அடிப்படையாகக் கொண்டுள்ளதைப்போலவே, ஸிகிர் நடனமும் அப்பகுதியின் நாட்டார் வடிவங்களைத் தழுவிப் பொருத்தமாக மாற்றி அமைக்கப்பட்டுள்ளன. முஸ்லிம் வீடுகளின் சடங்குகளிலும் நிகழ்ச்சிகளிலும் பாரம்பரியமாகப் பாடப்பட்டு வரும் ஸிகிர்கள் இன்று பொது நிகழ்ச்சிகளிலும் பாடப்படுகின்றன. பள்ளிக்கூடங்களிலும் கல்லூரிகளிலும் கூட அவை கற்றுத்தரப்படுகின்றன' என விளக்கினார்.

அஸான் ஃபக்கீர் தனது ஸிகிர்களை வைணவப் பாடல்களை அடிப்படையாகக் கொண்டு இயற்றியிருக்கிறாரெனில், அப்துல் மாலிக்கும் அதே பாதையில் சென்று ஷங்கர் தேவாவின் வாழ்க்கையைப் பற்றி ஒரு முழுப் புத்தகமே எழுதியிருக்கிறார். மிக அதிக அளவு விற்பனையான 'தன்ய நாரா தானு பால்' என்ற அவரது புத்தகம் முப்பதாயிரம் பிரதிகள் விற்பனையாகி யிருக்கிறது. வைணவ வழிபாட்டு முக்கியமான மையங்களான பல நாம்கர்களில் இப்புத்தகம் உள்ளது. அவர் என்னிடம், "இது அசாமின் மரபாகும். இங்கே முஸ்லீமாகிய நான், ஷங்கர் தேவா என்னும் மிக முக்கியமான ஒரு சாதுவைப்பற்றி ஒரு பெரிய புத்தகம் எழுதியிருக்கிறேன். இதுபோல, இறைத்தூதர் முகம்மதுவின் வாழ்க்கை பற்றிய மிகவும் பழமையான புத்தகங்கள் சில, முஸ்லிம் அல்லாதவர்களால் அசாமிய மொழியில் எழுதப் பட்டிருக்கின்றன" என்றார். 2000இல் தனது 81ஆம் வயதில் அப்துல் மாலிக் காலமானார்.

அசாமிய எழுத்துலகின் மூத்தவராகவும் மதிப்பிற்குரியவ ராகவும் அப்துல் மாலிக் கருதப்படுகிறார். அவர் 60 நாவல்கள், 5 கவிதைத் தொகுதிகள், 5 குழந்தைகளுக்கான புத்தகங்கள், மூன்று பயண நூல்கள், 3000 சிறுகதைகள் எழுதியுள்ளார். 2009இல், அவர் பிறந்த ஊரான கோலாகட்டில் அவரது சிலை திறக்கப்பட்டது. அவரது பெரும்பாலான கதைகள் காதலைக் கருவாகக் கொண்டவை. சமூகப் பிரச்சினைகளைப் பேசும் புத்தகங்களும் உள்ளன. அவரைச் சந்தித்தபோது, அஸான் ஃபக்கீரின் ஸிகிர்களையும் பாடல்களையும் கொண்ட சிறப்பு வாய்ந்த மிகப்பெரிய தொகுதியை எழுதியதற்காகத் தான் பெருமைப்படுவதாகச் சொன்னார். மாநில வரலாற்றினை மக்களுக்காகவே தான் சேகரித்துக்கொண்டு வருவதாக அவர் நம்புகிறார்.

ஒருவகையில் அசாம் மாநில மரபின் ஒரு பகுதியாக அவர் இருந்தார். இறைத்தூதர் முகம்மதுவைப் பற்றி அசாம் மொழியில் முதன்முதலாகப் புத்தகம் எழுதியவர் நன்கறியப்பட்ட எழுத்தாளரான மஹதேப் ஷர்மா. இறைத்தூதர் முகம்மது பற்றி மற்றொரு புத்தகமும் முன்னர் எழுதப்பட்டுள்ளது. அதனை எழுதியவர் அசாம் மாநில முன்னாள் முதலமைச்சரான புகழ்பெற்ற கோபிநாத் போர்டோலோய் ஆவார். குர்ஆனின் ஓர் அத்தியாயமான ஃபாத்திஹா—வை முதன்முதலாக அசாமிய மொழியில் செய்யுள் வடிவத்தில் மொழிபெயர்த்தவர், எழுத்தாளர் தருண் புகான். மிகச்சிறந்த சிறுகதைகளில் ஒன்றான 'ஷிராஸ்' அசாமைக் களனாகக் கொண்டது. இந்து விதவையைத் திருமணம் செய்த ஒரு முஸ்லிமின் கதையை இது சொல்கிறது. திருமணமான பின்னர் அவள், தனது சமய நம்பிக்கையையே தொடர்ந்து பின்பற்ற கணவன் அனுமதிக்கிறான். இந்த அழியாச் சிறிய கதையை எழுதியவர் லக்ஷ்மி தார் ஷர்மா.

வழிவழியாய் வந்த சொத்தாக மாநிலம் பெற்றிருப்பது இந்த மரபையே. என்னதான் வேறுபட்ட மதங்களைச் சார்ந்தோராக இருந்தாலும், தங்களின் கலாச்சார அடையாளம் பற்றி ஒருங்கிணைந்தும் நம்பிக்கையுடனும் அசாமியர் இருப்பதில் வியப்படைவதற்கு ஒன்றுமில்லை. அரசியல்வாதிகளால் ஆட்டுவிக்கப்படும் பிரிவினைகள் அசாமியர்களுக்கும் வங்காளிகளுக்கும் இடையேயானது. இந்தப் பிரிவினைகளுக்கு உள்ளேயும், வங்கதேசத்திலிருந்து இடம்பெயர்ந்த முஸ்லிம்களுக்கு எதிராகவே பெரிய அளவு அணிதிரட்டல்கள் உள்ளன. மாநிலத்திற்காக தற்போது எழுதப்பட்டிருக்கும் செயல் படிவம் முந்நூறு ஆண்டுகளுக்கு முன்னர் ஒரு முஸ்லிம் சாதுவால் இயற்றப்பட்ட ஸிகிர்களிலிருந்து வெகுதூரம் விலகிச் சென்றிருக்கிறது. இந்து– முஸ்லிம் ஒருங்கிணைவிற்கான அவரது அழைப்பு வெகுளித் தனமான ஒன்றாக இன்று தோன்றுகிறது.

இரு நம்பிக்கைகள், ஒரு வீடு

கர்நாடகம்

ஒரு புனித அடக்கத்தலம் சர்ச்சையின் குவிமையமாகவோ, மகிழ்வுடன் இணைந்திருத்தலின் சின்னமாகவோ இருக்க முடியும். சமீபத்திய இந்திய வரலாற்றில் ஓர் அரசியல் அணிதிரள்வின் மையமாக அயோத்தி இயக்கம் ஆகியிருக்கும் உண்மையைக் கணக்கில் எடுத்துக் கொள்வோமானால், வழிபாட்டு இடங்களின் முக்கியத்துவத்தை ஒருபோதும் குறைத்து மதிப்பிடக்கூடாது என்பது தெளிவாகத் தெரியும். இதுபோன்ற சர்ச்சைகளில் மக்களின் கவனத்தைக் குவிப்பதன் மூலம், நம்பிக்கையின் பாதுகாவலர்களெனத் தமக்குத்தாமே பெயர் சூட்டிக்கொண்டவர்கள் அவ்வப்போது நாட்டை வசியம் செய்வதால், இந்து–முஸ்லிம் இரு மதத்தைச் சார்ந்தவர்களும் புனிதமாகக் கருதும் பல வழிபாட்டு இடங்கள் இருளில் இருக்கின்றன.

கோயில்களும் பள்ளிவாசல்களும் நூற்றுக் கணக்கான வருடங்களாக அருகருகே இருந்து வந்திருக்கின்றன என்பது மட்டுமல்லாமல், சில புனித அடக்கத்தலங்கள் கோயில், தர்கா என இரண்டுமாகவுமே இருக்கின்றன. கர்நாடகா மாநிலத்தில் குல்பர்கா மாவட்டத்தில் உள்ள திந்திணி மௌனீஸ்வர் அத்தகைய ஒரு புனித ஆலயமாகும். இதனை இந்துக்கள் கோயில் எனவும் முஸ்லிம்கள் தர்கா எனவும் கருதுகின்றனர். இதில் அவர்களுக்குள் சண்டை வருவதில்லை. தேசிய

நெடுஞ்சாலையிலிருந்து ஐந்து கி.மீ. தொலைவில் திந்திணி என்னும் சிறிய கிராமம் குல்பர்கா மாவட்டத்தின் சோராபூர் தாலுகாவில் உள்ளது. மாவட்டத் தலைமை அலுவலகத்திலிருந்து 130 கி.மீ. தொலைவில் இக்கிராமம் இருக்கிறது. 1993இல் முதன் முதலில் நான் அங்கு சென்றபோது, அக்கிராமத்திற்குச் சரியான சாலை இல்லை.

ஒவ்வோர் ஆண்டும் கிருஷ்ணா ஆற்றின் கரையோரம் உள்ள மௌனீஸ்வர் சாதுவின் புனித ஆலயத்திற்குச் செல்ல இவ்வளவு தொலைவு நடக்க வேண்டியிருப்பினும் ஆயிரக்கணக்கான பக்தர்களின் திந்திணி வருகை பாதிக்கப்படுவதில்லை. மௌனீஸ்வர்ஜியின் கோயில் என இந்துக்கள் இதனை அழைக்கின்றனர். முஸ்லிம்களோ மோனப்பையாவின் தர்கா எனக் கூறுகின்றனர். உண்மையில் இரண்டுமாக இது உள்ளது; சாதுவின் உருவப்படத்திற்கு முன்னால் பூஜை நடக்கிறது. படத்திற்குச் சற்று மேலே உள்ள சிறிய அறையில் சமாதி உள்ளது. இதுவே தர்காவாகும். வழக்கமாக வரும் பக்தரான சிவசங்கர், "முப்பது கி.மீ. தொலைவில் உள்ள ஒரு கிராமத்திலிருந்து ஒவ்வொரு மாதமும் நான் இங்கு வருகிறேன். பெரும்பாலான பக்தர்கள் இந்துக்கள்தாம். எனினும் முஸ்லிம்களும் பலர் உள்ளனர். அருகருகே நின்று வழிபடுவதில் எங்களுக்கு ஒரு பிரச்சினையும் இல்லை. மௌனீஸ்வர் பாபாவிற்கு மரியாதை செலுத்துவதற்காக நாங்கள் இருவரும் வந்திருக்கும்போது, எனக்கும் வழிபடும் ஒரு முஸ்லிமிற்குமிடையே எதற்காக வேறுபாடு இருக்க வேண்டும்?" என எங்களைக் கேட்டார்.

இஸ்லாமியக் கலைப்பண்புக்கூறு மற்றும் இந்துப் பாணி இரண்டின் கலவையாக, கண்கவரும் விதமாக அக்கட்டடம் உள்ளது. ஒரு பரந்த முற்றத்தில் இஸ்லாமியப் பாணியிலான கலசமும், பக்கவாட்டில் உயர்ந்த ஸ்தூபிகளுமாகக் கட்டடத்தின் முக்கியப் பகுதி உள்ளது. தர்காக்களில் பொதுவாகக் காணப்படுவதைப் போல திறந்த முற்றத்தின் இரு பக்கங்களிலும் புனிதப் பயணிகள் தங்குவதற்காகச் சிறிய அறைகள் உள்ளன. வெளியிலிருந்து பார்த்தால் பள்ளிவாசலைப் போலவே அந்தப் புனித ஆலயம் தெரிந்தது.

நுழைவு வாசல்வரை நடந்து போகையில், நான்கு பெரிய கோயில் மணிகள் நம்மை வரவேற்கும். திறந்த முற்றத்தைக் கடந்த பின்னர், ஏணிப்படி வழியே சில எட்டுக்களில் சன்னிதானத்திற்குச் சென்றுவிடலாம். அங்கே மௌனீஸ்வர் பாபாவின் படம் தொங்குகிறது. படத்தில் ஒரு சாதுவைப்போல் உடையணிந்து, குறுக்கே மடித்த கால்களுடன் யோகாசனத்தின்

ஒரு நிலையில் மௌனீஸ்வர் அமர்ந்திருக்கிறார். பூஜைக்குத் தேவையான எல்லாப் பொருட்களும் படத்திற்கு முன்னால் வைக்கப்பட்டுள்ளன. படத்திற்குச் சற்று மேலே ஒரு சிறிய மரக்கதவு; பக்கவாட்டிலுள்ள ஏணிப்படியின் வழியே சில எட்டுக்களில் கதவை அடைந்துவிடலாம். கதவைத் திறந்தால், சால்வை போன்ற துணியினால் மூடப்பட்ட ஒரு சமாதியையும் சுவரின்மீது மக்கா – மதினா படத்தையும் காணலாம். இந்த இரண்டு அடுக்குப் புனித ஆலயத்தின் ஒரு தளம் கோயிலாகவும் மற்றொன்று தர்காவாகவும் செயல்படுகிறது.

புனித ஆலயத்தின் மேலாண்மை உள்ளூர் நிர்வாகத்தின் கைகளில் உள்ளது. இந்த நிர்வாகம் எல்லா அலுவலர்களையும் வாடகைக்கு அமர்த்துகிறது. நான் அங்கு சென்றபோது, அந்த வருடம் மேலாளராக இருந்த பசவராஜிடமும், காவலாளியான பாதுஷா சாகிபிடமும் பேசினேன். மேலாளர் ஓர் இந்து; காவலாளி முஸ்லிம். கங்காதாஸ் சுவாமி, சிவசங்கர் என்ற இரண்டு பூசாரிகள் புனித ஆலயத்திற்கு அருகேயுள்ள அழகிய வீட்டில் வசிக்கின்றனர். இந்தப் பூசாரி, “இந்துக்களுக்கும் முஸ்லிம்களுக்கும் இடையே நாங்கள் வித்தியாசம் பார்ப்பதில்லை. இன்று எனக்கு ஒரு வீடு இருக்கிறதெனில் அதற்குக் காரணம் இரண்டு சமூகங்களின் ஆசீர்வாதம் எனக்கு இருப்பதால்தான்” என்றார்.

ஜனவரி – பிப்ருவரியில் 15 நாள் வருடாந்திரக் கண்காட்சி இங்கே நடத்தப்படுகிறது. முஸ்லிம்களுக்கு இது உர்ஸ் வைபவம்; இந்துக்களோ இதனை ஜாத்ரா என அழைக்கின்றனர். திந்திணி பள்ளிக்கூட ஆசிரியரான சுபாஷ் ராவ், “ஜாத்ராவின்போது இந்து சடங்கான பூஜை செய்தல், இஸ்லாமியப் பழக்கவழக்கமான சமாதியின் மேல் சால்வை போர்த்துதல் என்ற இரண்டையுமே நாங்கள் பின்பற்றுகிறோம். ஜாத்ராவின் போது திந்திணியில் ஆயிரக்கணக்கில் கூட்டம் கூடுகிறது. மௌனீஸ்வர் பாபாவின் தரிசனத்திற்காகப் பக்தர்கள் பல மணி நேரம் காத்திருக்கிறார்கள்” என விளக்கினார். அருகேயுள்ள கிராமத்திலிருந்து வரும் வியாபாரியான ரஹீம் கான், “ஜாத்ரா இப்பகுதியின் மிகவும் பரபரப்பான நிகழ்ச்சிகளில் ஒன்றாகும். இந்து – முஸ்லிம் வியாபாரிகள் சிறு கடைகளை அருகருகே அமைத்துக் கொள்கின்றனர். இரு சமூகங்களுக்கு இடையே நாங்கள் எந்தப் பேதமும் பார்ப்பதில்லை. எல்லோரும் கடவுளின் குழந்தைகள். இது எங்கள் புனித சாதுவின் செய்தியாகும்” என்றார்.

மௌனீஸ்வர் யார்? பல ஸூஃபி ஞானியரின் லட்சியங்களால் கவரப்பட்ட புனித இந்து சாது அவர் என்பதான குறிப்பு குல்பர்கா மாவட்ட மக்கள்தொகைக் கையேட்டில் உள்ளது.

‘பிறப்பால் விஸ்வகர்மா சாதியைச் சேர்ந்தவராக இருந்தாலும், இஸ்லாத்தின் கொள்கைகளில் அவர் பெரிதும் ஈர்க்கப்பட்டார். இவ்வாறாக திந்திணியில் உள்ள அவரது புகழ்பெற்ற அடக்கத்தலம் இந்துக்களுக்கும் முஸ்லிம்களுக்கும் வழிபாட்டுப் பொருளாக இருக்கிறது’ என்பதான பதிவு, தேதி ஏதும் இல்லாது கையேட்டில் உள்ளது.

புனித சாதுவைப் பற்றிய பழங்கதைகள் வண்ணமயமானவை. இப்பகுதியின் மிகப்புகழ்பெற்ற ஒரு கதை பிஜாப்பூரில் உள்ள உயர்குடி முஸ்லிம் ஒருவருக்காக மௌனீஸ்வர் அதிசயம் நிகழ்த்தியதை விவரிக்கிறது. அதன் விளைவாக புனித சாதுவின் பயபக்திமிக்க அடியாராக அவர் ஆனார். வெகுமக்கள் மதத்தில் வழக்கமாக நிகழ்வதுபோல பொழுதுபோக்கான, அறிவுபூர்வமான எல்லாக் காரணங்களையும் மீறிய உண்மையற்ற பழங்கதைகளால் மௌனீஸ்வரர் வழிபாட்டு மரபும் உருவாக்கப்பட்டிருக்கிறது. எவ்விதமிருப்பினும் மேலைக் கர்நாடகா பகுதியிலுள்ள அடித்தள மக்களின் புகழ்பெற்ற பண்பாட்டுக் கலவைக்கு மிகச்சிறந்த எடுத்துக்காட்டாக மௌனீஸ்வரர் வழிபாட்டு மரபு உள்ளது.

மௌனீஸ்வரரின் வாழ்வும் போதனைகளும் கல்விப்புலம் சார்ந்த தீவிர ஆய்விலிருந்து நழுவி விடுவதாகத் தோன்றினாலும், திந்திணி மௌனீஸ்வரர் ஆலயம், முக்கியமற்ற ஒரு சாதாரணக் கிராமத்துப் புனித ஆலயம் மட்டுமல்ல; மாறாக, குல்பர்கா பகுதியின் மிகவும் புகழ்பெற்ற மத வழிபாட்டு மரபாகும். அடிப்படையில், அது ஒரு கிராமிய வழிபாட்டு மரபாக இருந்தாலும், அப்புனித சாதுவிற்கு அஞ்சலி செலுத்துவதற்காக ஹைதராபாத், பிஜாபூர் ஏன் மும்பை போன்ற நகரங்களிலிருந்தும் பக்தர்கள் வருகின்றனர். யாத்ராவின்போது முடிவற்ற வெள்ளமாக வரும் புனிதப்பயணிகளுக்கு உணவு வழங்குவதற்காக இரவும் பகலும் நிர்வாகம் வேலை செய்வதாக குல்பர்காவின் மாவட்ட ஆணையர் கூறினார்.

இந்த வழிபாட்டு மரபு பற்றிய ஆய்வு குறைவாக இருந்த போதிலும், சூஃபி பக்தி லட்சியங்களின் ஒருங்கிணைவினை மௌனீஸ்வரரின் உருவத்தில் ஒருவர் தெளிவாகக் காண முடியும். தக்காணத்தின் பக்தி–சூஃபி இயக்கங்களின் முக்கியமான மையம் குல்பர்கா – பிஜாப்பூர் சுற்றுப் பகுதி ஆகும். முஸ்லிம் அதிகாரத்தின் இருப்பிடமாக இப்பகுதி இருந்த காலகட்டத்தில், பொருட்படுத்தத்தக்க ஒவ்வொரு அமைப்பினைச் சார்ந்த சூஃபிகளும் இங்கே குடியேறியிருந்தனர். இங்குள்ள நகர்களும் கிராமங்களும் அவர்களின் தர்காக்களால் இன்றும் நிரம்பி உள்ளன. மேலும் தக்காணத்தின் மிகப் புகழ்பெற்ற சூஃபியான

பந்தேநவாஸ் குல்பர்காவில் குடியேறியிருந்தார். அவரது பிரமாண்டமான சமாதி இன்னும் நகரின் பெருமையாக இருக்கிறது.

இதுபோல கர்நாடகாவின் மிக வலுவான பக்தி இயக்கமும் குல்பர்கா–பிஜாப்பூர் சுற்றுப்பகுதியிலேயே தொடங்கப்பட்டது. லிங்காயத் பக்தி இயக்கத்தைத் தோற்றுவித்த பசவா என்னும் பெயர்கொண்ட சீர்திருத்தவாதியின் சமாதி குல்பர்காவின் மத்தியில் உள்ளது. சாதி, பார்ப்பனச் சடங்குகள், பலதெய்வ வழிபாடு போன்றவற்றை மட்டுமல்லாது வேத உரைகளின் அதிகாரத்தையும் கூட அவர் மறுத்தொதுக்கினார். அவற்றின் இடத்தில் லிங்காயத் கோட்பாட்டினை வைத்து அதனை எல்லாருக்குமெனப் பிரகடனம் செய்தார். சிவபெருமான் மீதான பக்தி ஒன்றையே வலியுறுத்தினார். லிங்காயத் பக்தி என்னதான் சமத்துவத்தன்மை கொண்டதெனினும், அந்த இயக்கத்தினுள்ளும் சமூகப் பேதங்கள் மெல்ல ஊடுருவின. ஒரு சமயக்குழுவாகத் தொடங்கிய லிங்காயத்துகள், இன்று கர்நாடகாவின் மிகவும் சக்தி வாய்ந்த சாதியாக உருமாறியுள்ளனர்.

மதத்தின்மீது பார்ப்பனக் கட்டுப்பாட்டைத் தகர்ப்பதற்காகவே, நாட்டின் எல்லாப் பகுதிகளிலும் பக்தி இயக்கம் முக்கியமாகச் செயல்பட்டது. சாதித் தடைகளைத் தகர்த்தல், கடவுளை அணுக எல்லோரையும் அனுமதித்தல் போன்ற பக்தி இயக்கங்களின் லட்சியங்கள் மீதான இஸ்லாத்தின் மனிதம் மற்றும் சமத்துவத்தின் செல்வாக்கு பற்றிக் கட்டுக்கட்டாகக் காகிதங்கள் எழுதப்பட்டிருக்கின்றன. தக்காணத்தின் சுற்றுப்பகுதியிலுள்ள சூஃபிகளும், பக்தி இயக்கத்தின் பக்தர்களும் ஒருவரோடொருவர் நிலையான தொடர்பு வைத்திருந்தனர் என்பதில் சிறிதும் சந்தேகமில்லை. ‘பிஜாப்பூரின் சூஃபிகள்’ என்ற முதல் தரமான தனது புத்தகத்தில் ஆர்.எம்.ஈட்டன், ‘லிங்காயத் நம்பிக்கைக்கும் இஸ்லாத்திற்கும் கோட்பாட்டு ரீதியாக ஒத்த தன்மைகள் இருந்தன என்பது மட்டுமல்லாமல், குறிப்பிட்ட லிங்காயத் சமூக–சமய நிறுவனங்கள், சூஃபிகளுடன் பிரத்தியேகமான ஒப்புமை கொண்டுள்ளன. மடங்களும் கான்காக்களும் (சூஃபி ஞானிகள் தங்கும் தனியிடம்) ஆன்மீக வழிகாட்டும் மையங்களாகச் செயல்பட்டன. குரு, பீர் இருவருமே ஆன்மீகக் குழுவிற்குள் உறுப்பினர்கள் இணைவதைத் தொடங்கிவைத்தனர். நடுவராக இருந்து பக்தருக்கும் தெய்வத்திற்குமிடையே தொடர்பு ஏற்பட உதவினர்’ என்று குறிப்பிடுகிறார்.

வட கர்நாடகப் பகுதிகளில் உள்ள தர்காக்களின் முஸ்லிம் அல்லாத பக்தர்களில் பெரும்பாலோர் லிங்காயத்துகளே ஆவர். பீதாரில் உள்ள அஹமது ஷா வலி சமாதி போன்ற பல சூஃபி

புனித அடக்கத்தலங்களின் உர்ஸ் சடங்குகளுக்குக்கூட தலைமை வகிப்போராக லிங்காயத்துகள் இருந்ததும் உண்டு. சமீபத்திய லிங்காயத் துறவி ஒருவர் உண்மையில் ஒரு முஸ்லிம் ஆவார். அவர் லிங்காயத், முஸ்லிம் இரண்டு சமூகங்களிடமிருந்தும் தனது சீடர்களை ஏற்றுக்கொண்டார். சூஃபி மையங்களின் மீதான லிங்காயத்துகளின் பக்தி என்னும் ஓர் அபூர்வ நிகழ்வு வடக்குக் கர்நாடகத்தின் வலிமை மிக்க ஒருமைப்பாட்டுச் சக்திகளில் ஒன்றாகும்.

இப்பகுதியில் உள்ள பக்தி – சூஃபி லட்சியங்களின் கூட்டிணைவின் முக்கியப் பகுதியை மௌனீஸ்வர் வழிபாட்டு மரபு பிரதிநிதித்துவப் படுத்துகிறது. வட கர்நாடகப் பகுதிகளில் இஸ்லாமிய மறைஞானிகளுக்கும் இந்துப் பக்தர்களுக்கும் இடையேயான நெருக்கமான வரலாற்றுத் தொடர்புகள், வழக்கத்திற்கு மாறான வழிபாட்டு மரபு ஒன்று வேர்கொண்டு வாழ்வதைச் சாத்தியமாக்கி உள்ளன. இருந்தபோதிலும், ஒப்புநோக்கும்போது, இந்தச் சிறிய மரபு இப்பகுதிக்கு வெளியே அறியப்படாத ஒன்றாகவே இருக்கிறது. விசுவாசிகள் நம்பிக்கை யுடன் ஒழுங்குமுறை தவறாது இங்கே வருகின்றனர். ஆனால் இதுபற்றி வெளியே ஒருவருக்கும் தெரிவதில்லை. பிற இந்தியப் பகுதிகளுடன் பகிர்ந்துகொள்ள ஒரு முக்கியச்செய்தி தங்களிடம் இருப்பதாக இங்கே வழிபடுவோர் தெரிவிக்கின்றனர். திந்திணியின் வியாபாரியான யாகூப், “பாபர் மசூதி கோயிலா அல்லது பள்ளி வாசலா என அவர்கள் எப்படி சண்டை செய்தனர் என்பதைப் பாருங்கள். இங்கே திந்திணியில் ஒரு கட்டடம் கோயில், தர்கா இரண்டையுமே உறைவிடமாகக் கொண்டுள்ளது. சச்சரவின்றி இந்துக்களும் முஸ்லிம்களும் இங்கே சேர்ந்து வழிபடுகின்றனர்” என்றார்.

ஆனால், வகுப்புவாதத் தீப்பொறி உருவாவதும், ஆலயத்தை இந்துக் கட்டுப்பாட்டுக்குள் கொண்டுவருவதுமான சாத்தியக் கூறுகள் பா.ஜ.க. கையில் உள்ளன. இப்போது கர்நாடகாவின் வலிமை மிக்க சக்தியாக பா.ஜ.க. விளங்குகிறது. சுற்றுப் பகுதியில் ஆர்.எஸ்.எஸ். செயலூக்கத்துடன் உள்ளது. இந்துக்கள் தமக்குச் சொந்தமானது என இந்த ஆலயத்திற்கு உரிமை கோரலாம். முஸ்லிம்களும் ஆலய உரிமையை மெல்லக் கைவிட்டுவிடலாம். அத்தகைய ஓர் ஆலயமாக இது இருக்கிறது. முஸ்லிம்கள் இதனைக் கைவிட்டு விடுவதற்கான காரணங்கள் பலதரப்பட்டவை. 1. ஆதிக்கம் மிக்க சமூகத்திற்கு இணங்கிப்போதல். 2. பழைமைவாத தூய இஸ்லாமிய முன் உதாரணங்கள் பற்றிய பிரச்சாரம். இது போன்ற பழமைவாத முன் உதாரணங்களில் மதநல்லிணக்கம் சார்ந்த நம்பிக்கைகளுக்கு இடமில்லை.

மீதேயிகள் பிணைப்பு

மணிப்பூர்

தவறான காரணங்களுக்காகவே மணிப்பூர் எப்போதும் செய்திகளில் இடம் பெறுகிறது. இந்திய அரசுக்கு எதிரான கிளர்ச்சிகள், குக்கி – நாகா மோதல்கள், அவ்வப்போதைய இந்து – முஸ்லிம் வன்முறை என அந்த மாநிலத்தில் கலகங்கள் நிகழ்ந்தவாறுள்ளன. ஆனால் குக்கிகள், நாகாக்கள் யார் என்பது பற்றிக் கொஞ்சமாயினும் அறிந்தவர்கள் மாநிலத்திற்கு வெளியே வெகு சிலர் கூட இல்லை. இதுபோல வேதனை மிகுந்த இந்த மாநிலத்தைப் பற்றி 2012 மே மாதம் டெல்லி தினசரிகளில் தலைப்புச் செய்தி வந்தது. மதக் கலவரத்தினால் கிட்டத்தட்ட 100 மணிப்புரி முஸ்லிம்கள் மாண்டனர் என்பதே தலைப்புச் செய்தி. டெல்லி அதன் வழக்கமான விசேஷ குணத்துடன், முஸ்லிம்கள் மணிப்பூரில் உள்ளனர் என்ற நிஜத்தை அப்போதுதான் அறிய வந்த முழு ஆச்சரியத்துடன் பதிலளித்தது

மிகச் சிறியதாக இருந்தாலும், மணிப்பூர் மிக மிகச் சிக்கலான மாநிலமாகும். மீதேயிகள், குக்கீக்கள், நாகாக்கள் என அந்த மாநிலத்தின் மக்களை மூன்று இனக்குழுக்களாகப் பொதுவாக வகைப்படுத்த முடியும். மாநிலத்தின் பதினைந்து லட்சம் மக்கள் தொகையில் 60 விழுக்காடு உள்ள மீதேயிகள் மிகச் சக்திவாய்ந்த குழுவாகும். பெரும்பாலான மீதேயிகள் இந்துக்கள். இவர்கள் 700 சதுர மைல் பரப்பளவு உள்ள இம்பால் பள்ளத்தாக்கில் வாழ்கின்றனர். மணிப்பூர் மக்களில் சற்றேறக்குறைய 9 விழுக்காடு

மீதேயி முஸ்லிம்களாவர். இது, மாநிலத்திற்கு வெளியே ஒரு சிலரே அறிந்த உண்மையாகும். இந்துக்களும் முஸ்லிம்களுமான மீதேயிகள் வளமான இம்பால் பள்ளத்தாக்கில் செல்வாக்கு செலுத்துகின்றனர். ஆனால் மணிப்பூர் மக்கள் தொகையில் 32 விழுக்காடு உள்ள பற்பல பழங்குடி இனத்தவர்களுக்குச் சுற்றிச் சூழ்ந்துள்ள மலைக்குன்றுகளே வாழுமிடங்களாக உள்ளன. இப்பழங்குடியினர் பொதுவாக குக்கிகள், நாகாக்கள் என இரண்டு முக்கியக் குழுக்களாக வகைப்படுத்தப்படுகிறார்கள். இந்தப் பழங்குடியினரில் 80 விழுக்காடு கிறிஸ்துவர்களாவர். இவ்வாறாக மிகச்சிறிய இந்த மாநிலம் மூன்று பிரதான மதங்களும் வாழுமிடமாகும். தமக்கே உரித்தான தனி விழுமியங்களோடும், சடங்கு சம்பிரதாயங்களோடும் பழங்குடியினர் இந்த உலக மதங்களோடு ஒன்று சேர்ந்து வாழ்வது மணிப்பூரை ஒரு சுவாரஸ்யமான ஆய்வுக்களமாக ஆக்குகிறது.

பதினெட்டாம் நூற்றாண்டில் கரிப் நிவாஸ் (1708–1748) என்ற அரசன் வைணவத்தை அலுவலக அரசு மதமாகப் பிரகடனப் படுத்தியபோது, இந்துமதம் வலுவான சக்தியாக மணிப்பூரில் உருவானது. வங்காளத்தின் பெரிய பக்தி மதபோதகரான சைதன்ய மகாபிரபுவின் வைணவமான இது, கிருஷ்ண பக்திக்கு அழுத்தம் தந்தது. எவ்விதமிருப்பினும், வைணவத்தைப் பின்பற்றியதால் மீதேயிகளின் லாயிஸ் எனக்கூறப்படும் ஆன்மவாத மதம் புதைக்கப்பட்டதாகப் பொருளாகாது. (ஆன்மவாதம் என்பது உயிரில்லாப் பொருளுக்கும் இயற்கை நிகழ்ச்சிக்கும் ஒரே ஆன்மாவைக் கற்பிக்கும் கொள்கை). மீதேயிகளின் இந்த ஆன்மவாத மதம் பழையது; அமைப்பு ரீதியாக இந்து மதம் உருவாகி வளர்வதற்கு முந்தையது. மனிதப்பலி போன்ற சில பழங்குடி வழக்கங்கள் ஒழிக்கப்பட்டன என்றாலும், பல சமயங்களில் பழைய மீதேயி தெய்வங்களோடு, புதிய வைணவத் தெய்வங்களையும் வழிபடுவது தொடர்ந்தவாறுள்ளது. இன்றைய தேதிவரை பாரம்பரிய மீதேயி பூசாரிகளும், பெண் பூசாரிகளும் (இவர்கள் முறையே மைபாஸ், மைபிஸ் என அறியப்படுவர்) மணிப்பூரின் சமய வாழ்க்கையில் பிராமண வைணவப் பூசாரிகளுக்கு இணையாக முக்கியப் பங்கு வகிக்கின்றனர். சில பாரம்பரிய மீதேயி கடவுளர்கள் புதிய இந்துக் கடவுளர்களுடன் இப்போது அடையாளம் காணப்படுகின்றனர். இதுபோல மீதேயிகள், தங்களின் பாரம்பரியப் பண்டிகைகளோடு இந்துப் பண்டிகைகள் கொண்டாடுவதையும் தொடர்ந்து வருகின்றனர்.

இந்தக் கூட்டிணைவின் மிகவும் வளர்ச்சியுற்ற வெளிப்பாடு மணிப்புரி நடனமாகும். இந்த நடன வடிவத்தின் மூலச்சுவடுகள், அமைப்பு ரீதியாக இந்து மதம் உருவாகி வளர்வதற்கு முந்திய

மரபுகளிலும், சடங்கு சம்பிரதாயங்களிலும் உள்ளன. இருந்த போதிலும், பெரும்பாலான இன்றைய நடனங்கள் ராதா – கிருஷ்ணன் புராணக்கதையை மையமாகக் கொண்டுள்ளன. மோய்ராங் நகரில் உள்ள தங்ஜிங் கோயில், அமைப்பு ரீதியாக இந்து மதம் உருவாகி வளர்வதற்கு முந்திய காலகட்டத்தின் மிகவும் புகழ் பெற்ற புனித ஆலயமாகும். இது மிகப்பெரிய மணிப்புரி நடன மையமுமாகும். தொன்மையான மீதேயி சடங்கான லாய் ஹராவ்பா (மீதேயி தாங்ஜிங் கோயிலின் படைப்பு நடனம்) இந்து மதத்தின் அணைத்துச்செல்லும் தன்மைக்கும், உட்கிரகிக்கும் சக்திக்கும் ஆவணமாய் நிற்கிறது.

இந்து மதம் வந்த கிட்டத்தட்ட அதே காலத்தில் இஸ்லாமும் மணிப்பூருக்கு வந்தது. முஸ்லிம்களின் முதல் வருகை பதினேழாம் நூற்றாண்டுத் தொடக்கத்தில் நிகழ்ந்தது. பெரும்பான்மையினர் போர்க் கைதிகளாவர். முஸ்லிம் கூலிப்படையினர், சில அரசர்களின் படையில் சேர்ந்தனர். மணிப்பூர் மகாராஜா அந்த அரசர்களைத் தோற்கடித்தார். சில ஆரம்பகால முஸ்லிம்கள் கைவினைக் கலைஞர்களாகவும், வெடிகுண்டு தயாரிப்பவர்களாக வும் இருந்தனர். இவர்களை மகாராஜா மணிப்பூருக்குக் கொண்டு வந்தார். இந்த முஸ்லிம்கள் அனைவரும் கடைசியில் மாநிலத்தில் நிலைகொண்டனர். அவர்கள் உள்ளூர் மீதேயி பெண்களை மணந்தனர். இவர்களின் வழிவந்தோரே மணிப்பூர் முஸ்லிம்கள் ஆவர்.

காரிப் நிவாஸ் போன்ற சில மணிப்புரி ஆட்சியாளர்களின் தெளிவான சில கொள்கைகள் இந்துக்களும் முஸ்லிம்களும் ஒருவரோடொருவர் அளவளாவும் வழிமுறைகளில் உதவின. காலப்போக்கில், முஸ்லிம்கள் மணிப்புரி சமூகத்துடன் ஒருங்கிணைக்கப்பட்டனர். முஸ்லிம்களுக்குப் பாரம்பரிய மீதேயி குலக்குழுவின் பெயர்கள் அளிக்கும் அளவுக்கு, இந்த ஒருங்கிணைவு வளர்ந்தது. இன்றும் மணிப்புரி முஸ்லிம்கள் இஃபாம், குலைபாம், கொய்ஜிங், வாங், போகி, மோக்ஜை, மோனம், செஷாம் போன்ற குலக்குழுக்களின் பெயர்களைக் கொண்டுள்ளனர். பள்ளத்தாக்கின் இந்துக்களையும் முஸ்லிம் களையும் இணைக்கும் மிகவும் சக்தி வாய்ந்த பிணைப்பு மணிப்புரி மொழியாகும். மணிப்பூரின் முஸ்லிம் கல்வியாளரான ஜனாப் கான், “உணவு, மொழி, உடை என மீதேயி கலாசாரத்தின் ஒவ்வொரு தன்மையிலும் நாங்கள் எங்களை அடையாளம் காண்கிறோம். வேறெங்கிலும் உள்ள முஸ்லிம் பெண்களை விடவும் எங்கள் பெண்கள் அதிக அளவு முன்னேற்றமடைந்துள்ளனர். மணிப்பூரின் பெண்கள் எப்போதுமே உறுதியாவனவர்கள் என்பதுதான் காரணம்” என்றார்.

ஆதலால், 2012 மே கலவரங்கள் இந்து–முஸ்லிம் விரோதத்தின் அல்லது பிரிவின் பிரதிபலிப்பு அல்ல. அப்பகுதியில் அரசுக்கு எதிராகக் கிளர்ச்சி பரவிற்று. இதனால் உருவான எதிர் விளைவாகவே 2012–மே கலவரங்கள் பெரும்பகுதி நடந்தன. மீதேயி கிளர்ச்சியாளர்களாகிய மக்கள் புரட்சிப்படை, ஒரு முஸ்லிம் போதைப்பொருள் வியாபாரியுடன் நடத்திய சிறிய மோதல், வளர்ந்து பெரிதாகி கலவரத்தில் முடிந்தது. இதில் நூறு முஸ்லிம்கள் படுகொலை செய்யப்பட்டனர். மூன்று இந்துக்கள் உயிரிழந்தனர். அப்பகுதியின் பத்திரிகையாளர், “இது மதக்கலவரம் அல்ல. இங்கே முஸ்லிம்களைப் பற்றி ஒரு குழு அவதூறு பரப்பி அவர்களைக் கொலை செய்ய ஆரம்பித்தது. மக்கள் புரட்சிப் படையினால் நடத்தி முடிக்கப்பட்ட முஸ்லிம்கள் மீதான பழிவாங்கல் இது என்பதைப் புயல் அடங்கிய பின்னர்தான் நாங்கள் அறிய வந்தோம்” என்றார்.

நடந்துகொண்டிருக்கும் குக்கி – நாகா மோதல்களுக்கு இங்குள்ள பற்பல கிளர்ச்சி அமைப்புகளே பொறுப்பாகும். குக்கி, நாகா இரண்டு பிரிவினரும் தனியான சுதந்திரத் தாய்நாடுகளுக்காகப் பிரிவினை கோரும் தத்தமது தலைமறைவு இயக்கங்களின் பிடியில் உள்ளனர். இதில் மிகவும் சக்திவாய்ந்த தேசிய சமத்துவ நாகலாந்து சபை (முய்வா தரப்பு), நாகாக்கள் அதிகமாக வாழும் பகுதிகளிலிருந்து குக்கிகளை அகற்றும் கருணையற்ற இன அழிப்பினை முன்நின்று வழிநடத்துகிறது. குக்கிகளின் தலைமறைவு அமைப்புகளான ‘குக்கி தேசியப் படை’யும் ‘குக்கி புரட்சிப் படை’யும் நவீன ஆயுதங்கள் தாங்கிய நாகாக்களுக்கு இணையாக முடியாது. பாரம்பரியப் பழங்குடிப் பகைமை ஒருபுறம் இருக்க, வழக்கமான சமீபத்திய சண்டையோ நிலத்திற்காக நடந்ததாகும்.

பெரும்பாலான குக்கிகளும் நாகாக்களும் கிறிஸ்துவர்களாக இருந்தபோதும், அவர்கள் ஒருவருக்கொருவர் கருணை காட்டுவதில்லை. மாறாக சென்ற ஆண்டு இரு கிளர்ச்சி அமைப்புகளும் இரக்கமற்ற விதத்தில் போரிட்டதன் விளைவாக, கிட்டத்தட்ட முந்நூறு உயிர்கள் மாண்டன. பரஸ்பர நாச விளைவுகளை ஏற்படுத்தும் போர்கள், அண்டை இனக்குழுக்கள் மீதான திடீர்த் தாக்குதல்கள், எதிரிகளின் தலைகளைச் சேகரிக்கும் பழக்கம் போன்றவை பழங்குடியினர் வாழ்வின் பகுதியாக இந்த நூற்றாண்டுத் தொடக்கம் வரை இருந்தது. ஆங்கிலேயர் ஆட்சி, நூற்றாண்டு சமயப் பரப்புக் குழு முதலியன காரணமாகப் பெரும்பாலான பழங்குடியினர் கிறிஸ்துவத்தைத் தழுவினர். இதனால் அவர்களின் வாழ்வே உருமாறியதாக நம்பப்படுகிறது. மதப்பரப்புநர்களின் மிகப்பெரிய பங்களிப்பு, கல்விக்கு அவர்கள்

தந்த முக்கியத்துவம் ஆகும். இதன் விளைவாக, கேரளாவிற்கு அடுத்தபடியாக இன்று வடகிழக்கு மாநிலங்கள்தாம் நாட்டிலேயே கல்வியறிவு அதிகம் கொண்டவையாக (56%) உள்ளன. தங்களுக்கென ஒரு தனி அடையாளத்தைத் தக்கவைத்துக்கொள்ளப் பழங்குடியினருக்கு உதவியதே கிறிஸ்துவத்தின் பெரிய பங்களிப்பு ஆகும். நேரடியாகச் சொல்வதானால் பழங்குடிகள் இந்து சமூகத்தினுள் இணைக்கப்பட்டுத் தங்கள் அடையாளத்தை இழந்துவிடாதபடி ஒரு தடுப்புச் செயல்முறையாக கிறிஸ்துவம் பணியாற்றியிருக்கிறது எனலாம். ஒரு நாகா கல்வியாளர் "நாங்கள் கிறிஸ்துவர்களாக ஆகியிராவிட்டால் இப்பகுதி இந்துக்களில் கடைநிலைச் சாதியாக இருந்திருப்போம்" என்றார்.

பழங்குடியினரின் பாரம்பரியப் போர் நடவடிக்கைகளுக்கு முன்னால் கிறிஸ்துவ சகோதரத்துவம் பெரும்பாலும் சரணடையும் என்பதையே குக்கி – நாகா பழங்குடியினரின் போர் நடவடிக்கைகள் நிரூபிக்கின்றன. இனம், மொழி, வாழும் பகுதி போன்றவை தொடர்பான சூழ்நிலைகளும் நிஜங்களும்தாம் மக்களின் உணர்வறித் திறனைத் தீர்மானிப்பதில் மதத்தைவிடவும் அதிக முக்கியத்துவம் வாய்ந்தவை என்பதையே இந்த மோதல்கள் அடிக்கோடிட்டுக் காட்டுகின்றன. குறைந்தபட்சம் வடகிழக்கைப் பொறுத்தவரையாவது, பழங்குடி மற்றும் குலக்குழு மீதான விசுவாசம், மதப் பிணைப்புகளை எளிதாகத் தாண்டிச் சென்று விடும். ஆனால் மீதேயிகளைப் பொறுத்தவரை, மத எல்லைகளை இன்னும் முறித்திராத பிணைப்புகள் உள்ளன.

நோக்கம் நிறைவேறிற்று

இந்தியாவின் வடகிழக்கு மாநிலங்களில் கலப்புப் பண்பாட்டினைத் தேடுவதென்பது கிறிஸ்துவத்தின் தாக்கத்தைப் புரிந்துகொள்வதான மற்றொரு பயணத்தின் தொடக்கமாகும். சமூக-மதமாற்றத்தின் தெளிவான ஓர் உதாரணம் வடகிழக்கின் மலைவாழ் பழங்குடி மக்கள் மீதான கிறிஸ்துவத்தின் தாக்கமாகும். ஒரு நூற்றாண்டுக் குள்ளாகவே பெரும்பான்மையான பழங்குடியினர் தங்களின் ஆன்மவாத (உயிரில்லாப் பொருளுக்கும் இயற்கை நிகழ்ச்சிகளுக்கும் ஒரே ஆன்மா எனப்படும் கொள்கை) நம்பிக்கைகளைத் துறந்து கிறிஸ்துவத்தைத் தழுவியிருக்கின்றனர். கிறிஸ்துவத்தின் பரவலுடன் கைகோர்த்தவாறு படிப்பறிவும் பரவிற்று என்பது இந்த சமய நம்பிக்கையின் மிகப்பெரிய கொடை எனலாம்.

ஆங்கிலேய நிர்வாகத்தின் கொள்கைகளால் சமயப் பரப்புரையாளர்கள் பயனடையவில்லை என கிறிஸ்துவத்தின் எந்த மாணவனும் வாதிக்க முற்படமாட்டான். "வடகிழக்கு இந்தியாவில் சமூக உருவாக்கங்கள்" என்ற ஆய்வுக் கட்டுரையில் பேராசிரியர் ஆனந்த.சி. பகவதி எழுதுவது: "ஆன்மீக நன்மைகள் மட்டுமின்றி மக்களின் நல்வாழ்விற்காகப் பரப்புரையாளர்கள், தொழில் நுட்பத்திலும் ஈடுபாடுகொண்டனர். மதமாற்றத்தின் வெற்றியை இத்தொழில் நுட்பத்தின் வழியிலும் காணவேண்டும். பலதரப்பட்ட மொழிகளின் எழுத்து வடிவங்களின் மேம்பாடு, புத்தகங்கள்

அச்சுருவாக்கம் (பைபிள் அச்சடிக்கப்பட்டது முதற்கொண்டு), மருத்துவ வேலை, பள்ளிக்கூடங்கள் திறத்தல் போன்றவை பழங்குடியினர் வசிக்கும் பகுதிகளுக்குள் அறிமுகமான சில முக்கியமான செயல்பாடுகளாகும்."

இன்று வடகிழக்கில் சமயப் பரப்புரையாளர்களாக எஞ்சி யுள்ளோர் ஒருவருமில்லை. கிறிஸ்துவ தேவாலயம் இப்போது உள்ளூர்வாசிகளால் நடத்தப்படுகிறது. பயணம் செய்ய விசா கிடைக்கும்போது, மேற்கின் சமயப் பரப்புரையாளர்கள் குறுகிய காலம் இந்தியாவுக்கு வருகை தருகின்றனர். சுதந்திரத்திற்குப் பிறகே பெருமளவு மதமாற்றங்கள் நிகழ்ந்துள்ளதாகவும் ஆங்கிலேய ஆட்சியின்போது அல்ல எனவும் நாகலாந்தின் தலைநகரமான கோகிமாவில் உள்ள ஒருங்கிணைந்த ஞானஸ்னான கிறிஸ்துவத் தேவாலயத்தின் பாதிரியார் சுட்டிக்காட்டினார். உதாரணமாக, *1955* வரை நாகர்களில் *45* விழுக்காடு மட்டுமே கிறிஸ்துவத்தைத் தழுவியிருந்தனர். இன்று இது *95* விழுக்காடு ஆகும். இது கிறிஸ்துவத்தினால் அளிக்கப்படும் உலகாயத ஆதாயங்களுடன் தொடர்புடையது என்பது தெளிவான ஒன்றாகும். கிறிஸ்துவத்திற்கோ அல்லது இடைக்கால இஸ்லாத்திற்கோ பெரும் எண்ணிக்கையில் மக்கள் மதம் மாறினர். இவ்வித மாற்றங்களைப் பொறுத்தவரை ஆன்மீகத் தேடல் என்பது பெரும்பாலும் வெளிப்படையான உலகாயத ஆதாயங்களுடன்தான் தொடர்புடையது ஆகும்.

மலைவாழ் பழங்குடியினர், சமவெளிகளின் கடைநிலை இந்து சமூகங்களோடு ஒருங்கிணைந்துவிடும் அபாயத்திற்கு எதிராகத் தங்களின் அடையாளங்களைத் தக்கவைத்துக்கொள்ள உதவுவது கிறிஸ்துவத்தின் ஒரு செயல்பாடாகும் எனப் பல சமூகவியலாளர்கள் உறுதியாகத் தெரிவிக்கின்றனர். இதனை எளிதாக இவ்விதம் சொல்லலாம்: கீழ்சாதி இந்துக்கள் எனத் தாங்கள் வகைப்படுத்தப்படுவதை விடவும் கிறிஸ்துவத்தைத் தழுவுவதையே பழங்குடியினர் விரும்பினர். இவ்வித நிகழ்முறைகளினூடே, மலைவாழ் பழங்குடியினருக்கும் சமவெளி மக்களுக்கும் இடையேயான பாரம்பரியப் பகையை மேலும் வலுவாக்கவும் கிறிஸ்துவம் முனைந்தது. இதனால் இந்தியாவின் பெருநிலப்பகுதியிலிருந்து மலையக மாநிலங்கள் தனிமைப்படுவது அதிகரித்தது. சிறிய மலையக மாநிலங்களில் வசிப்போர் தங்கள் தனித்த அடையாளங்களில் மாறாது உறுதியாக இருப்பதை வடகிழக்கிற்கு வருகை தரும் ஒருவர் உணரமுடியும்.

பெரிய தேசிய அடையாளம் வலுகுறைந்து போகாமல், ஒரு குறிப்பிட்ட அடையாளத்தை மேம்படுத்துவது என்பது

பெரும்பாலும் கடினமானது. இந்த மலைவாழ் மக்கள் அனைவருமே நாகர்கள் அல்லது மிசோக்கள் என்பதாகவே தங்களை அடையாளம் காண்கின்றனர். வடகிழக்கில் நிகழ்ந் திருப்பது இதுதான். வெளியே இருந்து வருபவரை இந்தியன் என முத்திரை குத்துவதில் அவசரம் காட்டுகின்றனர். இதனாலேயே வடகிழக்கிலுள்ள கிறிஸ்துவம் பிரிவினையைத் தூண்டுவதாகக் குற்றம் சாட்டப்படுகிறது. இங்கே ஒன்றைக் குறிப்பிட்டே ஆகவேண்டும். சில பழங்குடியினரிடம் பிரிவினைப் போக்குகள் இருப்பதாகக் கூறப்படுகிறது. அவர்கள் தங்களின் சமூக-கலாசார அடையாளத்தை சுதந்திர இந்தியாவின் அடையாளத்திற்கு எதிரெதிராக வைத்து மறுவிளக்கம் காணும் முயற்சிகளே இப்போக்குகள் எனலாம். பெரும்பாலான பழங்குடியினருக்கு, பெரிய தேசத்தின் பகுதியாக இருப்பதான அனுபவம் ஒப்பீட்டளவில் சமீபத்தியதே. அங்காமி பழங்குடியைச் சார்ந்த நாகர் இளைஞனான நியு, "எங்கள் இன வழி (மங்கோலியர்) வித்தியாசமானது. எங்கள் மொழிகள் சமஸ்கிருதத்தில் வேர் கொண்டவை அல்ல. எங்கள் மதமும் இந்தியர்களிடமிருந்து வேறுபட்டது" என்றான்.

பழங்குடியினர் தங்களின் வேறான, தனித்த அடையாளத்தைத் தக்கவைத்துக்கொள்ள கிறிஸ்தவம் உண்மையில் பங்களிப்பு செய்திருக்கிறது. பழங்குடி வாழ்க்கைமுறையை அவர்கள் தக்கவைத்துக்கொள்ள மதம் பங்காற்றியது என்பதல்ல இதன் பொருள். மாறாக, பழைய பழங்குடிச் சடங்கு சம்பிரதாயங்கள் மறக்கப்பட்டுவிட்டன; மத நடைமுறைகள் உருமாறியுள்ளன; சமூக – சமயத் தொடர்புகள் திருத்தம் கண்டுள்ளன; சமூகப் படிநிலைகள் இல்லாத ஓர் அற்புதப் பழங்குடி மரபு இன்று அங்கே வாழ்கிறது. உண்மையில் பணக்காரர்கள்–ஏழைகள் அங்கு உள்ளனர்தாம். இருந்தபோதிலும், சேர்ந்து உண்பதிலிருந்தும் குடிப்பதிலிருந்தும் இது அவர்களைத் தடுத்து நிறுத்துவதில்லை. ஒவ்வொரு மனிதனும் மற்றவனுக்குச் சமமாகத் தன்னைக் கருதுவதால் வடகிழக்கில் கொத்தடிமை முறை ஏறக்குறைய இல்லை என்றே சொல்லலாம். பழைய பழங்குடிப் பழக்கமான கூட்டு வாழ்க்கையிலேயே இந்த மரபு வேர்கொண்டுள்ளது என்பது வெளிப்படையான ஒன்றாகும். அந்த மாநிலத்தின் அதிகப் படிப்பறிவு அளவுடன் இதனை இணைத்துப் பார்க்கும்போது, அற்புதமான பெருமைமிக்க மக்கள் திரள் அங்கிருப்பதை நாம் காணலாம்.

வடகிழக்கு மாநிலங்களை அலைக்கழித்துவரும் ஊழல் மற்றும் அரசுக்கு எதிரான கிளர்ச்சிகளுக்கே பெரும்பாலான

இந்தியர் அதிக முக்கியத்துவம் தருகின்றனர். அமெரிக்க *Wild West*-ன் இந்திய இணை என்பதாகவே சமீப காலம்வரை இப்பகுதி இருந்ததையும், இவ்விதமாகவே இதனை மைய நீரோட்ட இந்தியா பெரும்பாலும் காண்கிறது. (*Wild West* என்பது பத்தொன்பதாம் நூற்றாண்டில் அமெரிக்காவின் மேற்குப்பகுதிகளில் பூர்வ குடிகளான செவ்விந்தியர் இருந்துவந்தனர். ஐரோப்பியர் இங்கே குடியேறி, தங்களின் ஆதிக்கத்தை நிறுவத்தொடங்கினர். பூர்வகுடிகளான செவ்விந்தியர்களை நாகரிகமற்ற காட்டுமிராண்டிகளாகக் கருதினர். ஐரோப்பியர்களுக்கும் பூர்வகுடிகளுக்கும் மோதல்களும் போர்களும் தொடர்ந்து நிகழ்ந்தன. (மொ-ர்). விசயங்களை வெகுசிலரே ஆழமாக உற்று நோக்கி இப்பகுதியின் குறிப்பிடத்தக்க வெற்றிகளைப் பாராட்ட அக்கறை கொண்டுள்ளனர். ஒரு நூற்றாண்டிற்கு முன்புவரை தங்கள் மொழியில் எழுத்து வடிவமே இல்லாதிருந்த ஒரு மக்கள் கூட்டம், கிறிஸ்துவத்தின் மிகச் சிறிய உதவியோடு இந்தியாவில் படிப்பறிவு மிக்க மக்களின் ஒரு பகுதியாகத் தங்களை உருவாக்கிக் கொண்டுள்ளது.

மதமாற்றம் பற்றி . . .

தமிழ்நாட்டின் மதுரை மாவட்டத்தில் உள்ள ஒரு கிராமத்தில் கீழ்சாதி இந்துக்கள் இஸ்லாத்திற்கு மதம்மாறியது பற்றிய செய்தியை டெல்லியிலுள்ள முன்னணி தினசரி பிரசுரித்திருந்தது. "அரிசனங்கள் இஸ்லாத்திற்கு மதம் மாறும் சூழலைச் சாதிய ஒடுக்குமுறை ஏற்படுத்தியது" என்ற தலைப்பில் வந்த அந்தச் செய்தி, 'சரிசமமாக நடத்தப்படாது அவமானப்படுத்தப்பட்டதன்' காரணமாக குராயூர் கிராமத்திலுள்ள ஆயிரம் அரிசனங்களில் முந்நூறு பேர் 1982லிருந்து இஸ்லாத்திற்கு மதம் மாறியிருக்கின்றனர்' எனக் குறிப்பிட்டிருந்தது. இவை எல்லாவற்றையும் தெரிவித்த பின்னர் அப்பத்திரிகை நிருபர், "சமூக அந்தஸ்து அல்லது வளைகுடா வேலை எதனையும் மதம் மாறியவர்கள் பெற்றதாகத் தெரியவில்லை. மதம் மாறியவர்கள் தங்கள் பழைய சாதிப் பெயர்களாலேயே இன்னும் அழைக்கப் படுகின்றனர். முஸ்லிம்களும் மதம் மாறியவர்களைத் தங்களுக்குச் சமமாக நடத்துவதில்லை" என்று மேலும் குறிப்பிட்டிருந்தார்.

மத மாற்றம் மிகவும் சிக்கலான ஒரு பிரச்சினையாகவே பெரும்பாலும் இருந்து வந்திருக்கிறது. ஆகவே மத நல்லிணக்க மரபுகள் தொடர்பான எந்தச் செயல்பாட்டையும் கவனமாக அணுகவேண்டும். சாதி மட்டுமே இஸ்லாத்திற்கு மாறுவதை ஊக்குவிக்கும் காரணியெனில், எல்லா கீழ்சாதி இந்துக்களும் இஸ்லாத்தைத் தழுவியிருக்க வேண்டும் என்பதே தர்க்கபூர்வமானது. அதே சமயம்

இடைக்காலத்தின் போது தொழில்ரீதியாக ஒன்றிணைந்த மக்கள் குழுக்கள் முழுவதுமே இஸ்லாத்திற்கு மதம் மாறினர். இந்த நிகழ்வு மதமாற்றத்திற்கான ஒரு தூண்டுவிசை, உண்மையிலேயே சாதியாகும் என்பதை உணர்த்துகிறது. இந்த நிகழ்முறைகளில் சூஃபி ஞானியரும் முக்கியப் பங்களிப்பு செய்துள்ளனர். ஒரு குறிப்பிட்ட சூஃபி அமைப்பு அல்லது ஒரு சூஃபி ஞானியின் செல்வாக்கின்கீழ் வந்த பின்னர், குலக்குழுக்களும் கிராமங்களும் அல்லது சமூகங்கள் முழுவதுமாகவே தங்களை முஸ்லிம்கள் எனப் பிரகடனப்படுத்திய எண்ணற்ற நிகழ்வுகள் பதிவாகியுள்ளன. சாத்தியமான இந்தக் காரணங்களாலும் இவற்றோடு இணைந்த பொருளாதாரச் சலுகைகளாலும் இந்திய வரலாற்றின் பல்வேறு காலகட்டங்களில் பெரிய அளவு மதமாற்றங்கள் நிகழ்ந்தன.

தமிழ்நாட்டின் சமீபத்திய மதமாற்றங்களைப் பொறுத்தவரை (அவை உண்மையில் நடந்திருந்தால்) அவையும் கூட, ஆன்மீகம் தவிர்த்த பிற காரணங்களால் ஊக்குவிக்கப்பட்டவையே. அதே டெல்லி பத்திரிகையில் தெரிவிக்கப்பட்ட இன்னொரு செய்தி: 'மதுரை மாவட்டத்தின் மற்றொரு கிராமத்தைச் சார்ந்த இருநூறு அரிசனங்கள் தங்களுக்கும் அக்கிராமத்தின் சில பின்தங்கிய சாதியினருக்கும் இடையிலான ஓர் உள்ளூர்ச் சச்சரவை அரசு தீர்க்காவிட்டால் ஆகஸ்ட் பதினைந்தாம் தேதி இஸ்லாத்திற்கு மதம் மாறப்போவதாகப் பயமுறுத்தினர்' என்பதாகும்.

சமூகத் தீமைகளிடமிருந்து விடுபட கீழ்சாதியினர் இஸ்லாத்தைத் தழுவும் நிகழ்முறைகள் அனைத்திலுமே ஒரு முரண் உள்ளது. அது என்னவெனில், இஸ்லாமிய சமத்துவ லட்சியத்திற்கு எதிராக இந்திய முஸ்லிம் சமூகமும் கூடச் சாதிகளின் கோட்டிலேயே பிரிக்கப்பட்டுள்ளது என்பதாகும். வட இந்தியாவில் எந்த 'செய்யதுʼம் ஒரு 'ஜுலகா'வைத் திருமணம் செய்யமாட்டார். அதேபோல முந்தைய அரபு வணிகர்களிடத்தில் தங்களின் வம்சாவழியைத் தேடும் தமிழ்நாட்டின் மரைக்காயர் முஸ்லிம்கள், லெப்பைகளை விடவும், பின்காலத்திய மதம் மாறியவர்களை விடவும் தங்களைச் சற்று உயர்வாகவே கருதுகின்றனர்.

தொழில் ரீதியாக ஒன்றிணைந்த மக்கள் குழு முழுவதுமே இஸ்லாத்திற்கு மாறியதான ஆதாரம் உள்ளது. நை, கசாய், ஜுலகா அல்லது தார்சி போன்ற பல முஸ்லிம் சாதிப் பெயர்களே இந்த ஆதாரத்திற்கு வலுசேர்ப்பவையாகும். ஆனால் இந்த மதமாற்றம் உடனடிச் சமூக மாற்றத்தையோ அல்லது அதுவரை சுமந்துவந்த சமூகச் சுமை நீக்கத்தையோ ஒருபோதும் உணர்த்தவில்லை. மாறாக, மைய நீரோட்ட முஸ்லிம் சமூகத்தால் அவர்கள் மிகத்

வாழும் நல்லிணக்கம்

தெளிவாக ஏற்றுக்கொள்ளப்படுவதற்குப் பல தலைமுறைகள் ஆகின்றன. அபூர்வமாகவும், மிகக் குறைவாகவுமே இஸ்லாத்திற்கு மாறுதல் இன்று நிகழ்கிறது. ஆனால், பத்தொன்பதாம் இருபதாம் நூற்றாண்டுகளில் மதமாற்றம் தொடர்பான கிறிஸ்துவத்தின் செயல்பாடுகள் மிகவும் செயல்திறமிக்கதாக இருந்து வந்திருக் கின்றன. மிசோரம், நாகலாந்து போன்ற வடகிழக்கு மலையக மாநிலங்களில் உள்ள எல்லாப் பழங்குடியினரும், மணிப்பூர், மேகாலயா மாநிலங்களில் சற்றுக் குறைவான அளவு பழங்குடி யினரும் நூறு ஆண்டுகளுக்குள்ளாகவே கிறிஸ்துவத்திற்கு மதம் மாறியுள்ளனர். தென் இந்தியாவில் நீண்ட காலமாகவே சமூக மாற்றத்தின் செயலூக்கியாக கிறிஸ்துவம் இருந்து வந்திருக்கிறது.

இஸ்லாத்தின் போதகர்களைப் போலவே, ஆரம்பகால கிறிஸ்துவ சமயப் பரப்புரையாளர்களும் மதம் மாறியவர்களின் சாதி மற்றும் உறவினர் தொடர்புகளிலிருந்து அவர்களை விடுபடச்செய்வதைக் கடினமாக உணர்ந்தனர். சாதி அமைப்பை ஏற்றுக்கொண்டதன் மூலம் கிறிஸ்துவம் இப்பிரச்சினைக்கு விடை கண்டது. இவ்விதம் ஏற்றுக்கொண்டதால் பத்தொன்பதாம் நூற்றாண்டின் பிற்பகுதியில் ஒடுக்கப்பட்ட வகுப்பைச் சார்ந்த மக்கள் பெருமளவு கிறிஸ்துவத்தை நோக்கி நகர்ந்தனர். இது சாதிய அமைப்பை விட்டுவிடாது வைத்துக்கொண்டிருப்பதன் பயனைக் கிறிஸ்துவத்திற்கு உணர்த்திற்று. இதன் மூலம் மதம் மாறியவர்களுக்கும் மாறாதவர்களுக்கும் இடையேயான பழைய சாதித் தொடர்புகளும், உறவுத் தொடர்புகளும் ஓரளவு தக்கவைத்துக்கொள்ளப்பட்டன. இதன் விளைவு என்னவெனில், முடிந்தவரை சாதி, மதம் இரண்டினாலுமே தென் இந்தியக் கிறிஸ்துவர்கள் தங்களை அடையாளம் காண்கின்றனர். கல்வி நிறுவனங்களிலும் வேலைகளிலும் சாதி அடிப்படையிலான ஒதுக்கீடுகளுக்காக தலித் கிறிஸ்துவர்களின் தளராத பிரசாரங் களும் நடவடிக்கைகளும் இதற்கான ஆதாரமாகும். மற்றொரு உதாரணமாக நாடார்களை எடுத்துக்கொள்ளலாம். தங்களை வரையறை செய்யும் முக்கிய அடையாளம் காட்டியாக சாதியை அவர்கள் கருதுகின்றனர். கிறிஸ்துவ-இந்து சமூகத்தைச் சார்ந்தவர் களுக்கு இடையே கலப்புத் திருமணங்களில் மகிழ்வடைகின்றனர். இஸ்லாத்தைப்போல கிறிஸ்துவத்தின் சமத்துவ லட்சியங்களும் தொன்மைமிக்க சாதிப் பிரிவினைகளுக்கு முன்னால் சரணடைய வேண்டியதிருந்தது.

சமூகச் சீர்த்திருத்தச் சட்டங்கள் இயற்றப்பட்டதும், ஜனநாயக அமைப்பின் மூலம் மக்களுக்கு அதிகாரம் அளிக்கப்பட்டதும் சாதி அமைப்பின் மனிதத்தன்மையற்ற மோசமான பல கூறுகளைத் திருத்தின. ஆதலால், மதமாற்றங்கள் தொடர்ந்தபோதிலும்,

சபா நக்வி

கிறிஸ்துவத்தைத் தழுவுவதற்கான பெருமளவு மக்கள் நகர்வு தென் இந்தியாவில் தேய்ந்துபோனதாகத் தெரிகிறது. கல்விக்கான சாத்தியங்களும், சமூக உணர்வு மேம்படுதலும் மதமாற்றத்தினால் நிகழ்வதாக மக்கள் உணர்கின்றனர். இதன் காரணத்தால், பழங்குடியினர் வாழும் இந்தியப் பகுதிகளிலும், ஜார்கண்ட், சத்தீஸ்கர் மாநிலங்களிலும், ஒரிசாவின் சில பகுதிகளிலும் பெரிய அளவு மதமாற்றங்கள் தொடர்கின்றன. தங்களின் பொருளாதார வசதியை மேம்படுத்திக்கொள்ளும் சாதனமாகவே பலர் கிறிஸ்துவத்தை இன்னும் காண்கின்றனர். இருந்தபோதிலும், பழங்குடிப் பகுதிகளில் விஸ்வ ஹிந்து பரிஷத் / ஆர்.எஸ்.எஸ் அமைப்புகளால் கிறிஸ்துவமும் எதிர்த்துத் தாக்கப்படுகிறது. இந்த அமைப்புகள் மதமாற்றத்திற்கு எதிரான, உள்நோக்கம் கொண்ட வகுப்புவாத வெறியேறிய நடவடிக்கைகளை மேற்கொண்டு வருகின்றன. இதன் விளைவாக நிகழ்ந்த கொடூரமான கலவரங் களில், சமயப் பரப்புரையாளரான கிரகாம் ஸ்டெயின்சும் அவருடைய இரு புதல்வர்களும் தீவைத்துக் கொளுத்தப்பட்டனர். ஒரிசாவில் கிறிஸ்துவர்கள் மீதான தாக்குதல்கள் நடந்தன. அரசின் கவனத்திற்கு வராமல், பழங்குடியினர் வாழும் உட்பகுதிகளில் சிறிய சச்சரவுகள் தொடர்ந்தவாறுள்ளன.

இருந்தபோதிலும், கிறிஸ்துவ சமயக்குழுக்கள் நடத்தும் பள்ளிக்கூடங்களில் அனுமதி, நல்ல வேலைகள், நல்வாய்ப்புகள் போன்றவைதாம் சமூக அடித்தளத்திலுள்ள மக்கள் பலர் கிறிஸ்துவத்தில் இணைவதற்கான காரணங்களாக இன்னும் உள்ளன. பழங்குடியினரின் நிலங்களை அபகரிக்கவும், மக்களைச் சுரண்டவும் முயன்று கொண்டிருக்கும் சக்திகளை ஒன்று திரண்டு எதிர்த்துப் போராட வேண்டியுள்ளது. இதுவும் அவர்கள் கிறிஸ்துவத்தில் இணைவதற்கான மற்றொரு காரணமாகும். சமயப் பரப்புரையாளர்களின் தெளிவான நோக்கம் இதயங்களை வென்றெடுத்தல் என்றாலும், கல்விப்புலத்தில் கிறிஸ்துவர்கள் பணி அற்புதமானது என்பதைப் புள்ளிவிபரம் தெளிவாக வெளிப்படுத்துகிறது. இதற்கான சில சான்றுகளாக இவற்றைக் கருதலாம். வடகிழக்கு மாநிலங்கள் அதிக அளவு படிப்பறிவு பெற்றுள்ளன. கேரளாவின் கோட்டயம்தான் இந்தியாவிலேயே முதன்முதலாய் முழுவதும் படிப்பறிவு பெற்ற மாவட்டமாகும். அதற்குக் காரணம், அது கிறிஸ்துவர்கள் செல்வாக்குள்ள பகுதி என்பதே. அவ்விதம் முதலாவது வந்ததால் கல்வியில் அதற்கான பயன்களைப் பெற்றுள்ளது.

ஆதலால், மதமாற்றங்களின் அரசியல் என்பது உயிர் வாழ்தலுக்கான அரசியலுடன் தொடர்பு உடையது. சமகால இந்தியாவின் சிக்கல்களில் இது பற்பல முரண்பாடுகளை

உருவாக்குகிறது. இடஒதுக்கீட்டுப் பயனை அடைவதற்காகத் தங்களை பட்டியல் சாதியாகவோ அல்லது பின்தங்கியோராகவோ அறிவிக்கும்படி முஸ்லிம் குழுக்கள் ஒரு புறம் பேராவல் காட்டி வருகின்றனர். மறுபுறமோ, தங்களின் கோரிக்கையை நிறைவேற்றாவிடில் இஸ்லாத்தைத் தழுவப்போவதாக ஓர் அரிசனக் குழு அரசினைப் பயமுறுத்துகிறது. ஆனால், மத அடையாளத்தை மக்கள் மாற்றுகிறபோது சில அடையாளக் கருவிகளை எடுத்துக்கொள்கின்றனர். மற்றவைகளைக் கைவிட்டு விடுகின்றனர். பழைய சடங்குகளைப் புதிய சமய நம்பிக்கைக்குள் கொண்டு வருகின்றனர். தங்களின் வழியிலேயே அதனை உருமாற்றுகின்றனர். இவ்விதமாக கலப்புப்பண்பாடு தொடர்ந்து உருவாகி வளர்கிறது; மாற்றமுறுகிறது.

கன்னியின் பொங்கி வழியும் பால்
தமிழ்நாடு

பதினாறாம் நூற்றாண்டின் ஒரு கால கட்டத்தில், வாடிக்கையாளர் வீட்டிற்குப் பால் கொண்டுசெல்லும் ஓர் இந்துப் பையன் முன் 'மாதா' தனது பாலகனுடன், தோன்றினார். அந்தப் பையன் குளக்கரை ஆலமரத்தின் கீழ் ஓய்வெடுத்துக் கொண்டிருந்தபோது, மாதா அவன் முன் தோன்றி தனது பாலகனுக்குப் பால் தருமாறு கேட்டார். பையன் சிறிது கொடுத்தான். வாடிக்கையாளரின் வீட்டிற்குச் சென்ற அவன், அவரிடம் வழியில் நடந்த நிகழ்ச்சியை விவரித்து, பால் குறைந்து போனதற்காகவும் தாமதமாக வந்ததற்காகவும் மன்னிக்கும்படிக் கேட்டுக்கொண்டான். சோதித்துப் பார்த்தபோது, பாத்திரத்தில் பால் நிரம்பி இருந்ததைக் கண்டு ஏதோ அதிசயம் நிகழ்ந்திருப்பதை வாடிக்கையாளர் தெளிவாக உணர்ந்தார். இந்துவான அவரும், அதிசயம் நடந்த இடத்தைப் பார்க்க விரும்பிப் பையனுடன் சென்றார். குளத்தை அடைந்தபோது மாதா மீண்டும் காட்சியளித்தார். பையனுக்குத் தோற்றமளித்ததும் இதே மாதாதான் என அறியவந்தபோது. உள்ளூர் கத்தோலிக்க சமூகம் பரவசமடைந்தது. அதிசயம் நிகழ்ந்த குளம் 'மாதாகுளம்' என அழைக்கப்படுகிறது.

வாழும் நல்லிணக்கம்

தேவாலய நிர்வாகத்தினால் பராமரிக்கப்பட்டு வரும் இணையதளத்தின்படி, வேளாங்கண்ணி தேவாலயத்தைப் பற்றிய பழங்கதையின் மூலம், இந்த மாதாகுளமாகும். நாகப்பட்டினத்திலிருந்து சில கி.மீ. தொலைவில் உள்ள இந்தத் தேவாலயம் பழம்பெருமை மிக்க கட்டட அமைப்பாகும். 500 ஆண்டுகளுக்கு முன்னர் கட்டுமீறிய ஒரு கடற்புயலிலிருந்து போர்ச்சுகீசிய மாலுமிகளைக் காத்ததால், இந்த ஆலயம் 'கிழக்கின் லூர்துகள்' என அழைக்கப்படுகிறது. ஆரோக்கிய மாதா கோயில் என இப்போது அழைக்கப்படும் இந்தத் தேவாலயம் ஒவ்வொரு வருடமும் இருபது லட்சம் பக்தர்களை ஈர்க்கிறது. இந்த தேவாலயமே கம்பீரமான ஒரு வெள்ளைக் கட்டடமாகும். ஆண்டுகள் செல்லச்செல்ல போர்த்துக்கீசியர்கள் பீங்கான் தட்டுக்களையும் பிற நினைவுச் சின்னங்களையும் இந்தப் புனித ஆலயத்திற்குக் கொண்டு வந்தனர். 1771இல் வேளாங்கண்ணி பங்குத்தந்தையால் நிர்வகிக்கப்படும் தகுதியைப் பெற்றது. 1962இல் தேவாலய கட்டடம் 23ஆம் ஜான் பால் அவர்களால் கத்தோலிக்கத் திருச்சபை என்ற தகுதிக்கு உயர்த்தப்பட்டது

தேவாலயத்தின் முக்கியச்சிலை போர்ச்சுகீசியர் அளித்த பரிசாகும். உருண்டை வடிவக் கோளத்தின் மீது நின்றுகொண்டு மேரி தனது பாலகனைக் கையில் ஏந்தியுள்ள சிலை இது. ஆனால் இதற்கு மேலாக, முழுவதுமான உள்ளூர் வழிபாட்டு மரபுகளைத் தேவாலயம் பெருமளவு உண்டாக்கிக் கொண்டுள்ளது. ஆகஸ்ட் – செப்டம்பருக்கு இடையே நடைபெறும் பத்துநாள் வருடாந்திரப் பண்டிகையில் உள்ளூர் வழிபாட்டின் அனைத்து வடிவங்களையும் தேவாலயத்தில் காணலாம். தமிழ், மலையாளம், கன்னடம், தெலுங்கு, கொங்கணி, இந்தி, மராத்தி என குறைந்தது எட்டு மொழிகளில் பூசைநடத்தப்படுகிறது. நோய் நொடிகளைக் குணமாக்கும் அதிசய சக்திகள் தேவாலயத்திற்கு இருப்பதாக மக்கள் இப்போது நம்புகின்றனர். ஆதலால், எல்லா மதங்களையும் சாதிகளையும் சார்ந்த மக்கள் இங்கே கூடுகின்றனர். வெள்ளி எனும் கேரளப் பெண்மணி தனது தந்தை ஒரு நோய்த்தடுப்புச் சீர்குலைவு நோயிலிருந்து மாதாவால் குணமாக்கப்பட்ட பிறகு, தனது தலைமுடியைப் புனித ஆலயத்திற்குக் காணிக்கையாக அளித்தார். அவர் ஓர் இந்து. வேளாங்கண்ணி மாதாவை ஒரு சக்தியின் உருவமாக, அம்மன் தெய்வமாகக் காண்கிறார். தங்களின் குடும்பங்களுக்காகப் பிரார்த்தனை செய்தவாறு ஆந்திராவிலிருந்து வந்த மற்றொரு புனிதப் பயணிகள் குழு வேளாங்கண்ணியில் ஒரு வாரம் தங்கியிருந்தது. நடைமுறையில் இந்து மதத்தை அனுசரிக்கும் அவர்கள் ஆண்டுதோறும்

சபா நக்வி

தேவாலயத்திற்கு வருகின்றனர். இவ்விதம் வருகை தருவது அவர்கள் வாழ்வின் ஒரு பகுதியாக ஆகியுள்ளது.

இந்த மேரியின் பழங்கதையில், பாலையும் ரத்தத்தையும் பீறிட்டுப் பாய்ச்சுவதன் மூலம் அவள் தன்னை வெளிப்படுத்து கிறாள். 'புனிதர்கள், பெண் தெய்வங்கள் மற்றும் அரசர்கள்' என்ற புத்தகத்தில் சூசன் பேலி என்ற வரலாற்றாசிரியர் இந்த தேவாலயத்தைப் பற்றிச் சுருக்கமாகக் குறிப்பிடுகிறார் "இது (பால் ரத்தம் பாய்ச்சுதல்) தமிழ் ஸ்தல புராணத்தின் (கோயில் வரலாறு) வழக்கமான முக்கியக் கருத்தாகும்" என்கிறார். வேளாங்கண்ணியைப் பற்றிய பழங்கதையின் வாய்மொழி வடிவங்கள், சுற்றிலுமுள்ள இந்துப் புனிதப் பின்னணியோடு கன்னியை (வேளாங்கண்ணியை) இன்னும் வெளிப்படையாக இணைக்கின்றன எனவும் அந்த வரலாற்றாசிரியர் கருதுகிறார். மேலும் அவர் "புனிதப்பயணிகளை அந்த இடத்திற்கு அழைத்துச் சென்று சுற்றிக்காட்டும் பணியை மேற்கொள்ளும் அலுவலர்கள், ஓர் அம்மன் கோயில் இருந்த இடத்தில்தான் மாதா கோயில் கட்டப்பட்டதாகக் கூறுகின்றனர். நிறுவனத்தின் பதிப்பிக்கப்பட்ட ஓர் அறிக்கையின்படி, அப்போது ஆட்சி செய்துகொண்டிருந்த தமிழ் அம்மன் தெய்வத்தைப் பயங்கரமான யுத்தத்தில் வெற்றி கொண்ட பின்னர் கன்னி, வேளாங்கண்ணியாகத் தன்னை நிலைநிறுத்திக்கொண்டார்" எனக் கூறுகிறார்..

வேளாங்கண்ணியில் நான் கவனித்ததையே வரலாறு உறுதிசெய்வதாக எனக்குப்படுகிறது. இந்தியாவில் இதுவரை நான் பார்த்ததில், கிறிஸ்துவத் தேவாலயத்தில் உள்ள மிகச் சக்திவாய்ந்த வித்தியாசமான வழிபாட்டு மரபு இதுவேயாகும். கன்னியின் முன்னர் நெடுஞ்சாண் கிடையாக வயிறு தரைதொடப் படுத்து, சிலையை நோக்கி அங்குலம் அங்குலமாக நகர்ந்தவாறு வழிபடும் மக்கள் கூட்டத்தை நிரந்தரமாக இங்கே காணலாம். அவர்கள் காணிக்கை அளிக்கிறார்கள்; தங்கள் சொந்தப் பிரார்த்தனைகளை உச்சரிக்கிறார்கள்; பேய்களை ஓட்டும்படிக் கேட்கிறார்கள்; அதிசயத்தால் நோய் குணமாக வேண்டுகிறார்கள்; ஊதுபத்திகளைப் பொருத்தி மெழுகுதிரிகளையும் ஏற்றி வைக்கிறார்கள். ஒவ்வொரு உள்ளூர்ச் சடங்கு சம்பிரதாயத்திற்கும், நம்பிக்கை அமைப்பு முறைகளுக்கும் இடம் கொடுப்பதன் மூலம், தனது சக்தியை, ஆட்சி அதிகாரத்தை, மக்கள் செல்வாக்கை விரிவாக்கிக்கொண்டிருக்கும் ஒரு கிறிஸ்துவத் தேவாலயமாக இது உள்ளது. எதனையும் இது கட்டுப்பாட்டுக்கு உட்படுத்துவதில்லை. வழிபடுபவர் தாங்கள் விரும்பியபடி கன்னியைக் காணமுடியும். தாங்கள் விரும்பியபடி வணங்க முடியும்.

வாழும் நல்லிணக்கம்

பயணத்தின் முடிவு

காஷ்மீர்

கலப்புப் பண்பாடு உருவாதல், அழிதல் இரண்டுமே காஷ்மீரில் சாத்தியமானவை என்பதாக நாம் கருத முடியும். வன்முறைப்போக்கு, புலம்பெயர்ந்த இந்துக்களின் பெருந்திரளான வெளியேற்ற அரசியல், இந்திய அரசின் செயல்பாடுகள், பிற மாநிலங்களின் செயல்கள் ஆகியவற்றால் இந்தப் பள்ளத்தாக்கு கடுமையான தாக்குதலுக்கு உள்ளாகியிருக்கிறது. அது தனது ஆன்மாவைச் சுவாசிக்க முடியுமா? எனினும், இணைந்து கலந்து பழகுதல், தத்துவப் பகிர்வு, கவிதை, வேதனை போன்றவற்றின் வீடாக அது உள்ளது. அதன் கலப்புப் பண்பாட்டின் சரித்திரத்தைப் பதிவுசெய்வதற்கு 1980களின் கடைசியில் முதன்முதலாக காஷ்மீருக்கு வந்தேன். வன்முறைப்போக்கு, மக்கள் எதிர்ப்பு, அவர்களின் மரணங்கள் மற்றும் துயரங்கள் பற்றிய கதைகள் ஆகியவற்றை எழுதுவதற்காக ஒரு பத்திரிகையாளராக இங்கே பலமுறை திரும்பவும் வந்துள்ளேன். பெரும்பாலும் மிகக்கொடூரமான சூழ்நிலைகளிலேயே இங்கே வந்திருக்கிறேன். இச்சூழ்நிலையே இப்போது பள்ளத்தாக்கில் வாழ்க்கையின் நிரந்தரமான பகுதியாகிவிட்டது. மிக அழகிய காட்சிகளைக் காஷ்மீரில் பார்த்திருக்கிறேன். இந்திய ராணுவத்தால் இழுக்கப்பட்டு, துப்பாக்கி முனையில் நிறுத்தப்பட்டும் இருக்கிறேன்.

2012இல் சுற்றுலா வளர்ச்சி செழுமையாக இருப்பதாகவும் காஷ்மீரின் இயல்பு நிலை

தற்காலிகமாகத் திரும்பியிருக்கலாமெனவும் கூறுகின்றனர். ஆனால் முதலில் ஒரு கேள்வி: காஷ்மீரிகள் யார்? காஷ்மீரியத்தன்மை என்பதென்ன? இந்தச்சொல் (காஷ்மீரியத்தன்மை) இயல்பாக வகுப்புவாதப் பாகுபாடுகளைத் தாண்டிய ஓர் அடையாளத்தையே குறிக்கிறது. கலாச்சாரத்தின் பன்மைத் தன்மையையும், பெரிய அளவு சகிப்புத்தன்மையையும் குறிப்பாக உணர்த்துகிறது. மொழியின் மற்றும் காஷ்மீரிய பூமியின் மீதான காதலையும் அது சுட்டிக்காட்டுகிறது. காஷ்மீரர்களைப் பற்றிய பல ஆக்கங்கள் சைவம், பக்தி, இஸ்லாமிய சூஃபி பாரம்பரியங்கள் கலந்த கலப்பாகவே காஷ்மீர்க் கலாச்சாரத்தை விவரிக்கின்றன.

ஆனால், காஷ்மீரத்தன்மை என்பது இன்னும் அடையப் பெறாத வரலாற்று வாக்குறுதிதானா? அது பதினான்காம் நூற்றாண்டு சைவ மறைஞானியான லால் தெத்தின் பூமியாகும். அவர் காஷ்மீரி உணர்வின் மீது பெருமளவு தாக்கம் செலுத்தியவர். தேடல் மிகுந்த அவர், சூஃபி இயக்கத்தின் மீது பெருமளவு பாதிப்பை ஏற்படுத்தினார். இவ்விதம் தாக்கமுற்ற சூஃபி தன்மையே பின்வந்த காலங்களில் இப்பகுதியின் இஸ்லாத்தை வரையறை செய்தது. லால் தெத்தின் ஆக்கங்களுக்கு மனங்கவரும் மொழிபெயர்ப்புகள் உள்ளன. ரஞ்சித் ஹொசக்கோட்டையின் ‘நான் லல்லா’ என்னும் ஆக்கம் லால் தெத்தின் காஷ்மீர் வரலாறு தொடர்பான தேடலின் நுண்ணர்வை ஆழமாக வெளிப்படுத்துகிறது.

> என்னைக் கண்டறிவதில் களைப்படைந்து தீர்ந்தேன்
> விதிகளை உடைக்க வேறு எவரும் கடினமாக
> வேலை செய்திருக்க முடியாது
>
> என்னை இழந்தேன் என்னில்
> திராட்சை ரச மது நிலவறை கண்டேன்
> நான் சொல்வது அமிர்தம்,
> குடுவை குடுவைகளாய் அந்த நல்ல பொருள் அங்கிருந்தன
> அதைப் பருக யாருமில்லை.

லால் தெத்தின் கவிதைகள் வெகு சிலர் மட்டுமே புரிந்து கொள்ளக்கூடிய அணுகமுடியாத கவிதைகள் அல்ல. கலப்புப் பண்பாடு பற்றிக் கேட்டால் காஷ்மீரில் ஒவ்வொருவரும் சொல்லும் முதல் பெயர், லால் தெத். சைவ மறைஞானியான லால் தெத், சூஃபி ஞானி நூருதீன் அல்லது நுந்த்ரேஷியின் சிந்தனையை ஆழமாகப் பாதித்ததாகக் கூறப்படுகிறது. பள்ளத்தாக்கில் சமய நம்பிக்கையைப் பரப்பிய மிக முக்கியமான இஸ்லாமிய போதகர்களில் ஒருவர் நுந்த்ரேஷி ஆவார். சரியான தேதி குறித்த வரலாற்றுக் குழப்பம் இருந்தபோதிலும், லால் தெத்திற்கும் நுந்த்ரேஷிக்குமான உறவு தாய்க்கும் மகனுக்குமுள்ள ஒன்றாக

விவரிக்கப்படுகிறது. எனினும் இந்த மரபுதான் தங்களின் கலாசார வெளியைத் தீர்மானிக்கிறது என்ற உண்மையில் எந்தக் குழப்பமும் இல்லை எனப் பெரும்பாலான காஷ்மீரிகள் கூறுகின்றனர். சூஃபி அணுகுமுறையால் வரையறுக்கப்பட்ட இஸ்லாம் உள்ள மற்றொரு பகுதி காஷ்மீர் ஆகும். இஸ்லாத்தினைத் தழுவியோரும் உள்ளூர்ப் புனித ஆலயங்களுடன் நெருங்கிய உறவு கொண்டுள்ளனர்.

வேறுபட்ட அமைப்புகளைச் சார்ந்த பல தலைமுறை சூஃபி ஞானியர் இஸ்லாத்தினை இப்பகுதிக்குக் கொண்டுவந்தனர். அகிலே ஹதீஸ், ஜமாத்தே இஸ்லாமி போன்ற அமைப்புகள் வெகுஜன சூஃபியிசத்தை எதிர்த்தன. ஆனால் சூஃபி அணுகு முறையே சக்தி வாய்ந்த சமய வெளிப்பாட்டு வடிவமாகத் தொடர்ந்து நீடித்தது. எனினும் அது சமீபத்திய வரலாற்றினால் மாறிக்கொண்டிருக்கிறது. சூஃபி மரபுகளைப் புறக்கணிக்கும் பழைமைவாத இஸ்லாமிய இயக்கங்களின் தாக்கம் சந்தேகத்திற்கு இடமின்றி விரிவடைந்துள்ளது. இஸ்லாத்தைப் பற்றிய அடிப்படைவாதப் புரிதலை ஊக்குவிக்கும் அரசியல் சக்திகளின் அதிகாரமும் விரிவடைந்துள்ளது. இந்திய அரசியல் அதிகாரத்திற்கு எதிரான போராட்ட இயக்கமும் பள்ளத்தாக்கில் ஒரு வினோதமான பிரிவை உருவாக்கியிருக்கலாம். இங்கே வெகுஜன சூஃபி மரபுகளைப் பின்பற்றுவோர் குறிப்பிட்ட விதிகளையும் புரிதலையும் கொண்ட இஸ்லாத்தை வெளிப்படையாகவே திணிக்க முயலும் அரசியல் குறிக்கோள்களைக் கொண்ட குழுக்களைப் பிழையாக ஆதரித்திருக்கலாம்.

காலப்போக்கில் பல விஷயங்கள் காஷ்மீரில் மாறியுள்ளன. பிரிவினை இயக்கம் அப்பகுதியின் வாழ்வை அழிப்பதற்கு முன்னால், 1980களில் எனது முந்தைய ஒரு பயணத்தின்போது அமர்நாத் குகைக்குச் செல்லும் வழி முழுவதுமாகவே மேலே ஏறினேன். அக் காலகட்டத்தில் நானூறு வருடப் பழமையான ஒரு பாரம்பரியம், ஒரு காஷ்மீரி முஸ்லிம் குடும்பத்தை இந்துப் புனிதங்களிலேயே மிகப் புனிதமான அமர்நாத் குகையுடன் இணைத்தது. சிவபெருமானின் உறைவிடமாக நம்பப்படும் அமானுஷ்யமான இந்த அமர்நாத் குகை, ஆதம் மாலிக் என்னும் முஸ்லிம் இடையர் ஒருவரால் சுமார் நானூறு ஆண்டுகளுக்கு முன்னர் கண்டுபிடிக்கப்பட்டது. சில வருடங்களுக்கு முன்புவரை அவரது வழிவந்தோர் குகையின் காப்பாளர்களாக நியமிக்கப் பட்டனர். மூன்றில் ஒருபங்கு காணிக்கையையும் பெற்று வந்தனர்.

சந்தன்வாரி, சேஷ்னாக், பஞ்சதரணி என்ற மூன்று இடங்களில் இரவுத் தங்கலுக்குப் பிறகு, பகல்காமிலிருந்து தொடங்கும் பாரம்பரிய யாத்திரைப் பாதையின் வழியே

குகையை அடைய மூன்றரை நாட்கள் பிடிக்கும். அந்தப் பாதையைப் பொறுத்துக்கொள்ளலாம். இன்னொரு பாதை உள்ளது. அது எதிர்பாராத அபாயங்கள் கொண்டதாகும். இப்பாதையைத் தேர்வு செய்வதற்கான ஒரே காரணம் ஒரே நாளில் குகைக்குச் சென்று திரும்பலாம் என்பதே.

இந்தப் பாதையில் நான் பயணம் செய்தேன். சோனெமார்க்கிலிருந்து தொடங்கிய இப்பயணத்தில் 14000 அடி உயரத்தில் அமைந்துள்ள குகையை அடைய, 9000 அடி உயரம் ஏற வேண்டியதிருந்தது. இறங்குவதற்கு பன்னிரண்டு மணி நேரமானது. பாதையின் தூரம் குறைவானது என்றாலும், அபாயகரமானது. ஒவ்வொரு வருடமும் சில புனித யாத்ரிகர்கள் அல்லது மலையேறுவோர் கீழே பள்ளத்திலுள்ள சறுக்கும் பனிக்கட்டியாற்றில் வழுக்கி விழுகின்றனர். ஆதலால் நாங்கள் நான்கு பேர் நான்கு வழிகாட்டிகளையும் கோவேறு கழுதைகளையும் எங்களுடன் அழைத்துச் சென்றோம். இரண்டு மணிநேரப் பயணத்திற்குள்ளாகவே பாதை பனிப்போர்வையுள் புதைந்துகொண்டது. கோவேறு கழுதைகள் கால்வழுக்கத் தொடங்கின. எஞ்சிய பயணத்தைக் கால் நடையாகவே மேற்கொள்ள வேண்டியதானது. எங்கள் வழிகாட்டிகள் சம்மட்டியால் உடைத்து ஒரு பாதையைப் பனிக்கட்டியின் ஊடே உருவாக்கினர். மலையேறுவதில் அனுபவமிக்க உறுதியான நான்கு பேர்களுக்கு இடையே அனுபவமற்ற புதியவர்களான நாங்கள் ஒரு மனிதச் சங்கிலியாக சறுக்கும் பனிக்கட்டி ஆறுகளைக் கடந்தோம்.

எங்களின் சிறிய அணியின் தலைவனான குலாம் ரசூல், “கீழே பார்க்காதீர்கள். ஒருபோதும் கீழே பார்க்காதீர்கள்” எனத் தொடர்ந்து கத்தினார். பாதை தெளிவானபோது கீழேயுள்ள பள்ளத்தைப் பார்க்கத் துணிவு வந்தது. மனத்தை அள்ளும் அற்புதக் காட்சி..! மலை நீரூற்றுகள் பனிப் பாலங்களுக்குக் கீழே சலசலத்துச் சட்டென ஒரு பனிப்போர்வையுள் மறைந்தன. வனப்புமிகு இயற்கை நிலக்காட்சியும் படிப்படியாக மாறத் தொடங்கிற்று. பாலைவன மலைகளின் அப்பட்டமான அழகிற்குப் பசுமைத் திட்டுகளால் ஈடுகொடுக்க முடியவில்லை.

இரண்டு மலை வரிசைகளுக்கிடையே அச்சமூட்டும் வகையில் அக்குகை உருவாகியுள்ளது. குகைக்குள், பனி லிங்கம் வடிவத்தைப்போன்ற மூன்று சுண்ணாம்புப் பாறைகளின் மேல் தண்ணீர் மெல்லச் சொட்டுச் சொட்டாக விழுந்தது. அந்த மூன்றில் பெரியது சிவபெருமானின் குறியீடாக உள்ளது. மற்ற இரண்டும் பார்வதியையும் கணேசனையும் குறிக்கின்றன. புராணக் கதையின்படி இக்குகையில்தான் சிவன் முக்தி அடைதல் பற்றிய ரகசியங்களை பார்வதிக்கு வெளிப்படுத்தினார்.

மலை இறக்கம் மிகவும் களைப்படையச் செய்தது. மலை ஏறியதால் நலிவுற்ற எங்கள் மூட்டுகள் அசைய முடியாது இறுகிப் போயின. எங்கள் சக்தியெல்லாம் வற்றிப்போகத் தசைநார்கள் செயலிழக்கத் தொடங்கின. மலைச்சரிவின் வழுக்கும் பரப்பில் வழிகாட்டிகள் எங்களைக் கீழே இழுத்தனர். நான் கீழே விழுந்து ஒரு பனிக்கட்டியாற்றில் வழுக்க, குலாம் ரசூலும் சிக்கந்தர் பக்ஸூம் ஓடிவந்து என்னைத் தாங்கிப்பிடித்தனர். நாங்கள் மிகவும் அதிர்ஷ்டம் செய்தவர்களெனச் சொல்லி உற்சாகத்தை இழந்துவிடாதிருக்கச் செய்தனர். அது போன்ற பகுதிகளில் சாதாரணமாகக் காணப்படும் மலைச்சரிவு அப்போது இல்லை. மலையின் மெலிதான காற்றை சுவாசிப்பதால் வரும் பிரச்சனைகள் எங்களுக்கு வரவில்லை. ஒரு கடினமான நீண்ட பகுதியைப் பாதுகாப்பாகக் கடந்தபின்னர், எங்களோடு வந்த ஒரு நண்பர் என்னை நோக்கி "நமது வாழ்வு அவர்களின் கையில் உள்ளதென்பதை நீங்கள் அறிவீர்களா?" என்றார்.

பாரம்பரிய யாத்திரைப் பணியில் முக்கியப்பங்கு வகிப்போர் முஸ்லிம் சுமைதூக்கிகளும் கோவேறு கழுதைகளும் வழிகாட்டி களும் ஆவர். இதற்குக் காரணம் வயதானவர்களும், உடல் ரீதியாக இயலாதவர்களும் அவர்களின் உதவியின்றிப் புனிதக் குகையை அடைவது கடினம் என்பதே. மேலும் பல முஸ்லிம் சுமை தூக்கிகளுக்கு அமர்நாத் போன்ற முக்கிய யாத்திரைகள் வருவாய்க்கான செழிப்பான ஆதாரமாகும்.

அந்த வருடமும் மலை வரிசைகளில் தொந்தரவுகள் தலைகாட்டத் தொடங்கின. ஹர்கதுல் அன்சாரும் ஹிஸ்புல் முஜாஹிதீனும் யாத்திரையைத் தடுத்து நிறுத்தும்படி அழைப்பு விடுத்திருந்தனர். நான் வழிகாட்டிகளிடம் "யாத்திரிகர்களுக்கு உதவ நீங்கள் பகல்காம் செல்வீர்களா?" என்று கேட்டேன். அதற்கு குலாம் ரசூல் "இதுதான் நாங்கள் செய்வது. இது எங்களின் சீவனம். இதனை நாங்கள் தொடர்வோம்" எனப் பதிலளித்தார். அதன் பின்னர் பகல்காமில் உள்ள பட்கோட் கிராமத்தில் குடியிருக்கும் குடும்பத்தலைவரான மிர்ஸா மாலிக்கைச் சமவெளியில் சந்தித்தேன். குகையைக் கண்டுபிடித்த தனது முன்னோர்களைப் பற்றி அவர் "குகையைப் பார்த்தபின்னர் ஆதம் மாலிக், ஓர் இந்து சாதுவை அங்கே அழைத்துச் சென்றார். அது ஒரு புனிதமான இடம் என அந்த சாதுதான் தெரிவித்தார். அப்போதிருந்து குகைக்குச் செல்லும் பாதையை மலைமேல் உருவாக்க எங்கள் மூதாதையர் முக்கியப் பங்காற்றியிருக்கின்றனர். அது மட்டுமல்லாது யாத்திரிகர்கள் குகைக்குச் செல்வதற்கும் அவர்கள் உதவி வந்திருக்கின்றனர். இறுதியாக ஒரு இந்து அரசரே, காணிக்கையின் மூன்றில் ஒருபங்கை நாங்கள் எடுத்துக்

கொள்ளும் உரிமையை அளித்தார். இந்துக்களும் முஸ்லிம்களும் ஒன்று சேர்ந்து வாழும் நாடு இந்தியா; எங்கள் காஷ்மீரிலும் இதில் வித்தியாசம் இல்லை" என்றார்.

முற்றிலும் மாற்றமான இன்றைய சூழ்நிலையில், மிர்ஸா மாலிக் தனது 'தவறை' ஒத்துக்கொள்ளலாம். பள்ளத்தாக்கில் பண்டிதர்கள் செல்வாக்காக உள்ள கணேஷ்பூர் கிராமத்தில் வாழ்ந்த அமர்நாத் குகையின் புரோகிதரான பண்டிதர் ஷ்யாம் லாலை 1980களின் கடைசியில் சந்தித்தேன். அப்போது அவர் என்னிடம் "காஷ்மீரில் நாங்கள் எப்போதும் ஒன்று சேர்ந்தே வாழ்கிறோம். இந்துவாகிய நாங்கள் முஸ்லிம்களின் தர்காக்களுக்குப் போகிறோம். அதுபோல அவர்களும் எங்கள் பண்டிகைகளில் கலந்துகொள்கின்றனர். இந்த ஒற்றுமையால் மாலிக்கின் குடும்பம் காணிக்கையின் பெரும்பங்கை எடுத்துக்கொள்வதில் எங்களுக்கு ஒரு பிரச்சினையும் இல்லை. சொல்லப்போனால் குகையைக் கண்டுபிடித்ததே அவர்களின் முன்னோர்கள்தானே" எனச் சொல்லியிருந்தார். இவ்விதம் அன்று சொல்லிய பண்டிதரும், மாற்றமான இன்றைய சூழ்நிலையில் மிர்ஸா மாலிக்கைப் போலவே தனது 'தவறை' ஒத்துக்கொள்வார்.

நான் அமர்நாத் சென்ற வேனிற்காலம் பள்ளத்தாக்கின் கடைசி வருட அமைதியாகும். பின்னர் வன்முறைப் போராட்டம் மாநிலத்தை விழுங்கியது. யாத்திரை முழுவதற்கும் அரசாங்கம் பொறுப்பேற்றுக் கொண்டது. இந்திய ராணுவத்தின் பாதுகாவலுடன் யாத்திரிகர்கள் பயணம் செய்தனர். பாதுகாப்பு நிறுவனங்களால் சோதனை செய்யப்பட்டு சிக்கல் ஏதுமில்லையென முதலில் தெளிவான பின்னரே உள்ளூர் முஸ்லிம்கள் சுமைதூக்கிகளாகப் பயன்படுத்தப்பட்டனர். பண்டிதர்களின் ஒட்டுமொத்த வெளியேற்றம் பண்டிதர் ஷியாம்லால் வாழ்ந்த கணேஷ்பூர் கிராமத்தில் நிகழ்ந்தது. குலாம் ரசூலும் பட்காட்டின் மாலிக்குகளும் என்னவானார்கள் என்பதை அறியமுடியவில்லை.

குகை பற்றிய கதைக்கூற்று மாறத்தொடங்கியது என்பது எனக்கு உறுதியாகத் தெரிந்தது. கி.மு. 34லேயே புனித யாத்திரிகர்கள் அமர்நாத் குகைக்கு வருகை தந்ததைத் தெரிவிக்கும் சான்று உள்ளபோது, நானூறு ஆண்டுகளுக்கு முன்னர்தான் ஒரு முஸ்லிம் இடையர் புனிதக் குகையைக் கண்டுபிடித்தார் என்பது நகைப்பிற்குரியதாகும் என இந்துத்துவ வேலைத் திட்டத்தை முன்னிறுத்துவோர் வாதிக்கத் தொடங்கியுள்ளனர். உதாரணமாக: "அமர்நாத்தைக் கண்டுபிடித்தது யார்?" என்ற கட்டுரையில் எம்.எம். முன்ஷி, "1339இல் முஸ்லிம் ஆட்சி காஷ்மீரில் நிலைபெற்றது. பதினான்காம் நூற்றாண்டின் இறுதியில் சிக்கந்தர் புட்ஷிகனின் ஆட்சியின்போது இஸ்லாத்திற்கு மதமாற்றம் தொடங்கியது. புனித

யாத்திரிகர்கள் வரலாற்றின் தொடக்கத்திலேயே இங்கு வருகை தந்திருக்கும்போது, (வரலாற்றுக்கு முந்தைய காலகட்டத்தில் யாத்திரிகர்கள் வராதிருந்தால்) முஸ்லிம் இடையர்கள்/மாலிக்குகள் எப்படி அமர்நாத்ஜி புனித ஆலயத்தைக் கண்டுபிடித்திருக்க முடியும்?" என விவாதிக்கிறார்.

பல தலைமுறைகளாகக் குகை மறைந்துபோய் பின்னர் மீண்டும் கண்டுபிடிக்கப்பட்டதான சாத்தியம் இருந்திருக்குமோ? அவ்விதம் இருக்காது என முன்ஷி தெரிவிக்கிறார். மேலும் அவர், "யாத்திரையும் புனிதக் குகையும் தொலைந்துபோன காலகட்டம் பற்றிக் கோட்பாட்டாளர்கள் யாரும் உறுதியாக இல்லை. அவர்கள் புனித ஆலயம் மீண்டும் கண்டுபிடிக்கப்பட்ட முரண்பாடான தேதிகளைத் தெரிவிக்கின்றனர். மேலும் புனித ஆலயத்தை மீண்டும் கண்டுபிடித்த முஸ்லிம் இடையர்களாக ஆதம் மாலிக், புட்டா மாலிக், அக்ரம் மாலிக் என குழப்பமான பெயர்களைத் தெரிவிக்கின்றனர்" என்று கூறுகிறார்.

எனது பயணம் முழுவதுமாக நான் கேட்ட ஒரே பெயர் ஆதம் மாலிக் என்பதுதான். ஆனால் இந்தப் பழங்கதை இனிமேலும் முக்கியமானதல்ல. இந்தக் கதை மாறி இருக்கிறது. ஒரு காலத்தில் நாகரிகத்தின் சந்திப்புகளில் இருந்த பள்ளத்தாக்கினை, ஒரு காலத்தில் மதம் குறித்த மிகச்சிறந்த, வியக்கத்தக்க தத்துவ உரையாடல்களை நமக்களித்த இந்தப் பள்ளத்தாக்கினை எதிர் பாராது சூழ்ந்த மிகப்பெரிய மாற்றங்களில் இந்தச் சிறிய மரபும் தொலைக்கப்பட்டிருக்கிறது.

இந்த அத்தியாயத்தை நுந்த்ரேஷியின் சில வாசகங்களோடு முடிப்பது சிறப்பாக இருக்கலாம்.

குர்ஆனை ஓதியபின் நீ ஏன் இறந்து போகவில்லை?

குர்ஆனை ஓதியபின் நீ ஏன் சாம்பல் ஆகவில்லை?
குர்ஆனை ஓதியபின் நீ எவ்விதம் வாழ்கிறாய்?
குர்ஆனை ஓதிய பின் மன்சூர் தன்னை எரிக்கவில்லையா?
குர்ஆனை ஓதியபின் நீ ஏன் இறந்து போகவில்லை?

மதம், சுயம் இவைகளைப் பற்றி மிகச் சக்திவாய்ந்த மற்றொரு ஆழ்ந்த சிந்தனை ஒன்றும் உள்ளது.

லாஇலாஹா–வின் 'ஆம்', 'இல்லை' இரண்டிலும் நான்
திரும்பினேன்
வெளிப்பாட்டினுள் எனது சுயத்தை நான் திருப்பினேன்
இருப்பின் பரவசத்திற்காக இருப்பதைத் துறந்தேன்
இவ்விதமாக அந்த இடத்தை அடைந்தேன் – இடமற்று.

பணம் கொடுங்கள், கடவுளைச் சந்தியுங்கள்

சமய நடைமுறையையும் உள்ளூர்ச் சம்பிரதாயங்களையும் செயல்முறைக்கு ஒவ்வாத கற்பனையாக நினைப்பது தவறாகும். புனிதம் என நம்பப்படும் ஒன்று புரட்டு, கீழ்மை போன்றவை களோடும் பெரும்பாலும் உடன்வாழ்வதாகும்.

இந்தியாவில் பல வடிவங்களிலும் அளவுகளிலும் கடவுள் வருகிறார். கடவுளோடு கொள்ளும் நெருக்கத்தை தீர்மானிப்பது பெரும்பாலும் ஒருவரது பையில் இருக்கும் பணம்தான். மதுரையில் உள்ள மீனாட்சி அம்மன் கோயிலை உதாரணமாக எடுத்துக் கொள்ளலாம். பேரழகு மிக்க சிற்பங்களையும் கட்டடக்கலையையும் பார்வையிட்ட பின்னர் புனித கருவறையுள் நுழைவதற்காக இந்தியர்கள் அனைவரும் வரிசையில் நிற்கின்றனர். மீனாட்சி அம்மனின் தரிசனத்திற்காக நாளின் எந்நேரமும் பக்தர்கள் நீண்ட வரிசையில் காத்திருக்கிறார்கள். ஆனால் சிறப்பு 'நுழைவுச் சீட்டு' வாங்குவது வரிசையைத் தாண்ட ஒருவரை அனுமதிக்கிறது. அதிர்ஷ்டமுள்ள இவர்களை உதவும் குணம் கொண்ட பூசாரிகள் சிலைக்கு அருகேயே அழைத்துச் செல்கிறார்கள். பணம் அளிக்காத பக்தர்களோ தூரத்து தரிசனத்திலேயே திருப்தியுற வேண்டிய திருக்கிறது.

நான் கோயிலுக்குச் சென்ற நாளில் துணிச்சல் மிகுந்த ஒரு வங்காளி, அம்மனைக் காண்பதற்குப் பணம் கொடுக்க எதிர்ப்பு தெரிவித்தார். இதற்கு உள்ளூர் பக்தர்களின் ஆதரவு கிடைக்காததால், தரிசனம் இன்றியே தனது குடும்பத்துடன் அவர் சென்றுவிட்டார். இதுபோல கொல்கத்தாவின் முக்கியக் கோயிலான காளிபாரியில் உள்ள மோசடியைக் கண்டு அந்த வங்காளி திகைத்திருப்பார்தான். பணம் கொடுப்பது காளிபாரியில் கோயில் விதிமுறையாக்கப்படவில்லை. எனினும் இந்த ஏமாற்றுதலும் மோசடியும் இரக்கமற்றதாகும். தங்கநிற நாக்குடன் கறுப்புக்கல்லில் வடிக்கப்பட்ட காளிக்குப் புகழ்பெற்ற இக்கோவிலுக்கு ஆயிரக்கணக்கில் மக்கள் வருகின்றனர். பேரழகு மிக்க அச்சமூட்டும் அந்த உருவத்தின் முன்னால் ஆணி அடித்தாற் போல் நின்றேன். அப்போது சிலைக்குப் பின்னால் திடுமெனத் தோன்றிய பண்டிதர் "நூறு ரூபாய் அல்லது நகருங்கள்" என வங்கமொழியில் கூறினார். நான் பணம் தர மறுத்தேன். அவர் எந்தப் பிரசாதமும் தர மறுத்தார். விவாதம் தொடர்ந்தது. பண்டிதர் மாற மறுத்தார். "தெய்வத்திற்காக உங்களிடம் பணம் இல்லையெனில், உங்களுக்காக தெய்வத்திற்கு நேரமில்லை" என்றார்.

அதிகப் புகழ்பெற்ற சூஃபி புனித ஆலயங்களின் காப்பாளர்கள் இதே அணுகுமுறையையே பின்பற்றுகின்றனர். டெல்லியில் உள்ள நிஜாமுத்தீன் அவ்லியா தர்காவை எடுத்துக்கொள்ளலாம். வியாழன் அன்று இந்தப் புனித அடக்கத்தலத்திற்குச் செல்வது மகிழ்ச்சி தரும் ஒன்றாகும். இந்தியாவின் மிக முக்கியமான சூஃபி தத்துவவாதிகளில் ஒருவரான இந்தப் புனிதரைப் புகழ்ந்து கவ்வாலி பாடுகின்றனர். உலகாயதப் பேறுகளிலிருந்து நிஜாமுதீன் எந்த அளவு விடுபட்டவரென்றால், அவர் சொல்லியதாகக் கூறப் படும் "ஒரு கதவு வழியாக அரசர் வந்தால், நான் அடுத்த கதவு வழியாக வெளியேறுகிறேன்" என்ற மிகப் புகழ்பெற்ற மேற்கோள் வாசகம் ஒன்று உணர்த்தும். நிஜாமுதீன் அவ்லியாவின் காதிம்கள் (ஊழியர்கள்) எனத் தம்மை பிரகடனப்படுத்திக்கொள்வோர் நடைமுறை சார்ந்த வாழ்க்கைப் பார்வை கொண்டவர்கள். அவ்லியாவின் வருடாந்திர உர்ஸ் பண்டிகை இதற்கான பல வாய்ப்புகளை அவர்களுக்குத் தருகிறது. புனிதப் பயணிகள் தர்காவில் குவிய, காதிம்கள் அவர்களை வழிமறித்து நன்கொடை தரும்படி வற்புறுத்துகின்றனர். மனமுவந்து தரப்படவேண்டிய நன்கொடை ஏறக்குறைய அச்சுறுத்தும் தொனியுடன் உரிமை யாகக் கோரப்படுகிறது. இதில் உள்ளடக்கமாக இருப்பது அச்சுறுத்தல்தான்: "எங்களுக்கு நன்கொடை தராமல், நீங்கள்

எப்படி எங்களையும், எங்கள் ஆட்களையும் கடந்து போவீர்கள் என்பதைப் பார்க்கிறோம்.” கூட்டத்தால் அலைக்கழிக்கப்பட்டு அடக்கத்தலத்திற்குள் நுழையும் ஆவல்கொண்ட பல புனிதப்பயணிகள் இத்தகைய அச்சுறுத்தல் காரணமாகவே பெருந்தொகையை இழக்கும்படி ஆகிறது.

துணைக்கண்டத்தின் முஸ்லிம் புனிதங்களிலேயே மிகவும் புனிதமானது அஜ்மீர் மொயினுதீன் சிஸ்தி தர்காவாகும். துணைக் கண்டத்தில் தொடக்கத்திலேயே வந்த சூஃபிகளில் ஒருவர் மொயினுதீன் சிஸ்தி ஆவார். அவர் சிஸ்தி அமைப்பை நிறுவினார். அவருடைய வழிவந்தோரில் ஒருவர் நிஜாமுதீன் அவ்லியா ஆவார். மொயினுதீன் சிஸ்தியைப் போலவே, நிஜாமுதீன் அவ்லியாவும் எளிமையும் பற்றற்ற தன்மையும் கொண்ட முன்மாதிரியான ஒரு வாழ்க்கையை நடத்தினார். நாட்டின் எல்லா மூலைகளிலிருந்தும், இந்தியத் துணைக் கண்டத்திலிருந்தும் ஆயிரக்கணக்கில் மக்கள் தர்காவில் கூடுகின்றனர். “அதிகாரம் கெடுக்கிறது: முழு அதிகாரம் முழுவதுமாகக் கெடுக்கிறது” என்பதாக ஒரு முதுமொழி உண்டு. இந்த முதுமொழியை இங்கே இவ்விதம் பொருத்திக்கொள்ளலாம். அதாவது, புனித அடக்கத்தலத்தின் அதிகப் புகழுக்கேற்ப, ஏமாற்றும் மோசடியும் அதிக வலுவாக இருக்கும். அஜ்மீர் ஷரிஃப் தர்காவில் அதிர்ஷ்டமற்ற புனிதப் பயணிகளிடமிருந்து நன்கொடை பெறுவதென்பது நேர்த்தியான கலையாக சாணை தீட்டப்பட்டிருக்கிறது. பணம்தர மறுப்பது அசிங்கமான பேச்சுக்களில், மறைமுக அச்சுறுத்தல்களில், அல்லது நேரடியான மிரட்டுதல்களில் முடியும். உதாரணமாக, ஒரு வழிகாட்டியை வாடகைக்கு அமர்த்த மறுத்ததால் தர்காவின் காதிம் என தன்னைத் தானே பிரகடனப்படுத்திகொண்ட ஒருவனின் அசிங்கமான பேச்சை தர்காவிற்கு வந்த ஒருவர் கேட்க நேர்ந்தது. “புனிதருக்காக எதனையும் தர விரும்பாத உங்களைப் போன்ற ஆட்கள் எங்களுக்கு வேண்டாம்” என்றான் காதிம். காதிமின் பயமுறுத்தல்கள் எதுவும் அவரிடம் பலிக்கவில்லை. தர்கா முழுக்கவும் அவர் எங்களோடு வந்தார். எங்கள் குழுவில் இருந்த ஆட்கள் அதிக முரடர்களாகவே தோற்றமளித்தனர் – காதிம்களாக அல்ல.

டெல்லி லோதி சாலையில் உள்ள புகழ்பெற்ற சாய் கோயிலில் ஒரு ஜேப்படிக் கும்பல் ஈவு இரக்கமில்லாமல் இயங்குகிறது. உடைமைகளைப் பாதுகாத்துக்கொள்ளுமாறு போலீஸ் ஒலிபெருக்கிகளில் அறிவித்தவாறு இருக்கின்றனர். ஆனால் ஜேப்படிக்காரர்களோ மிகவும் திறமைசாலிகள். பூட்டியிருக்கும் பையை அவர்களால் திறக்க முடியும்; ஒருவனுக்குத் தெரியாமலே

அவனது பின்புறப் பாக்கட்டிலிருந்து பணப்பையை வேகமாகக் கடத்திவிட முடியும். இந்தப் புத்தகத்திற்காக நான் ஆராய்ச்சி வேலையை மேற்கொண்டிருந்தேன். அந்தச்சமயத்தில், சாய் கோயிலில், எனது தோள்ப் பையிலிருந்த சிறிய பணப்பை சாமர்த்தியமாக வெளியே எடுக்கப்பட்டிருந்தது. 'அனைவரின் கடவுளும் ஒருவரே' என அவர்கள் கோயிலில் திருப்பித் திருப்பிச் சொல்லிக்கொண்டிருந்தபோதுதான் இது நிகழ்ந்தது. நான் உள்ளூர் போலீஸ் நிலையத்தில் புகார் செய்தபோது, பல பணப்பைகள் தினந்தோறும் தொலைந்துபோவதாக அவர்கள் என்னிடம் தெரிவித்தனர்.

தர்கா மிரட்டல், கோயில் திருட்டு மட்டுமல்லாது, பூரியில் நடந்த அப்பட்டமான தொந்தரவுகளையும் நச்சரிப்புகளையும் என்னால் ஒருபோதும் மறக்க முடியாது. ரயிலிலிருந்து இறங்கிய வுடன் பூரி ரயில் நிலையத்தில் பண்டாக்களின் கூட்டம் உங்களைச் சூழ்ந்துகொள்ளும் அவர்கள் ஒருவரையொருவர் முழங்கையால் தள்ளியவாறு "உங்களை ஜகந்நாதர் கோயிலுக்கு நாங்கள் அழைத்துச் செல்கிறோம்" என உரத்துச் சத்தமிடு கின்றனர். நாங்கள் புனித யாத்திரிகர்கள் அல்ல, கடற்கரையில் சோம்பலாய் ஓய்வாய்ச் சுற்றித்திரியப் பூரிக்கு வந்திருக்கிறோம் என நாம் என்னதான் சொன்னாலும், அவர்கள் நம்பத் தயாரில்லை. அவர்களை உதறிச் செல்லும் முயற்சிகள் பயனற்றவை. பயணிகளின் ரிக்ஷாவை அவர்கள் சைக்கிளில் பின்தொடர் கின்றனர். பாதுகாப்பாக ஒரு ஓட்டலைத் தஞ்சமடைந்த பின்னரே, பண்டாக்களிடமிருந்து என்னால் தப்ப முடிந்தது. கோயிலுக்குப் புறப்படத் தயாரானபோது, மீண்டும் அவர்களை எதிர்கொள்ள வேண்டியதிருந்தது. எனது சாதியையும் குலத்தையும் கோரியவாறு எங்கும் நிறைந்த பண்டாக்கள் வந்திறங்கினர். "மேடம், நீங்கள் வங்காளத்திலிருந்து வந்த பிராமணப் பெண்மணி என நினைக்கிறேன். நான் எல்லா வங்காளிகளுக்கும் பூசை செய்கிறேன். ஆனால் நீங்கள் பல ஆண்டுகள் வெளிநாட்டில் வாழ்ந்திருக்கலாம்" என்றார் ஒருவர். "நான் ஐம்பது ரூபாயிலேயே சிறப்புப் பூசை செய்கிறேன். உங்களைப் போன்ற வெளிநாட்டவர் தனிக்கட்டணம் தர வேண்டும். நீங்கள் வெளிநாட்டில் பல ஆண்டுகள் வாழ்ந்திருக்கிறீர்கள். நான் சொல்வது சரிதானே ... உங்களின் கோத்திரம் என்ன? உங்களின் முன்னோர்கள் பூரிக்கு வருகை தந்து ஜகந்நாதரின் ஆசி பெற்றிருக்கிறார்களா என்பதைச் சொல்கிறேன்" என்றார் மற்றொருவர். பண்டாக்களின் குழு முழுவதோடும் சண்டையிடுவதை விடவும், ஒரு பண்டாவை வாடகைக்கு வைத்துக்கொள்வது நல்லது. ஏனெனில் உங்கள் தலைவிதியை அந்த வாடகைப் பண்டாவிடம் ஒப்படைத்த அந்த

நிமிடமே, மற்ற பண்டாக்களை ஒதுக்கித் தள்ளிவிடுவது அவன் வேலையாகிறது. ஆனால் பணத்திற்கான கோரிக்கைகள் இதோடு நிற்பதில்லை. கோயிலின் அழகில் ஒருவர் மூழ்கியிருக்கும்போதே, உங்களின் பண்டா 'சிறப்பு பிரசாதத்திற்காக', 'சிறப்புக் குங்குமத்திற்காக' 'பெண்களை ஆசிர்வதிக்க' என உங்களைத் தார்க்கம்பால் குத்துவதைப்போல நச்சரித்தவாறே இருப்பார்.

அவர்கள் முஸ்லிமாகவோ இந்துவாகவோ இருக்கலாம்: ஒரு சூஃபி ஞானியின் அல்லது காளியின் பக்தர்களாகவோ இருக்கலாம். யாராக இருப்பினும் நமது நாட்டின் புகழ் பெற்ற புனித ஆலயங்களின் காப்பாளர் அனைவருமே வழிபடுவதும் பக்தி செய்வதும் பணம் எனும் கடவுளைத்தான். பெரிய மதம் என்பதென்ன? பெரும்பணம் தானே!

பாலிவுட்டின் முஸ்லிம்கள்

பாலிவுட் திரைப்படத் தொழிலில் உள்ள முஸ்லிம்களைப் பட்டியலிடத் தொடங்குவது என்பது அப்பட்டமான நேர்மையற்ற செயல் எனலாம். மத அடையாளங்களைத் தாண்டிய, வாழ்வினும் பெரியதோர் ஆளுமையை அவர்களில் பெரும்பாலோர் தேடிப்பெற்றுக் கொண்டுள்ளனர். கலப்புப் பண்பாட்டை தற்செயலாகவேனும், பாலிவுட் மேம்படுத்துகிறதா என்ற முக்கியமான கேள்வியை இந்த அத்தியாயம் அணுகுகிறது. 1992–93களில் இந்தப் புத்தகத்திற்கான வேலையைத் தொடங்கியபோது, கொடூரமான கலவரங்கள் மும்பையில் நிகழ்ந்தன. அப்போதிருந்த சூழ்நிலையால் திரைப்படத் தொழில் கொந்தளிப்பிற்குள்ளாகி இருந்தது. ஆர்.எஸ்.எஸ். இதழ் ஒன்றில் வந்த ஒரு கட்டுரையில், ஷாரூக் கான் நிழல் உலகினால் ஊக்குவிக்கப்படுகிறார் எனவும் நிழல் உலகம் வழக்கத்திற்கு மாறாக, இந்து நடிகர்களின் தொழிலைத் தடுக்க முனைகிறது எனவும் எழுதப்பட்டிருந்தது நினைவிருக்கிறது. கிட்டத்தட்ட அதே சமயத்தில், சிவசேனா, திரைப்படத் தொழிலில் உள்ள தனது உறுப்பினர்களைத் தன்னிடம் வந்து ஆசீர்வாதம் பெற்றுக்கொள்ளுமாறு கட்டளையிடத் தொடங்கிற்று. திரைப்படத் தொழிலில் திரைக்கதை, படத்தின் கரு, நடிகர் தேர்வு போன்றவை பற்றியெல்லாம் சிவசேனா கட்டளை இட்டதாகத் தோன்றிய குறுகிய காலம் இருந்தது. நல்லவேளை அக்காலகட்டம் கடந்துபோய்விட்டது.

தாக்கரேயும் சிவசேனாவும் டிசம்பர் 1992இலிருந்து 1993இன் முதல் சில மாதங்கள் வரையிலான மும்பைக் கலவரங்களை ரகசியமாகத்

திட்டமிட்டது. அவை குருதி தோய்ந்த தொடர்நிகழ்வுகளைக் கொண்டு வந்தன. குண்டு வெடிப்புகளில் அவை முடிந்தன. இதனை அடுத்து நிழல் உலகும், திரைப்பட உலகுடன் இருந்த அதன் தொடர்புகளும் ஒடுக்கப்பட்டன. அப்போது ஆயுதம் தாங்கிக் குற்றம் புரிவோருடன் தொடர்பு வைத்திருந்த இரு தயாரிப்பாளர்கள் கைது செய்யப்பட்டனர். ஆனால் சந்தேகத்திற் கிடமான வழிகளிலிருந்து பெருமளவு பணம் ஈட்டிக்கொண்ட பலர் சுதந்திரமாகத் தொடர்ந்து இருந்தனர். ஆயுதம் தாங்கிக் குற்றம் புரியும் புதிய அரசியல்வாதிகளுடன் அவர்கள் பேரம் செய்துகொண்டனர். மகாராஷ்டிரர்களையும் குறைவான அளவு முஸ்லிம்களையும் வேலைக்கு அமர்த்திக்கொண்ட தயாரிப்பாளர்களிடமும் படப்பிடிப்பு நிலையங்களிடமும் தாக்கரே சாகெப் மென்மையாக நடந்துகொள்வார் என்ற பேச்சு அப்போது வெளியே பரப்பப்பட்டது. அக்காலகட்டத்தில் மதவெறி ஏறிய மும்பை நகரின் பல படப்பிடிப்பு நிலையங்களில் வேலை பார்த்த துணை நடிகர்கள், உதவியாட்கள், ஸ்டண்ட் நடிகர்கள் போன்றோர் வேலையை இழந்துவிடுவோமெனப் பயந்தனர். சிலர் வேலையை இழந்தனர். ஒரு முஸ்லிம் எழுத்தாளர் என்னிடம், “மும்பை திரைப்படத் தொழிலைப் பொறுத்தவரை மும்பை குண்டு வெடிப்புகளைத் திட்டமிட்டு இயக்கியதாக அறிவிக்கப்பட்ட தாவூத் இபுறாகீம் தூரத்தில் நிழலாக இருப்பவர் தான். சட்டத்திற்கு எதிரான குற்றச் செயல்கள் புரியும் புதிய கூட்டத்தின் தலைவரோ மிக நன்றாகவே தெரிபவர்: வார்த்தை ஜாலம் கொண்டவர்” என்றார். அந்தத் தலைவரின் மதிப்பு கூடியவாறிருந்தது.

அந்த நாட்களில் சிவசேனா – பா.ஜ.க கூட்டணிக்கும் பாலிவுட் தயாரிப்பாளர்களுக்கும் இடையே துன்ப – நகைச்சுவை நாடகம் நடத்தப்பட்டது. சட்டத்திற்குப் புறம்பாக வெளிப்படையாகவே ஆயுதங்களை வைத்துக் கொண்டிருந்ததால் சஞ்சய் தத் கைது செய்யப்பட்டு பல ஆண்டுகள் சிறையில் இருந்தார். சஞ்சய் தத்தின் தந்தை சுனில் தத். நடிகரும் காங்கிரஸ் கட்சியின் நாடாளுமன்ற உறுப்பினருமான அவர் கலவரத்தால் பாதிக்கப்பட்ட முஸ்லிம்கள் பலருக்கு உதவியிருந்தார். தந்தை செய்த இந்தப் ‘பாவத்’திற்காக, மகன் சஞ்சய் தத் தண்டிக்கப்படுகிறார் என்பது திரைப்படத் தொழிலில் உள்ள ஒவ்வொருவரும் அறிந்த ஒன்று. அனுபவமிக்க குணசித்திர நடிகரான ஏ.கே.ஹங்கல் பாகிஸ்தான் நாள் கொண்டாட்டத்தில் கலந்துகொண்டதற்காக அவரை சிவசேனா ஏற்றுக்கொள்ளப்படாத மனிதனாகப் பிரகடனப்படுத்தியது. ஹங்கலுக்கு எதிரான அவர்களது முதற்செயலே ‘ஷோலே’ படத்தில் வரும் ஹங்கலின் காட்சிகளைத் திருத்தி அமைக்கக் கோரியதுதான். நாட்டுப்பற்று மிக்க முஸ்லீமாக ஹங்கல்

இப்படத்தில் சித்திரிக்கப்படுவது தற்செயலானது அல்ல. கொள்ளைக்காரர்களால் கொல்லப்பட்ட மகனுக்குத் தந்தையாக, வயதான குருட்டு மௌலவியாக நடிக்கிறார். படத்தில் அவர் பேசுவதாக நினைவில் நிற்கும் வசனம் "இக்கிராமத்திற்காகத் தியாகம் செய்ய நிறையக் குழந்தைகளை ஏன் தரவில்லை என அல்லாஹ்வைக் கேட்பேன்" என்பதாகும்.

நீண்டகால மதச்சார்பின்மையை மரபாகக் கொண்ட ஒரு தொழில் சிவசேனா கூட்டத்தால் ஒரே இரவில் சிறுமைப் படுத்தப்பட்டு காலில் விழவைக்கப்பட்டது: தோற்கடிக்கப்பட்டது. சிவசேனையினரும் அகில பாரதீய வித்யார்த்தி பரிஷத் தொண்டர்களும் பா.ஜ.க இளைஞர் பிரிவும் படங்களைத் திரையிடுவதற்கு இடையூறு செய்து தடுத்துவிடுவார்களோ எனப் பயந்து படத்தயாரிப்பாளர்கள் புதிய எஜமானர்களின் ஆசிபெற சில ஆண்டுகள் ஓடியவாறிருந்தனர். அன்றையத் திரைப்படத் தொழிலின் நிலைமையைப் பற்றிய உணர்ச்சி மிகுந்த ஓர் அறிவிப்பை நாஸ் திரையரங்க நிர்வாகம் ஒரு சுவரொட்டி மூலம் தெரிவித்தது. அது என்னவெனில் "ஸ்ரீ பாலா சாகெப் தாக்கரே மற்றும் பா.ஜ.க.வின் அன்பான அனுமதியுடன் சத்ரியா புதுப்பிக்கப்படுகிறது."

என்ன இருந்தாலும் சினிமா ஒரு வியாபாரம்தான். 90களின் தொடக்கத்தில் பாலிவுட்டில் இயல்புநிலை பிறழ்ந்திருந்தது. இந்தக் காலச்சூழலாலும்கூட முஸ்லிம் நடிகர்கள், எழுத்தாளர்கள், இசையமைப்போர் போன்றோர் திரைப்படத் தொழிலில் தாங்கள் மேற்கொண்டுவந்த வேலையை நிறுத்த முடிந்ததில்லை. இந்திய முஸ்லிம்கள் மற்றும் அமெரிக்காவின் ஆப்பிரிக்க அமெரிக்கர்கள் என்ற இரண்டு சிறுபான்மையினருக்கும் இடையே ஒரு சுவராஸ்யமான ஒற்றுமை உண்டு. விளையாட்டு, கேளிக்கை, திரைப்படம் போன்ற துறைகளில் இருபிரிவினருமே நன்கு பரிணமித்துள்ளனர். சிறுபான்மைச் சமூகத்தைச் சார்ந்த எழுத்தாளர்களின் பங்களிப்பு உண்மையில் சினிமா மொழியையே படைத்துள்ளது. சாகிர் லூதியான்வி, மஜ்ரூஹ் சுல்தான்பூரி, கைஃபி ஆஸ்மி, ஹசரத் ஜைபூரி, ஷகீல் பதாயுனி ஆகியோர் பிராந்தியத் தடைகளைத் தாண்டி இந்தித் திரைப்படப் பாடல்களுக்கான மொழியையே உருவாக்கியுள்ளனர். இதே பாரம்பரியத்திலிருந்து வரும் ஜாவேத் அக்தர் மிகப்புகழ்பெற்ற திரைப்படப் பாடல்களை தொடர்ந்து இன்றும் எழுதி வருகிறார். இதுமட்டுமல்லாது, சலீமுடன் சேர்ந்து 'சலீம்–ஜாவேத் இணை'யின் பகுதியாக அவரது முந்தைய பங்களிப்பு குறிப்பிடத்தக்கது. அமிதாப் பச்சன் நடிப்பில் 'சினம் கொண்ட இளைஞ'னின் பிம்பத்தை உருவாக்கி, இந்திய சினிமாவின் தொடர் உரையையே இந்த இருவரும் மாற்றியமைத்தனர்.

1990இல் மஜ்ரூஹ் சுல்தான்புரியுடன் கொஞ்ச நேரம் இருந்தேன். அவர் நன்றாக வாழ்ந்த காலம் கடந்துபோய் விட்டிருந்தது. இப்போது நொடிந்துபோய்க் குடும்பத்தைக் காப்பாற்றத் திண்டாடிக்கொண்டிருந்தார். முற்போக்கு எழுத்தாளர் இயக்கத்தின் விளைபொருளான அவர் அந்த இயக்கத்தின் எடுத்துக்காட்டாக விளங்கினார். சுல்தான்பூரில் பிறந்த அவரின் புனைபெயர் மஜ்ரூஹ் ஆகும். சுதந்திரம்பெற்ற பின்னர் அதன் ஆரம்பகாலத்தில் அவர் எழுதிய வீரியமிக்க சமூக விமர்சனக் கவிதைகளுக்காக, தீவிர சமுதாய மாற்றத்திற்கான வட்டங்களில் அவர் இன்றும் நினைவு கூரப்படுகிறார். ஃபைஸ் அஹமது ஃபைஸைப் போல, கஸல் வடிவத்தின் மூத்த கவிஞராக அவர் கருதப்படுகிறார். எனினும் சினிமாவில் மிகவும் வேடிக்கையான களிப்பூட்டும் பாடல்களும் எழுதுவார். ஷம்மி கபூரின் தாளலயம் மிக்க, நினைவில் நிற்கும் பாடல்களும் அவரால் எழுத முடியும். நாசிர் ஹுசைன் தயாரிப்புகளில் வெளிவந்த படங்களில் சுண்டி இழுக்கும் விதமாக அவர் பாடல்கள் எழுதியுள்ளார். அவர் என்னிடம் “சினிமா தொழிலில் இந்து – முஸ்லிம் பிரச்சினை ஒருபோதும் வந்ததில்லை. மொழியின் மீதான கட்டுப்பாடு மற்றும் யார் விரைவாக எழுத முடியும் என்பதே பொருட்டாக இருந்தது” எனச் சொன்னது நினைவிருக்கிறது. இடதுசாரிச் சிந்தனைகளுக்காக நடிகர் பால்ராஜ் சகானியுடன் 1949இல் அவர் சிறையில் அடைக்கப்பட்டார். சமூக அமைப்பைச் சீர்குலைக்கும் தன்மை கொண்டதாக அவர் எழுதியவைகளில் சில பகுதிகள் அப்போது கருதப்பட்டன. அதற்காக மன்னிப்பு கேட்க மறுத்ததால் இரண்டு ஆண்டுகள் அவர் சிறையில் அடைக்கப்பட்டார். பின்னர் திரைப்படப் பாடல்களை எழுதிக்குவிக்கும் பாடலாசிரியராக பாலிவுட்டில் வளர்ச்சியுற்றார்.

ஒருமுறை அவர் பணம் ஏதுமற்று நொடிந்த நிலையிலிருந்த போது ஒரு பாட்டெழுத ராஜ்கபூர் அவருக்கு ஆயிரம் ரூபாய் அளித்ததை மஜ்ரூஹ் நினைவு கூர்ந்தார். அந்தப் பாட்டு “நீ புதைக்கப்பட இருக்கும் ஒரு துண்டு மண்ணிற்காக நீயும் ஒரு நாள் விலைபேசி விற்கப்படுவாய்” என்பதாகும். மஜ்ரூஹ் 2000இல் இறந்து போயிருந்தாலும் சினிமாவில் உயிரோட்டமான காதல் பாடல்களுக்காக அவர் நினைவு கூரப்படுகிறார். உருது இலக்கியத்திற்குப் பழக்கமான அனைவரும் அவரது தீவிர ஆக்கங்களை நன்கறிவர்.

சேருமிடம் நோக்கித் தனியாகவே புறப்பட்டேன்,
ஆனால் மக்கள் என்னுடன் சேர்ந்தவாறிருந்தனர்,
ஒரு கூண்டு வண்டி உருவாக்கப்பட்டது.

ராகி மாசூம் ரஸா உத்தரப் பிரதேசத்தில் காசிப்பூரில் 1925இல் பிறந்தார். மஜ்ரூஹ் வளர்ந்த இடத்திலிருந்து இந்த ஊர் வெகு தூரமில்லை. வெல்ல முடியாத நாவலாசிரியராக மாசூம் ரஸா இருந்தார். அவரது மிகப் புகழ்பெற்ற நாவலான 'ஆதா காவ்ன்' (பிரிந்த கிராமம்) பகை கொண்ட இரண்டு கிராமத்துக் குடும்பங்கள் பற்றியதாகும். நாட்டு விடுதலை மற்றும் பிரிவினையின் காலகட்டத்தில் கங்காவ்லி என அழைக்கப்படும் அவத் கிராமத்தில் கதை நிகழ்கிறது. கதை மாந்தர்களை உயிர்ப்புடன் அற்புதமாக இந்த நாவல் கொண்டுவருகிறது. இந்து—முஸ்லிம், உயர்ந்தவர்—ஏழை என நாவலில் வரும் கதை மாந்தர் தங்களின் வேறுபட்ட அடையாளங்கள் குறித்த உணர்வே இல்லாமல் ஒன்றிணைந்து வாழ்கிறார்கள். அவரின் மும்பை இல்லத்தில் பலமுறை அவரை நான் சந்தித்துண்டு. ஒரு முறை சந்தித்தபோது அவர் தொலைக்காட்சித் தொடராக வந்த மகாபாரதத்திற்கு திரைக்கதை வசனம் எழுதிக்கொண்டிருந்தார். 1988—1991ஆம் ஆண்டுகளுக்கிடையே ஒளிபரப்பப்பட்ட அந்த மகாபாரதத் தொலைக்காட்சித் தொடர் மிகவும் புகழ்பெற்றது. நாட்டின் சூழ்நிலை அப்போது மாறிக்கொண்டிருந்தது. மகாபாரத தொலைக்காட்சித் தொடரை எழுதும் முதன்மை எழுத்தாளராக ஒரு முஸ்லிம் தொடர்ந்து இருக்கக்கூடாது என்ற கோரிக்கைகள் எழுந்தன. ஆனால் பி.ஆர்.சோப்ரா தயாரிப்பு நிலையம் மிக உறுதியாக ரஸாவின் பக்கம் நின்றது. இருந்தபோதிலும் அந்தக் காலகட்டம் அவரை அலைக்கழித்தது. 1992, மார்ச் 15இல் அவர் காலமானார். இன்னுமோர் ஆண்டு அவர் வாழ்ந்திருப்பாரே யானால் மிகக்கொடூரமான மிருகத்தனமான கலவரங்களால் மும்பை நொறுங்கியதையும் தொடர்ந்து குண்டுவெடிப்புகள் அங்கே நடந்ததையும் அவர் பார்த்திருப்பார். அந்த நகரில் அவரது வீடு வருவோர் அனைவரையும் வரவேற்றது. முன்னறிவிப்பு ஏதுமின்றி சாதாரணமாக அவர்கள் அந்த வீட்டிற்கு வரலாம்; சாப்பிடலாம்; இரவு உறக்கத்திற்குப் படுக்கையும் பெற்றுக்கொள்ளலாம்.

இன்று பாலிவுட் கடினமான அந்தக் காலகட்டத்தைத் தாண்டி தொடர்ந்து வாழ்ந்துகொண்டிருக்கிறது. பாலிவுட் உறுப்பினர்கள் தங்களின் மூலச்சுவடுகள் குறித்து இனியும் சுய உணர்வுடன் இருக்க வேண்டியதில்லை. நடிகர்களான 'கான்'கள் இன்று தொழிலில் ஆதிக்கம் செலுத்துகின்றனர். திரைக்கதை எழுதுவோர், பாடலாசிரியர்கள், இசையமைப்போர், நடன இயக்குநர்கள், ஸ்டண்ட் நடிகர்கள், லைட் பாய்ஸ், ஒளிப்பதிவாளர்கள், ஒலிப்பதிவு செய்வோர், பாடுவோர், நடனமாடுவோர் மற்றும் பாலிவுட்டில் செயல்படும் மிகச்சிறந்த அறிவுக்கூர்மைகொண்டோரில் பலர் முஸ்லிம் சமூகத்திலிருந்து தொடர்ந்து வந்தவாறுள்ளனர். சிறுபான்மைச் சமூகத்தைச்

சேர்ந்த இவர்கள் பிரமிக்கத்தக்க வகையில் நன்றாக இயங்கும் தளம் நிச்சயமாக திரைப்படத் தொழில்தான்.

வெகுஜன தளத்தில் மத நல்லிணக்கத்தின் வாழும்வடிவமாக பாலிவுட் எப்போதுமே இருந்து வந்திருக்கிறது. மாறுதலே இல்லாத ஒரே மாதிரியான ராம்–ரஹீம் மையக்கருத்தினைப் படத்திற்குப் படம் திருப்பித்திருப்பி பாலிவுட் முரசறைந்து வருகிறது. வட மேற்கு எல்லைப்புற மாகாணம் இந்தியாவிலிருந்து நீண்ட காலத்திற்கு முன்னரே துண்டிக்கப்பட்டு பாகிஸ்தானின் ஒரு பகுதியாக ஆகிவிட்டது. இதற்குப் பின்னரும்கூட இந்திப் படங்களில் ஒரு விஷயம் தொடர்ந்து வந்தவாறுள்ளது. பெருந்தன்மை மிக்க பதான், நண்பன் ஒருவனுக்காகவோ அல்லது ஒரு நோக்கத்திற்காகவோ உயிர் துறக்கத் தயாராக இருப்பது தான் அது. பாலிவுட் மொகல்கள் பரிமாறி வரும் வழக்கமான மாறாத படிவார்ப்புகளில், விசுவாசமிக்க முஸல்மான் வேலையாள், குழந்தைப்பருவத்து முஸ்லிம் நண்பன் மற்றும் மூன்றாந்தர உருது கவிதைகளில் நீரூற்றாக எழும் அன்புள்ளம் கொண்ட வேசி ஆகியோரும் உண்டு.

படங்களில் முஸ்லிம்கள் பற்றிய குணச்சித்திர உருவாக்கம் முட்டாள்த்தனமாக இருக்கலாம்; ஆனால் வகுப்புவாதம் கொண்டவையாக ஒருபோதும் இராது. தொலைக்காட்சி தேசிய அலைவரிசையில் கவனத்துடனும் ஆர்வத்துடனும் ஒளிபரப்பப்படும் 'எனது பாரதம் மகத்தானது' (மேரா பாரத் மஹான்) முழக்கங்களை விடவும் 'இந்து–முஸ்லிம் சதோதரர்கள்' என்ற செய்தியை 'அமர் அக்பர் அந்தோணி' போன்ற படங்கள் மிகவும் பயன்தரும் வகையில் பரப்புகிறது. 'கூலி' படத்தில் ஒரு முஸ்லீமாக அல்லது 'குதா கவா' படத்தில் பாதுஷா கான் என்னும் உன்னத பதானாக சூப்பர் ஸ்டார் அமிதாப் பச்சன் நடித்திருந்தார். இறுதிப்பகுதியில் அவரது எழுச்சியூட்டும் அற்புத நடிப்பு, வேலையற்ற நகர முஸ்லிம் இளைஞர்களின் மன உணர்வை உயர்த்த ஜும்ஆ மசூதியிலிருந்து வெளிவரும் கந்தகமும் நெருப்புமான எல்லாப் பேருரைகளை விடவும் அதிகம் செய்துள்ளது எனலாம்.

பிராந்தியத் தடைகளைப் பயனளிக்கக்கூடிய விதமாக இந்தி சினிமா வெற்றிகரமாகக் கடந்திருக்கிறது. இவ்விதமாகச் செய்ய முடியும் என்பதை மத்திய அரசாங்கத்தால் ஒருபோதும் நம்பக்கூட முடியாது. இந்தியாவின் ஊடே பயணம் செய்தால் மாநிலத்திற்கு மாநிலம் மொழி வேறுபடுவதைக் கேட்க முடியும். ஆனால் இந்தித் திரைப்படம் எல்லா இடங்களிலும் புரிந்துகொள்ளப்படுகிறது. தேசிய அலைவரிசையில் இந்தியில் செய்திகள் ஒளிபரப்பப்படும்போது சென்னையில் வாழ்வோர்

தொலைக்காட்சியை அணைத்து விடலாம். தங்களின் தமிழ்த் திரைப்படத் தொழில் செழித்திருக்கும் சூழ்நிலையிலும், வியாபார ரீதியாக வெற்றிபெற்ற சமீபத்திய இந்திப்படம் திரையிடப்படும் அரங்குகளில் பலர் இன்னும் மந்தையாய்க் கூடுகின்றனர். ஸ்ரீநகரி லிருந்து திருவனந்தபுரம்வரை நாடு நெடுக கேட்கும் ஒரே சீராய் ஒலிக்கும் ஒலி இந்தித் திரைப்படப் பாடல்கள் தாம்.

முஸ்லிம்களின் பங்களிப்பினைக் குறைத்து மதிப்பிட முடியாத பகுதி சினிமா இசையாகும். இந்துஸ்தானி செவ்வியல் இசை மரபிலிருந்து வந்த அனுபவமிக்க மூத்த இசை அமைப்பாளர் நவ்ஷாத். இஸ்லாத்திற்கு முதல் தலைமுறை மதம் மாறியவரான ஏ.ஆர்.ரஹ்மான் இன்று சினிமா இசைத்துறையில் மிகச்சிறந்தவரும் முக்கியமானவரும் ஆவார். தனது சொந்த இசையை உருவாக்க நாட்டாரியல், சூஃபி, செவ்வியல், மேற்கின் ஜாஸ், பாப் என ஒவ்வொரு இசை வடிவத்திலிருந்தும் பெற்றுக்கொண்டுள்ளார். சினிமாவினால் பெருமளவு உருவாக்கப்பட்ட வெகுமக்கள் கலப்புக்கலாசாரத்தின் வெளிப்படையான உதாரணங்களை ஒருவர் தேடுவாரெனில், முஸ்லிம்களால் எழுதப்பட்டு, இசையமைக்கப் பட்டு, பாடப்பட்ட எண்ணற்ற பக்திப்பாடல்களை ஒருவர் சுட்டிக்காட்ட முடியும். எடுத்துக்காட்டாக ‘பாய்ஜு பாவ்ரா’ படத்தில் வரும் செவ்வியல் இசையில் பாடப்பட்ட, என்றென்றும் இனிமையான ‘மனம் இன்று ஹரி தரிசனத்தை நாடுகிறது’ பாடலை எடுத்துக்கொள்ளலாம். அப்பாடல் ஷகீல் பதாயுனியால் எழுதப்பட்டு, நவ்ஷாத் இசையமைக்க முகம்மது ரஃபி பாடினார். சொல்லப்போனால் மற்ற எந்த ஆண் பின்னணிப் பாடகரை விடவும் அதிக அளவு பக்திப்பாடல்களைப் பாடியவராக முகம்மது ரஃபியைச் சொல்லலாம். நயா ராஸ்தா படத்தில் ‘ஈஸ்வரன் அல்லாஹ் உனது பெயரே’; துளசிதாஸ் படத்தில் ‘என்னை உனது பாதங்களில் ஏற்றுக்கொள்வாய் ராமனே’; மிஸ் மேரி படத்தில் ‘பிருந்தாவன கிருஷ்ண கன்னய்யா’; பைஜு பாவ்ரா படத்தில் ‘ஓ உலகைக் காப்பவனே’; தாஜ் படத்தில் ‘இறைவா எனது வேண்டுகோளைக் கேள்’ போன்றவை முகம்மது ரஃபி பாடிய எண்ணற்ற பக்திப் பாடல்களில் சில ஆகும்.

கோகினூர் படத்தில், தவறிழைக்கும் இளவரசராக நடிக்கும் திலீப்குமார், ஒரு பாடகன் வேடத்தில் அரண்மனையிலிருந்து தப்பிச்சென்று ‘மதுவனத்தில் ராதிகா ஆடுகிறாள், கண்ணன் குழல் ஊதுகிறான்’ எனப் பாடுவார். செவ்வியல் ராகத்தைத் தழுவி வெகுஜன இசைக்கேற்ப அதனைப் பொருத்திக்கொண்ட மிகச்சிறந்த பாடல்களில் ஒன்றாக இதனைச் சொல்லலாம். நவ்ஷாத் இசையமைப்பில் இப்பாடலைப் பாடியவர் ரஃபி ஆவார். படத்தின் கதாபாத்திரமாக இக்காட்சியில் நடிப்பவரின் உண்மைப் பெயர் யூசுஃப் கான். திலீப் குமார், மதுபாலா,

சுரையா, மீனாகுமாரி, நர்கிஸ், வஹிதா ரஹ்மான், மும்தாஜ் போன்றவர்கள் முஸ்லிம் பின்னணியிலிருந்து வந்த இந்தி சினிமாவின் புகழ்பெற்ற நட்சத்திரங்களில் சிலராவர். மக்கள் தங்களின் மகிழ்ச்சியற்ற யதார்த்தங்களிலிருந்து தப்பிப்பதற்காகப் பொழுதுபோக்குக் கற்பனைகளைப் பலஆண்டுகளாய் எந்திர கதியில் மிகப்பெரிய அளவு பாலிவுட் உற்பத்தி செய்தவாறுள்ளது. இக்கற்பனைகளை மிகத் திறமையாக உருவாக்குவோரில் மெஹ்பூப் கான், கே. அப்பாஸ், கமல் அம்ரோஹி ஆகியோரும் அடங்குவர். பாலிவுட்டில் வெற்றியும் புகழும் பெற்ற இரண்டு முஸ்லிம்களை மறக்க முடியாது. ஒருவர் நகைச்சுவையின் அரசரான மெஹ்மூத். மற்றொருவர் அஜித் என்ற சினிமாவிற்கான புனைபெயர் கொண்ட புகழ்பெற்ற வில்லன். பெரும்பாலான மைய நீரோட்டத் திரைப்படங்கள் தரமற்றவை; ஒரு சாமானிய மனிதனின் கவனத்தைப் பெறுவதற்காக மீண்டும் மீண்டும் அவை அவனிடம் திணிக்கப்படுகின்றன. இக்காரணங்களுக்காக மைய நீரோட்டத் திரைப்படங்களை ஒருவர் புறக்கணித்து விடலாம். ஆனால் ‘கலை சினிமா’ என அழைக்கப்படும் சினிமா வகையில், அற்புதமான துலக்கமான நடிப்பில் திறன் மிக்க இரு முஸ்லிம்களான ஷபானா ஆஸ்மியையும் நசிருதீன் ஷா வையும் நாம் மறந்துவிடலாகாது.

அமெரிக்காவின் ஆஃப்ரிக்க – அமெரிக்கர்களுக்கும் இந்திய முஸ்லிம்களுக்கும் இடையேயான இணைவை இப்போது விவரிக்கிறேன். கறுப்பர்களைப்போலவே முஸ்லிம்களும் பெருமளவு நகர்ப்புறம் சார்ந்த சமூகமாகும். நகரின் மையப்பகுதிக்கு அருகே மிக மோசமான பொருளாதாரச் சூழ்நிலைகளில் சிறைப்பட்ட நிலையில் முஸ்லிம்கள் வாழ்கின்றனர். குற்றங்கள் மலிந்த இப்பகுதிகளில் படிப்பறிவின்மையும் வேலையின்மையும் அதிகமாயுள்ளன. ஆப்ரிக்க – அமெரிக்கர்கள் இசையையும் பொழுதுபோக்குத் தொழிலையும் தங்களுக்கான ஒரு வழியாகக் கண்டுகொண்டுள்ளனர். இதைப்போலவே முஸ்லிம்களும் மும்பாய் சினிமா துறையைத் தங்களுக்கான பாதையாகக் கருதுகின்றனர். இங்கே பாரபட்சமாக நடத்தப்படுவதாக அவர்கள் உணர்வதில்லை. 1990களில் சிறிய அளவு தாக்குதல்கள் நிகழ்ந்தன. ஆனால் சமூகத்தைச் சார்ந்தோர் தொடர்ந்து பாடியும் ஆடியும் மகிழ்வூட்டியும் தங்களின் வழியில் சாமானிய இந்தியனின் உணர்வோடும் அறிவோடும் தொடர்பு கொண்டனர். அவர்கள் சூப்பர் ஸ்டார்களாகவும் உயரிய எழுத்தாளர்களாகவும் இன்று இருக்கின்றனர். இந்தியாவின் வெகுஜன பொழுதுபோக்கு ஊடகத்தில் நிலவும் கலப்புப்பண்பாட்டுச் சூழலின் பகுதியாக அவர்கள் உள்ளனர்.

நம்பிக்கையோடு முடித்தல்

இந்தியாவின் 15 விழுக்காடாக உள்ள முஸ்லிம் மக்கள் தொகை உலகின் இரண்டாவது மிகப்பெரிய மக்கள் தொகை ஆகும். பிரிவினைக்குப் பிறகான இந்தியா, எண்ணிக்கையின் அடிப்படையிலேயே முஸ்லிம்களைப் பார்க்கிறது. இந்திய நாகரித்தின் மீதான இஸ்லாத்தின் மிகப்பெரிய தாக்கத்தைப் பார்ப்பதில்லை. இடைக்காலத்தில் சில நூறாண்டு களுக்கு மேலாக முஸ்லிம் ஆட்சி, அழிக்கமுடியாத அடையாளத்தை இந்தியாவின் மீது பதித்துச் சென்றது. இந்தியாவிற்கு வந்த பெரும்பாலான முஸ்லிம் ஆட்சியாளர்கள், குறிப்பாக முகலாயர்கள் இந்த நாட்டில் குடியேறினர். அவர்களுக்கு மாற்றாக வந்த ஆங்கிலேயர்களைப்போல, முகலாயர்கள் காலனி ஆதிக்கக்காரர்கள் அல்லர். அவர்கள் இந்தியப் பெண்களை மணந்தனர். பெரிய நகரங் களையும் நினைவுச் சின்னங்களையும் எழுப்பினர். (தாஜ்மகால் இந்தியாவின் நிலையான நினைவுச் சின்னமாகும்.) வட இந்தியாவின் நடன மரபுகளும் மிகப்பெரிய செவ்வியல் இசையும் முஸ்லிம் அரசவை அரங்குகளில்தான் பிறந்தன. இந்தி – உருது என்ற ஒரு மொழியும் இக்காலத்தில்தான் பிறந்தது. என்னற்ற பாரசீக மொழிச் சொற்களும் அரபுச் சொற்களும் வட்டார வழக்குச் சொற்களுடன் ஒன்றிணைந்து இந்த இந்தி–உருது மொழி உருவாக்கப்பட்டது.

முஸ்லிம் ஆட்சி அமைந்தபோது பெருமளவு சூஃபிகள் வந்தனர். இதன் காரணமாக நாகரிகங்கள் கலந்து வளர ஒரு தொட்டிலாக இந்தியா உருவானது

என்பதை ஏற்கனவே கண்டோம். இஸ்லாமிய மறைஞானிகள் என சூஃபிகளை விவரிக்கலாம். இறைவனுடன் நேரடியான தனித்த அனுபவத்திற்கு அவர்கள் அழுத்தம் தந்தனர். அலைந்து திரியும் தனியான துறவிகளாகவோ அல்லது நிறுவன மத அமைப்புகள் மூலமாகவோ சூஃபி பரப்புரையாளர்கள் இயங்கினர். சில அமைப்புகள் பழைமை பேணுவனவே. எனினும் துணைக்கண்டத்தில் சூஃபிகள், பெருமளவில் பின்பற்றுவோர் களை ஈர்த்தனர். இதற்கு முக்கிய காரணம் தாராளத்தன்மையையும் மனிதாபிமானத்தையும் கொண்ட ஒரு மதத்தினை அவர்கள் போதித்ததாகும். இந்த மதத்தின் சமத்துவக் கொள்கைகள் சாதியால் பிளவுண்ட சமூகத்தைப் பெரிதும் ஈர்த்தன. இந்தியச் சூழலில் பல சூஃபிகள் புனிதர்களாக வணங்கப்படலாயினர். அவர்கள் இறந்த பின்னர் தர்காக்கள் அல்லது மஸார்கள் என அழைக்கப்படும் அவர்களின் கல்லறைகளை அதிசய சக்திகள் கொண்டவையாக மக்கள் நம்பினர். ஆதலால் ஒவ்வொரு நாளும் ஆயிரக்கணக்கான இந்துக்களையும் முஸ்லிம்களையும் அவை தம்மிடம் ஈர்த்தன. இசையை இறைவனுடன் இணைதலின் ஒரு வடிவமாக சூஃபிகள் பயன்படுத்தியதும் மக்களைக் கவர்ந்தது. இது துணைக்கண்டத்தில் பலதரப்பட்ட இசை வடிவங்கள் உருவாக வழியமைத்தது.

இரண்டு பெரும் மதங்கள் நெருக்கமாக நேருக்கு நேர் வருகிறபோது, அதனை விளைவு ஏதும் இல்லாதிருக்கும் அசைக்க முடியாத பொருளைச் சந்திக்கும் தடுக்க முடியாத சக்தியாகவே பெரும்பாலும் விவரிக்க முடியும். ஆனால் இந்தியாவிலோ முழுக்கவும் வேறான ஏதோ ஒன்று நடந்தது. சூஃபி சிந்தனைகளால் சாதிக் குழுக்கள், சமூகங்கள் முழுவதுமாக இஸ்லாத்திற்கு மதம் மாறின. அது மட்டுமல்லாமல் சூஃபி சிந்தனைகள் பக்தி இயக்கம் பிறக்கவும் வழி வகுத்தது. இது இந்து மதத்தை என்றென்றைக்குமாக மாற்றியமைத்தது. இதன் உச்சநிலையாக சீக்கியம் என்றோர் புதிய மதம் பிறந்தது. பதின்மூன்றாம் – பதினேழாம் நூற்றாண்டுகளுக்கு இடையே பக்தி இயக்கம், சூஃபி இயக்கத்திற்கு இணையாகப் பயணித்தது. இந்து மதத்திற்குள்ளேயே ஒரு சீர்திருத்த இயக்கம் என பக்தி இயக்கத்தை விளக்கலாம். ஆன்ம விடுதலைக்கான ஒரே வழி இறைவனிடம் பக்தி செலுத்துவதே என்பதற்கு அது அழுத்தம் தந்தது. சூஃபிகளைப் போலவே, பக்தி நம்பிக்கையை வெளிப்படுத்துவதற்கும் இசை முக்கியப் பங்களிப்பைச் செய்தது. தங்கள் காலத்திய சூஃபி சிந்தனையாளர்களுக்குத் தாங்கள் கடன்பட்டுள்ளதாக மிகப்பெரிய பக்தி ஞானிகள் பதிவு செய்திருக்கின்றனர். இவர்களில் மிக முக்கியமானவராக சீக்கிய மதத்தைத் தோற்றுவித்த குரு நானக்கைச் சொல்லலாம்.

இதனாலேயே சீக்கியர்களின் புனித நூலான குரு கிரந்த சாகிபில், சிஸ்தி அமைப்பைச் சார்ந்த சூஃபியான பாபா ஃபரீதின் பல ஆக்கங்கள் உள்ளடங்கியுள்ளன.

இந்த இஸ்லாமிய – உள்நாட்டுச் சமய மரபுகளின் தனிச் சிறப்பிற்குரிய / அற்புதச் சங்கமம் மொகலாய மன்னர்களின் ஆட்சி அதிகாரம் உச்சத்தில் இருந்தபோது நடந்தது. கலை, கட்டடக்கலை, மொழி, இலக்கியம், உடை, சமையற்கலை மேம்பாடு எனப் பல தளங்களில் இது பிரதிபலித்தது. இந்தக் கலப்புப்பண்பாட்டின் மிக வியக்கத்தக்க எடுத்துக்காட்டு நிச்சயமாக சூஃபி – பக்தி இயக்கமாகும். இது தனிப்பட்ட முறையில் ஒருவரின் தெய்வபக்திக்கு முக்கியத்துவம் தந்தது. சமயப் பழைமைவாதம், அர்த்தமற்ற சடங்குகள், சாதி சமூகப் பிரிவினைகள் போன்றவற்றை எதிர்த்து நின்றது. இருபதாம் நூற்றாண்டில் மகாத்மா காந்தி இந்த நெருக்கடியை மிகத் திறமையாகத் தீர்த்துவைத்தார். ஒவ்வொரு இந்தியனும் இன்றும் முணுமுணுக்கும் காந்திக்கு விருப்பமான பக்திப்பாடல், இந்து கடவுளர்களையும் அல்லாஹ்வையும் புகழ்ந்து பாடி மன அமைதியை எல்லோருக்கும் அருளுமாறு வேண்டுகிறது.

வரலாறு இவ்விதமிருக்க, தர்க்கரீதியாகப் பார்க்கும்போது இந்தியத் துணைகண்டம் இந்துக்களும் முஸ்லிம்களும் நிலையாக மோதிக்கொண்டிருக்கும் களமாக ஆகியிருக்கக்கூடாது. ஆனால் ‘இந்தியாவில் புனிதமும் புனிதமின்மையும் எப்போதும் அருகருகே வாழ்ந்து வந்திருக்கின்றன’ என்ற வழக்கமான பழங்கூற்றையும் பார்க்க வேண்டியிருக்கிறது. சமகால இந்தியாவைப் புரிந்து கொள்வதற்கான தடயம் அதன் மதங்களைப் புரிந்துகொள்வதில் மட்டும் இல்லை. ஆண்டுகள் பலவாக வகுப்புவாத ரீதியில், அரசியல் ஒருமுனைவாக்கம் நிகழ்ந்துவருவதைப் புரிந்து கொள்வதிலும் இருக்கிறது. இந்த நிகழ்முறை, பிரித்தாளும் கொள்கையைத் தெளிவாகப் பின்பற்றிய ஆங்கில ஆட்சியின் போது தொடங்கிற்று. இந்துக்களுக்கும் முஸ்லிம்களுக்கும் தனித்தனியான வரையறுக்கப்பட்ட வாக்காளர் தொகுதி உருவாக்கப்பட்டது. இறுதியாக இது பாகிஸ்தான் கோரிக்கைக்கு வழி வகுத்தது. இதன் பின்னர் மதக்கலவரம் வாழ்வின் நிரந்தர அம்சமாகத் துணைக்கண்டத்தில் உருவானது. பிரிவினைக்குப் பிறகு சுதந்திர இந்தியாவிலும் மக்களை சாதி – சமூக ரீதியாகப் பிரிப்பதில் தேர்தல் ஜனநாயகம் தனது பங்கைச் செலுத்தியுள்ளது.

1980–1990களில் மீண்டும் மீண்டும் நடந்த வன்முறைக்குப் பிறகு 2002 குஜராத் படுகொலை நிகழ்வு வரை நாம் தொலைக் காட்சி நிலைய விவாதங்களில் அரசியல் பழிவாங்குதலைத்

தொடர்கிறோமா? நமக்குள்ளே இருக்கும் பிரிவினைகளை அசட்டை செய்கிறோமா? அனைவரும் ஒப்புக்கொண்ட மதச்சார்பற்றக் குடியரசின் மீதான பெரிய ஏமாற்றங்கள் எவ்வளவுதான் இருந்தாலும், நன்மை விளையும் என்ற வாழ்க்கைப் பார்வையையும் இந்தியா முழுக்கவும் கலப்புப் பண்பாடு இன்னும் உயிர்ப்புடன் உள்ளது என்பதையும் நம்ப வேண்டியிருக்கிறது. நமது மிகப்பெரிய நினைவுச் சின்னங்களில், நமது செவ்வியல் மரபுகளில், நமது உணவில், நாம் பேசும் மொழியில், நாம் பாடும் பாட்டுகளில், காணும் திரைப்படங்களில் அது இன்னும் இருக்கிறது.

வரலாற்றிலிருந்து சில துணுக்குச் சம்பவங்களைச் சான்றாக எடுத்துக்கொள்ளலாம். உலகின் மிகப் பெரிய உருதுக் கவி என 'மீர்ஸா காலிப்'பைச் சொல்லலாம். அவர் பெனாரஸ் (வாரணாசி) பற்றி பாரசீக மொழியில் ஒரு பெரிய கவிதை இயற்றியுள்ளார். அக்கவிதையில் அங்குள்ள பல இந்து வழிபாட்டுத்தலங்களின் புகழ் பாடி, அவற்றை இந்துஸ்தானின் கஃபா என அழைத்தார். சக்கரவர்த்தி ஷாஜகானின் மூத்த புதல்வரும், வாரிசுப் போரில் சக்கரவர்த்தி அவுரங்கசீபிடம் தோற்றவருமான தாரா ஷிகோ, உபநிஷத்தைப் பாரசீக மொழியில் மொழிபெயர்த்தார். 'ஸிர்–இ–அக்பர்' (பெரிய புதிர்) என அதற்குப் பெயருமிட்டார். மஜ்மா–வுல்–பஹ்ரைன் (இந்து – இஸ்லாம் இரண்டு சமுத்திரங்களின் சங்கமம்) தக்காணத்திலும் கூட இந்து மதத்தைப் புரிந்துகொள்ள முஸ்லிம் ஆட்சியாளர்கள் முயன்றனர். இபுராகீம் ஆதில்ஷா அரசாண்ட பகுதியின் மையமான பிஜாப்பூர் (இப்போது இது வடக்கு கர்நாடகாவில் உள்ளது) ஜகத்குரு என அழைக்கப்படுகிறது. இபுராகீம் ஆதில்ஷாவிற்கு சமஸ்கிருதம் தெரியும். கன்னடத்திலும் பாரசீகத்திலும் தக்காண உருதுவிலும் அவர் கவிதை எழுதினார்.

இந்திய இசையின் கதை கலப்புப் பண்பாட்டின் கதையுமாகும். துருபத்தும் கயாலும் (இந்துஸ்தானி செவ்வியல் இசையின் வகைகள்) இந்திய செவ்வியல் இசைக்கு முஸ்லிம்களின் பங்களிப்பாகும். அமீர் குஸ்ரோ புது இராகங்களையும் கவ்வாலி வடிவத்தையும் படைத்தார். மேலும் மொழியையும் கவிதையையும் முறைப்படுத்தினார். இடைக்காலத்தின் மிகப்பெரிய இசை மேதை தான்சேன் ஆவார். இருபதாம் நூற்றாண்டில் மைஹார் காரனாவில் இருந்த பாபா அலாவுதீனைக் குறிப்பிடாது எவ்விதம் விடுவது? அவர் சாரதா கோயிலில் வழிபட்டார். ரவி ஷங்கருக்கு சிதார் கற்றுத்தந்தார். தனது மகன் அலி அக்பர் கானுக்கு சரோத் கற்றுக்கொடுத்தார். அவர் சிருஷ்டிபூர்வமான கலப்புப் பண்பாடு எய்திய உச்சத்தின் திரு உருவாக விளங்கினார். ஷெனாயை ஒரு புதிய தளத்திற்குக் கொண்டு சென்ற அவர் அதனை இசைக்

கச்சேரிகளில் தனி வாத்திய இசையாக உருவாக்கினார். பிஸ்மில்லா கான் ஒரு பக்தியுள்ள முஸ்லிம் ஆவார். தனது நேசத்திற்குரிய வாரணாசியில் உள்ள காசி விஸ்வநாதர் ஆலயத்தில் அவர் ஷெனாய் வாசிப்பார். இன்னொரு எடுத்துக்காட்டும் உள்ளது. கவ்வாலி பாடகர்களான சங்கர்–ஷாம்பூ என்ற இரு சகோதரர்கள் அஜ்மீர் ஷரிஃப் தர்காவின் ஒவ்வொரு உர்ஸ் உற்சவத்திலும் பாடுவர். ஆந்திரப் பிரதேசத்தில் ஷேக் சின்ன மௌலானா நாதஸ்வரம் என்ற இசைக்கருவியை கலாபூர்வமாக மிகச்சிறந்த முறையில் வாசிப்பார். சமயச் சிக்கல்கள் எதனையும் அவர் ஒருபோதும் கண்டதில்லை.

வரிசைப்படுத்த இன்னும் நிறையவே உள்ளன. அவற்றைப் பற்றிச் சுருக்கமாகவே பேசலாம். டெல்லி நிஜாமுதீன் தர்காவில் தொடங்கும் பயணத்தைக் கற்பனை செய்து பாருங்கள். உள்ளூர்ப் பண்டிகைகளின் காட்சிகளையும் ஓசைகளையும் நிஜாமுதீன் அவ்லியா எவ்விதம் நேசித்தார்; தான் வாழ்ந்த இடத்தின் சூழலோடு, தனது நம்பிக்கையை அவர் எவ்விதம் பொருத்திக்கொண்டார்; அறுவடைத் திருவிழாவான பசந்த்தைத் தனது தர்காவில் கொண்டாடும் சம்பிரதாயத்தை எவ்விதம் தொடங்கிவைத்தார். (நிஜாமுதீன் அவ்லியா அவர்கள் வாழ்ந்த காலத்திலேயே அவர்கள் தங்கியிருந்த தனிஅறையின் வாசலின் முன்னால் அறுவடைத் திருவிழா கொண்டாடும் வழக்கம் தொடங்கப்பட்டுப் பின்னர் தர்காவிலும் அந்த வழக்கம் தொடர்ந்து வருகிறது – மொ.ர்) இவை அனைத்தையும் நிஜாமுதீன் தர்காவில் ஒரு காதிமைச் சந்தித்து ஒருவர் அறிந்து கொள்ளலாம். பீகாவில் சிவபெருமான் ஒரு முஸ்லிம் ஃபகீராக வடிவெடுக்கையில் நாட்டார் பாடலை ஒருவர் கேட்க முடியும். இந்துக்களும் முஸ்லிம்களும் ஒன்றாக வழிபடும் கிரிதிஹ் மாவட்டத்திலுள்ள லங்கா பாபா புனித அடக்கத்தலத்தில் ஒருவர் சற்று ஓய்வெடுத்துக்கொள்ளலாம். மேல் கர்நாடகாவில் குல்பர்காவிலுள்ள மிகப்பெரிய புனித அடக்கத்தலமான பந்தேநவாஸ் தக்காணத்திலேயே (டெக்கான்) மிகப்பெரிய தர்காவாகும். இங்கே உள்ளூர் இந்துக் குடும்பங்கள் பங்குபெறாமல் தர்காவின் உர்ஸ் உற்சவத்தை முஸ்லிம்கள் தொடங்குவதில்லை என்பதை ஒருவர் கண்டுகொள்ள முடியும்.

2002 குஜராத் கலவரத்தின்போது அஹமதாபாத்தில் உள்ள வாலி குஜராத்தி என்னும் உருது கவியின் புனித அடக்கத் தலம் இடித்துத் தரைமட்டமாக்கப்பட்டு அவரது சமாதி தோண்டப்பட்டு அங்கே ஹனுமான் சிலை வைக்கப்பட்டது. கஜல் வடிவத்தின் மிகப் பெரியதோர் கவியாக வாலி குஜராத்தி

கருதப்படுகிறார். அவர் 1707இல் காலமானார். நூற்றாண்டு களுக்குப் பிறகு, ஒரு கும்பல் அந்தச் சிறிய சமாதியை இடித்தழித்தது. ஒரு இரவிலேயே அதன் மேல் சாலை போடப் பட்டது. அடக்கத்தலம் அவ்வளவு துரிதமாக ஒழிக்கப்பட முடியும். ஆனால் கட்ச் பகுதியில் உள்ள மௌலே – சலாம் – கரசியாக்கள் அல்லது ராஜபுத்திர முஸ்லிம்கள் உள்ள முஸ்லிம் சமூகங்கள் தமது இஸ்லாமிய நம்பிக்கையை, தமது பழைய இந்து மதத்தின் சம்பிரதாயங்களோடு கலந்து இணைவாக இன்னும் வாழ்கின்றன. எனினும் கொஞ்சம் முஸ்லிம்களாகவும் கொஞ்சம் இந்துக்களாகவும் இருக்கும் இவர்கள், இரு பக்கங்களிலிருந்தும் பெரிய அளவு அழுத்தத்திற்கு ஆளாகி வருகின்றனர். இருவரையும் பிணைக்கும் சம்பிரதாயங்களும் மத வெறி ஏறிய பகுதிகளில் எதிர்க்கப்பட்டு வருகின்றன.

இப்புத்தகம் எழுதும் வேலையின்போது நான் தேடிக் கண்டறிந்தவற்றின் உண்மைத் தன்மையை பரிசீலிக்க வேண்டிய திருந்தது; என்னிடம் வந்து சேர்ந்த விஷயங்களை விளங்கிக்கொள்ள வேண்டியதிருந்தது: முடிவடையாத இந்தப் பணித்திட்டத்தினை இறுகப்பற்றி இவ்விதம் மல்லாடிக்கொண்டிருந்த இருபதாண்டு கால அனுபவத்தில் நான், 'மிகப் பெரிய துயரின் நடுவிலும் நம்பிக்கையின் சின்னஞ்சிறு ஒளி எப்போதும் மங்கலாக ஒளிர்ந்து கொண்டிருக்கும் என்பதை உணர்ந்துகொண்டேன்.'